സാഹിത്യചരിത്രം
സിദ്ധാന്തം, സൗന്ദര്യം, രാഷ്ട്രീയം

എഡിറ്റർ
ഡോ. തോമസ് സ്കറിയ

ഡോ. തോമസ് സ്കറിയ

കുറിച്ചിത്താനത്തു ജനനം. എറണാകുളം മഹാരാജാസ് കോളേജിൽ നിന്നും മലയാളത്തിൽ എം.എ. കാലടി സംസ്കൃതസർവ്വകലാശാലയിൽ നിന്നും മലയാളത്തിൽ എം.ഫിൽ, പിഎച്ച്.ഡി ബിരുദങ്ങൾ. ലോകകഥയുടെ ചരിത്രവും സൗന്ദര്യവും, ടെറി ഈഗിൾട്ടൺ-സിദ്ധാന്തം, സൗന്ദര്യം, സംസ്കാരം, പാശ്ചാത്യസാഹിത്യ സങ്കേതങ്ങൾ, ഭാരതീയേതര സാഹിത്യസിദ്ധാന്തങ്ങൾ എന്നിവ പ്രധാന കൃതികൾ. സാഹിത്യചരിത്രവിജ്ഞാനീയം എന്ന ഗ്രന്ഥത്തിന്റെ എഡിറ്ററാണ്. പാലാ സെന്റ് തോമസ് കോളേജിൽ മലയാളവിഭാഗം അസോസിയേറ്റ് പ്രൊഫസർ. ഭാര്യ: ക്രിസ്റ്റിമോൾ മാത്യു. മക്കൾ: ലിയോ സ്കറിയ, ജോയൽ മാത്യു.

വിലാസം:
പാലമറ്റം വീട്
കുറിച്ചിത്താനം പി. ഒ.
ഉഴവൂർ - 686 634
ഇമെയിൽ : drthomasscaria@gmail.com

എഡിറ്റർ: ഡോ. തോമസ് സ്കറിയ

സാഹിത്യചരിത്രം
സിദ്ധാന്തം, സൗന്ദര്യം, രാഷ്ട്രീയം

പഠനം

മാക്സ് ബുക്സ്
കോട്ടയം
2023

വില: **290** രൂപ

Sahityacharithram, Sidhantham, Soundaryam, Rashtreeyam
Editor: Dr. Thomas Scaria
Malayalam

Published by:-
MAX BOOKS
Maxlive Media Solutions Pvt Ltd.
Muppathiyil Building, Muttambalom Post,
Kanjikuzhy, Kottayam 686 004
maxlivemediasolutions@gmail.com
maxbookskerala@gmail.com
Ph: 90740 98776

Edition:
First Editon March 2023
Copies: 1000
Price: Rs. 290

ISBN: 978-93-91085-72-8

ആമുഖം

തുടക്കത്തിൽ ചരിത്രമോ സാഹിത്യമോ ഇല്ലായിരുന്നു. ഐതിഹാസിക ഭൂതകാലത്തിന്റെ ഓർമ്മകൾ പങ്കിടുന്ന പുരാണങ്ങളും കഥകളും ഉണ്ടായിരുന്നു. ഭൂതകാലവും വർത്തമാനകാലവും തമ്മിലുള്ള സമ്പർക്കം മുറിയാതിരിക്കാനായി പൂർവ്വികരെ സ്തുതിക്കൽ കഥപറച്ചിലുകാരന്റെ കടമയായിരുന്നു. പിന്നെ എഴുത്ത് വന്നു. ചരിത്രപരമായ കാലവും നിർവ്വചനവും അനുസരിച്ച് എഴുതപ്പെട്ട കാലവും എഴുതപ്പെട്ട സമയവും ഉണ്ടായി. അങ്ങനെ ലിഖിതരേഖകൾ വന്നു. ഭൂതകാലത്തെക്കുറിച്ചുള്ള രേഖകൾ എന്ന നിലയിൽ അവയ്ക്ക് നൈരന്തര്യമുണ്ടായിരുന്നു. ഒരിക്കൽ ഉണ്ടായിരുന്നതിന്റെ യഥാർത്ഥ അവശിഷ്ടങ്ങൾ. പക്ഷേ, യഥാർത്ഥ സന്ദർഭത്തിൽ നിന്ന് അടർത്തി മാറ്റിയതിനാൽ അവയെ അടയാളങ്ങളായി നിരന്തരം വ്യാഖ്യാനിക്കുകയും പുനർവ്യാഖ്യാനിക്കുകയും വേണം. അതാണ് ചരിത്രം. അത് നിരന്തരം മാറിക്കൊണ്ടിരിക്കുന്ന നിർമ്മാണമാണ്. ചരിത്രം യഥാർത്ഥ സംഭവങ്ങളെയും സാഹിത്യം സാധ്യമായ സംഭവങ്ങളെയും കൈകാര്യം ചെയ്തു. അവ പരസ്പരം എതിരാളികളായി കാണേണ്ടവയല്ലെന്നു സാഹിത്യചരിത്രം കണ്ടു.

സാഹിത്യചരിത്രത്തിന്റെ രചനയെ സംബന്ധിച്ച തത്വങ്ങളും അതിന്റെ പ്രയോഗാനന്തര ഫലങ്ങളും പരിശോധിക്കുന്ന ഒരു ഗ്രന്ഥമാണ് 'സാഹിത്യചരിത്രം സിദ്ധാന്തം, സൗന്ദര്യം, രാഷ്ട്രീയം'. സാഹിത്യചരിത്രവിജ്ഞാനീയം പഠിക്കുന്നവർക്കും പഠിപ്പിക്കുന്നവർക്കും ഏറെ സഹായകരമാകത്തക്കവിധത്തിൽ മൂന്നു ഭാഗങ്ങളായിട്ടാണ് ഈ ഗ്രന്ഥം രൂപകല്പന ചെയ്തിരിക്കുന്നത. അക്കാദമികരംഗത്തെ സജീവസാന്നിധ്യങ്ങൾ പലരും ഇതിലേയ്ക്ക് ലേഖനങ്ങൾ തന്നിട്ടുണ്ട്. പ്രമുഖ മാധ്യമ നിരൂപിക ഡോ. ജൈനിമോൾ കെ. വി, സാഹിത്യചരിത്രത്തിന്റെ ചരിത്രമെഴുതിയ ഡോ. പ്രിൻസ് മോൻ ജോസ്, ഭാഷാശാസ്ത്രത്തിൽ പണ്ഡിതനായ ഡോ. സിബി കുര്യൻ എന്നിവരെ നന്ദിയോടെ ഓർമ്മിക്കുന്നു. പ്രൗഢലേഖനങ്ങൾ തന്ന് സഹായിച്ച അദ്ധ്യാപകരായ ഡോ. സുവർണ്ണനി ദേവി ഇ., സൗമ്യ ജോസ്, രാഗി ശേഖരൻ കെ., ഡോ. ശോഭിത ജോയ്, ഡോ. സോണിയ ജോസ്, പോസ്റ്റ് ഡോക്ടർ ഫെലോ ഡോ. വി. അനീഷ്കുമാർ, ഗവേഷകരായ നിഷമോൾ തങ്കപ്പൻ, ഷാലിമ ലിസി ഷാജൻ, അർച്ചന കെ. നായർ എന്നിവർക്കും നന്ദി, ഈ ഗ്രന്ഥം പ്രസിദ്ധീകരണസജ്ജമാക്കിത്തന്നത് പ്രിയസുഹൃത്ത് ജോമി ജോസഫാണ്. അദ്ദേഹത്തിനും പ്രസിദ്ധീകരണം ഏറ്റെടുത്ത മാക്സ് ബുക്സിനും നന്ദി.

ഡോ. തോമസ് സ്കറിയ

ഉള്ളടക്കം

സിദ്ധാന്തം

സൗന്ദര്യം

രാഷ്ട്രീയം

സിദ്ധാന്തം

ചരിത്രവും സാഹിത്യചരിത്രവും
ഡോ.തോമസ് സ്കറിയ

മനുഷ്യന് തന്നെക്കുറിച്ച് മറക്കാനുള്ള കഴിവില്ലായ്മയെക്കുറിച്ചും ഭൂതകാലവുമായി ബന്ധപ്പെട്ടുനിൽക്കാനുള്ള അവന്റെ പ്രവണതയെക്കുറിച്ചും ചിന്തിച്ച് പോൾ ഡി മാൻ ആശ്ചര്യപ്പെടുന്നു. അവൻ എത്ര ദൂരത്തിലും എത്ര വേഗത്തിലും ഓടിയാലും ആ ചങ്ങല അവനോടൊപ്പം ഓടുന്നു. അതുകൊണ്ട് ചരിത്രാതീതമായി മനുഷ്യന് നിലനിൽക്കാനാവില്ല. എല്ലാ മാനവസംസ്കാരങ്ങളും ഭൂതകാലത്തെക്കുറിച്ചുള്ള കഥകൾ പറയുന്നു. പൂർവ്വികർ, വീരന്മാർ, ദൈവങ്ങൾ, അല്ലെങ്കിൽ പ്രത്യേക ജനവിഭാഗങ്ങൾക്ക് പവിത്രമായ മൃഗങ്ങൾ എന്നിവയുടെ കർമ്മങ്ങൾ രേഖപ്പെടുത്താൻ ഏതെങ്കിലും എഴുത്ത് ഉണ്ടാകുന്നതിന് വളരെ മുമ്പുതന്നെ അവ മനുഷ്യർ ജപിക്കുകയും മനഃപാഠമാക്കുകയും ചെയ്തു. തുടർച്ചയായ ആവർത്തനത്തിന്റെ വസ്തുതയാൽ അവരുടെ സത്യം ആധികാരികമായി. ചരിത്രത്തെ, മനുഷ്യഭൂതകാലത്തിന്റെ ചില ഭാഗങ്ങളിൽ ഭവിക്കുന്ന സംഭവങ്ങളുടെയും ചിന്തകളുടെയും വികാരങ്ങളുടെയും വഴികൾ സത്യമാണെന്ന് കരുതുന്ന ഒരു വിവരണമായി നിർവചിക്കാവുന്നതാണ്. ചരിത്രം ഭൂമിശാസ്ത്രത്തിന് വിധേയമാണെന്ന് വിൽ ഡ്യൂറന്റും ഏരിയൽ ഡ്യൂറന്റും ചേർന്നെഴുതിയ ചരിത്രത്തിന്റെ പാഠങ്ങൾ എന്ന കൃതിയിൽ പറയുന്നു. അവർ വിവരിക്കുന്നു, എല്ലാ ദിവസവും കടൽ കരയിൽ എവിടെയെങ്കിലും കടന്നുകയറുന്നു, അല്ലെങ്കിൽ കര കടലിൽ. നഗരങ്ങൾ വെള്ളത്തിനടിയിൽ അപ്രത്യക്ഷമാകുന്നു. മുങ്ങിപ്പോയ കത്തീഡ്രലുകളിൽ നിന്നും വിഷാദമണി മുഴങ്ങുന്നു. ആവിർഭാവത്തിന്റെയും മണ്ണൊലിപ്പിന്റെയും താളത്തിൽ പർവതങ്ങൾ ഉയരുകയും താഴുകയും ചെയ്യുന്നു. നദികൾ കരകവിഞ്ഞ് ഒഴുകുന്നു, അല്ലെങ്കിൽ വറ്റിപ്പോകുന്നു. അല്ലെങ്കിൽ, അവയുടെ ഗതി മാറുന്നു. താഴ്വരകൾ മരുഭൂമികളായി തീരുന്നു. ഭൂമിശാസ്ത്രജ്ഞന്റെ കണ്ണിന്, ഭൂമിയുടെ എല്ലാ ഉപരിതലവും ഒരു ദ്രാവക രൂപമാണ്. മനുഷ്യൻ അതിൽ അരക്ഷി

തനായി നീങ്ങുന്നു, പത്രോസ് ക്രിസ്തുവിലേക്ക് തിരമാലകളിൽ നടക്കുന്നതുപോലെ. ഭൂതകാലം ഒരു പൂർവ്വികനെപ്പോലെയാണ് എന്ന് പോൾ ഡി. മാൻ പറയുന്നു. മധ്യസ്ഥതയില്ലാത്ത സാന്നിധ്യത്തിന്റെ ഒരു നിമിഷത്തിൽ, അതേ ഉൽപാദനപ്രക്രിയ ആവർത്തിക്കാൻ കഴിവുള്ള ഒരു ഭാവിയാണ് ചരിത്രം.

പൊതുവെ ഏതു നിർവ്വചനവും ഒരേസമയം വിഷയത്തിന്റെ വ്യാപ്തിയെ പരിമിതപ്പെടുത്തുകയും പ്രകാശിപ്പിക്കുകയും ചെയ്യുന്നു. അത് അതിന്റെ അതിരുകൾ നിശ്ചയിക്കുകയും മറ്റ് വിഷയങ്ങളിൽ നിന്ന് അതിനെ വേർതിരിക്കുകയും ചെയ്യുന്നു. ചരിത്രത്തിന് പല പണ്ഡിതന്മാരും നിർവചനങ്ങൾ നൽകിയിട്ടുണ്ട്. ചരിത്രം നിർവചിച്ചതിൽ ഗ്രീക്കുകാരാണ് മുൻനിരക്കാർ. ഗ്രീക്കുകാരിൽ നിന്നാണ് റോമാക്കാർ ചരിത്രത്തിന്റെ അർത്ഥം മനസ്സിലാക്കിയത്. മറ്റ് ലോക ഭാഷകളിലേക്ക് അത് കൈമാറ്റം ചെയ്യപ്പെടുകയും കൂടുതൽ പ്രാധാന്യം കൈവരിക്കുകയും ചെയ്തു. ബി.സി അഞ്ചാം നൂറ്റാണ്ടിന്റെ മധ്യത്തിൽ, ചരിത്രത്തിന്റെ പിതാവ് ഹെറോഡോട്ടസ് ഗ്രീക്കുകാരും പേർഷ്യക്കാരും തമ്മിലുള്ള യുദ്ധത്തെക്കുറിച്ചുള്ള കൃതി എഴുതി. അദ്ദേഹം അതിനെ "ഹെറോഡോട്ടസിന്റെ ചരിത്രങ്ങൾ" എന്ന് വിളിച്ചു. ഗ്രീക്ക്-പേർഷ്യൻ യുദ്ധത്തെക്കുറിച്ചും അതിലേക്ക് നയിച്ച സംഭവങ്ങളെക്കുറിച്ചും അദ്ദേഹം നടത്തിയ അന്വേഷണങ്ങളുടെയും ഗവേഷണങ്ങളുടെയും ഫലങ്ങൾ മാത്രമാണ് അദ്ദേഹം ഇതിലൂടെ ഉദ്ദേശിച്ചത്. ഡയോനിഷ്യസ് ചരിത്രം തത്ത്വചിന്തയിൽ നിന്ന് ഉരുത്തിരിഞ്ഞതാണ് എന്നു പറഞ്ഞു. ഉദാഹരണങ്ങൾ തീർച്ചയായും ജീവിതത്തിൽ നിന്നുള്ള യഥാർത്ഥ ആളുകളാണ്. സർ വാൾട്ടർ റാലി, നൂറ്റാണ്ടുകൾക്ക് ശേഷം പറഞ്ഞു, "എല്ലാ ചരിത്രത്തിന്റെയും അവസാനവും വ്യാപ്തിയും നമ്മുടെ ആഗ്രഹങ്ങളെയും പ്രവർത്തനങ്ങളെയും നയിച്ചേക്കാവുന്ന ജ്ഞാനം കഴിഞ്ഞ കാലങ്ങളുടെ ഉദാഹരണത്തിലൂടെ നമ്മെ പഠിപ്പിക്കുക എന്നതാണ്." മഹാനായ ഗ്രീക്ക് തത്ത്വചിന്തകൻ അരിസ്റ്റോട്ടിൽ ചരിത്രത്തെ നിർവചിച്ചിരിക്കുന്നത്, "മാറ്റമില്ലാത്ത ഭൂതകാലത്തിന്റെ ഒരു വിവരണം" എന്നാണ്. "ദൈവത്തിന് പോലും ഭൂതകാലത്തെ മാറ്റാൻ കഴിയില്ല" എന്ന് കൂടി അദ്ദേഹം പറഞ്ഞു. "ചരിത്രം മനുഷ്യനെ ജ്ഞാനികളാക്കുന്ന ഒരു വിജ്ഞാന ശാഖയാണ്" എന്ന് ഫ്രാൻസിസ് ബേക്കൺ പറഞ്ഞു. അദ്ദേഹത്തിന്റെ അഭിപ്രായത്തിൽ ചരിത്രം ശാന്തത ഉണ്ടാക്കുന്നു. ഇതിനെ അവൻ ജ്ഞാനം എന്നു വിളിക്കുന്നു.

അങ്ങനെ അവൻ ജ്ഞാനത്തെ കേവലമായ ബൗദ്ധിക ജാഗ്രതയിൽ നിന്ന് വേർതിരിക്കുന്നു. ആർ. ഡബ്ല്യു. എമേഴ്സൺ പറയുന്നു, "യഥാർത്ഥത്തിൽ ചരിത്രമില്ല, ജീവചരിത്രമേയുള്ളൂ." എമേഴ്സന്റെ ചരിത്ര നിർവചനത്തോട് തോമസ് കാർലൈലും യോജിക്കുന്നു. അദ്ദേഹം പറഞ്ഞു, "ഞാൻ എടുക്കുന്നതുപോലെ, സാർവത്രിക ചരിത്രം, മനുഷ്യൻ ഈ ലോകത്ത് നേടിയതിന്റെ ചരിത്രം, ഇവിടെ പ്രവർത്തിച്ച മഹാന്മാരുടെ ചരിത്രമാണ്, എല്ലാ വ്യക്തികളുടെയും ജീവിതത്തിന്റെ മൊത്തം സാമൂഹിക ജീവിതം. ആ എണ്ണമറ്റ ജീവചരിത്രങ്ങളുടെ സത്തയാണ് ചരിത്രം." വാസ്തവത്തിൽ, ഈ നിർവചനം ഇടുങ്ങിയതും നിയന്ത്രിതവുമാണ്. മനുഷ്യരുടെ ജീവചരിത്രങ്ങൾ മാത്രം കൈകാര്യം ചെയ്യുന്നതു കൊണ്ട് ചരിത്രം അവസാനിക്കുന്നില്ല. അത് മനുഷ്യരുടെ രാഷ്ട്രീയ, സാമ്പത്തിക, സാമൂഹിക ജീവിതവുമായി ബന്ധപ്പെട്ടിരിക്കുന്നു. ഭൂതകാലത്തിൽ സംഭവിച്ചതിന്റെ രേഖയാണ് ചരിത്രം .അമേരിക്കൻ ചരിത്രകാരൻ അലൻ നെവിൻ പറയുന്നു, "ചരിത്രം യഥാർത്ഥത്തിൽ ഭൂതകാലത്തെ വർത്തമാനവുമായി ബന്ധിപ്പിക്കുകയും ഭാവിയിലേക്കുള്ള വഴി ചൂണ്ടിക്കാണിക്കുകയും ചെയ്യുന്ന ഒരു പാലമാണ്."

ഇ. എച്ച്. കാർ "എന്താണ് ചരിത്രം" എന്ന കൃതിയിൽ ചരിത്രം ചരിത്രകാരനും അവന്റെ വസ്തുതകളും തമ്മിലുള്ള നിരന്തരമായ ഇടപെടലാണ് എന്നു എഴുതി. വർത്തമാനകാലവും ഭൂതകാലവും തമ്മിലുള്ള അനന്തമായ സംഭാഷണം. ചോദ്യങ്ങൾ ചോദിക്കുകയും അവയ്ക്ക് ഉത്തരം നൽകാൻ ശ്രമിക്കുകയും ചെയ്യുന്ന ചിന്തയുടെ രൂപമെന്നാണ് ആർ.ജി. കോളിങ്ങ്വുഡ് ചരിത്രത്തെ നിർവചിക്കുന്നത്. ചരിത്രത്തിന്റെ മൂല്യം, അത് മനുഷ്യൻ എന്താണ് ചെയ്തതെന്നും അങ്ങനെ മനുഷ്യൻ എന്താണെന്നും അത് നമ്മെ പഠിപ്പിക്കുന്നു എന്നതാണ്. ഈ നിർവചനങ്ങളിൽ നിന്ന് എല്ലാം, ചരിത്രം പ്രധാനമായും മനുഷ്യരുടെ പ്രവർത്തനങ്ങളുമായി ബന്ധപ്പെട്ടിരിക്കുന്നുവെന്ന് വ്യക്തമാണ്. പുരോഗതിക്കായുള്ള മനുഷ്യന്റെ പോരാട്ടത്തിലെ സംഭവങ്ങളുടെ പഠനമാണിത്. 'മാറ്റം ജീവിതനിയമം' എന്ന നിലയിൽ മാറ്റമാണ് ചരിത്രത്തിന്റെ തത്ത്വവും സത്തയും. അതിനാൽ, ജീവിതത്തിന്റെ രാഷ്ട്രീയ, സാമ്പത്തിക, സാമൂഹിക, മതപരമായ വശങ്ങളിൽ സംഭവിക്കുന്ന മാറ്റങ്ങൾക്ക് വലിയ പ്രാധാന്യം നൽകുന്നവനാണ് യഥാർത്ഥ ചരിത്രകാരൻ. ചരിത്രം വ്യത്യസ്ത അനുഭവങ്ങളും ധാരണകളും ഉൾക്കൊള്ളുന്നു, ഒരേ സമയം അത് വസ്തുനിഷ്ഠവും ആത്മനിഷ്ഠവുമാണ്.

ചരിത്രവും സാഹിത്യവും

ജി.എം. ട്രെവെലിയൻ (G.M Trevelyan) ചരിത്രത്തെ സാഹിത്യത്തിന്റെ ഒരു ശാഖയായി കണക്കാക്കി. എന്നാൽ ട്രെവെലിയന്റെ സമീപനത്തെ ബാർണസും റാങ്കും വിമർശിച്ചു. അവരെ സംബന്ധിച്ചിടത്തോളം ചരിത്രം ഒരു പ്രത്യേക പഠനമേഖലയായിരുന്നു. ചരിത്രം നിറയെ തീയതികളും സംഭവങ്ങളും തെളിവുകളും ആണ്. അതുകൊണ്ട് ചരിത്രത്തിന് സാഹിത്യത്തിന്റെ ഒരു ശാഖയാകാൻ കഴിയില്ല എന്നായിരുന്നു അവരുടെ നിലപാട്. ചരിത്രത്തിൽ നിന്ന് നമുക്ക് സാഹിത്യവികാസത്തിന്റെ ഒരു വിവരണം ലഭിക്കും. സാഹിത്യചരിത്രങ്ങളിൽ ചരിത്രരചനയുടെ സ്വഭാവവുമുണ്ട്. സാഹിത്യകാരന്മാർ ചരിത്ര വിഷയങ്ങൾ തിരഞ്ഞെടുക്കുന്നു. ഏറ്റവും മികച്ച ഉദാഹരണം ഷേക്സ്പിയർ ആണ്. ചരിത്ര നോവലുകളും സാഹിത്യത്തിന് ചരിത്രവുമായുള്ള അടുത്ത ബന്ധത്തിനുദാഹരണമാണ്. ചരിത്ര നോവൽ വസ്തുതയുടെയും ഫിക്ഷന്റെയും സംയോജനമാണ്. "ചരിത്രപരമായ ഫിക്ഷൻ ചരിത്രമല്ല, മറിച്ച് അത് ചരിത്രത്തിൽ നിന്ന് ഉത്ഭവിക്കുകയും അതിനോട് പ്രതികരിക്കുകയും ചെയ്യുന്നുവെന്ന് ട്രെവലിയൻ അഭിപ്രായപ്പെടുന്നു. ചരിത്രം ഭൂതകാലത്തെ കൈകാര്യം ചെയ്യുമ്പോൾ, "ചരിത്രരചനാവിജ്ഞാനീയം" ഭൂതകാലത്തെക്കുറിച്ചുള്ള രചനകളെ കൈകാര്യം ചെയ്യുന്നു. കർത്തൃത്വം, ഉറവിടം, വ്യാഖ്യാനം, പക്ഷപാതം, ശൈലി, വായനക്കാർ എന്നിങ്ങനെയുള്ള ചരിത്രപാഠത്തിന്റെ വിവിധ ഘടകങ്ങൾ വിശകലനം ചെയ്യുന്ന ചരിത്രകാരന്മാർ പ്രാഥമികമായി ചരിത്രത്തെ ഒരു അക്കാദമിക് വിഭാഗമായി വികസിപ്പിക്കുന്നു. വിവിധ സംസ്കാരങ്ങളിലും കാലഘട്ടങ്ങളിലുമുള്ള അതിന്റെ വികാസവും അവർ പഠിക്കുന്നു. ചരിത്രത്തിന്റെ പുനർനിർമ്മാണത്തിൽ ഉപയോഗിച്ചിട്ടുള്ളതും ഉപയോഗിക്കുന്നതുമായ അക്കാദമിക് സാമഗ്രികൾ, രീതികൾ, സമീപനങ്ങൾ എന്നിവയെക്കുറിച്ചുള്ള പഠനം ചരിത്രരചനാശാസ്ത്രത്തിൽ വരുന്നു.

സാഹിത്യചരിത്രരചന

സാഹിത്യചരിത്രരചന എന്ന ആശയം പാശ്ചാത്യ രാജ്യങ്ങളിലും മറ്റും സമീപകാലപഠനങ്ങളുടെ കേന്ദ്രബിന്ദുവായി മാറിയിരിക്കുകയാണ്. ഒന്നാമതായി, സാഹിത്യപഠനത്തിന്റെ സ്വഭാവം മാറിയിരിക്കുന്നു. സാഹിത്യപഠനത്തിന്റെ രീതികൾ ശാസ്ത്രീയ പോസിറ്റിവിസ്റ്റിക് സമീപനത്തിൽ നിന്ന് സാഹിത്യത്തിന്റെ പരിണാമത്തിലേക്ക് (സാഹിത്യ വിഭാഗങ്ങളുടെ വികാസം) മാറിയിരി

ക്കുന്നു. സാഹിത്യചരിത്രരചനയിലെ മാതൃകാപരമായ മാറ്റം സാഹിത്യത്തിന്റെ പരമ്പരാഗത നിർവചനത്തിന്റെ സൂക്ഷ്മപരിശോധനയോടെ ആരംഭിച്ചു. സാഹിത്യചരിത്രം പത്തൊൻപതാം നൂറ്റാണ്ടിലെ ചരിത്രവാദവുമായി ജ്ഞാനശാസ്ത്രപരമായി ബന്ധപ്പെട്ടിരിക്കുന്നു. ചോദ്യം ചെയ്യപ്പെടാത്ത ടെലിയോളജിക്കൽ തത്വമനുസരിച്ച് രചയിതാക്കളെയും സാഹിത്യ സൃഷ്ടികളെയും സംയോജിപ്പിച്ച് ഡയക്രോണിക് രീതിയിൽ ക്രമീകരിച്ച വസ്തുതകളുടെ ഒരു ശേഖരമായാണ് സാഹിത്യചരിത്രത്തെ കാണുന്നത്. വെല്ലക്കിന്റെയും വാറന്റെയും അഭിപ്രായത്തിൽ, സാഹിത്യപഠനത്തിൽ, സാഹിത്യസിദ്ധാന്തം, വിമർശനം, ചരിത്രം എന്നിവ തമ്മിലുള്ള വ്യത്യാസം വളരെ പ്രധാനമാണ്. സാഹിത്യത്തെ ഒരേസമയം ക്രമമായി കാണുന്നതും സാഹിത്യത്തിന്റെ വീക്ഷണവും തമ്മിലുള്ള വ്യത്യാസമുണ്ട്. ഇത് പ്രാഥമികമായി ഒരു കാലക്രമത്തിൽ ക്രമീകരിച്ചിരിക്കുന്ന കൃതികളുടെ ഒരു പരമ്പരയായും ചരിത്രപ്രക്രിയയുടെ അവിഭാജ്യ ഘടകമായും കാണുന്നു. അപ്പോൾ, സാഹിത്യത്തിന്റെ തത്വങ്ങളുടെയും മാനദണ്ഡങ്ങളുടെയും പഠനവും മൂർത്തമായ സാഹിത്യ കലാസൃഷ്ടികളുടെ പഠനവും തമ്മിൽ കൂടുതൽ വ്യത്യാസമുണ്ട്. നാം അവയെ ഒറ്റപ്പെടുത്തിയോ കാലക്രമത്തിൽ പഠിക്കുന്നതോ ആയാലും, സാഹിത്യത്തിന്റെ തത്വങ്ങൾ, അതിന്റെ വിഭാഗങ്ങൾ, മാനദണ്ഡങ്ങൾ തുടങ്ങിയവയെക്കുറിച്ചുള്ള പഠനത്തെ 'സാഹിത്യ സിദ്ധാന്തം' എന്ന് വിവരിച്ചും പഠനങ്ങളെ വേർതിരിച്ചും ഈ വ്യത്യാസങ്ങളിലേക്ക് ശ്രദ്ധ ആകർഷിക്കുന്നതാണ് നല്ലത്. മൂർത്തമായ കലാസൃഷ്ടികൾ ഒന്നുകിൽ 'സാഹിത്യ വിമർശനം' (പ്രാഥമികമായി നിശ്ചലമായ സമീപനം) അല്ലെങ്കിൽ 'സാഹിത്യ ചരിത്രം.' സാഹിത്യ ചരിത്രരചനയിൽ ഒരു പുതിയ മാതൃകക്കായുള്ള തിരയലിൽ 1960 മുതൽ പാശ്ചാത്യ രാജ്യങ്ങളിൽ സാഹിത്യചരിത്രകാരന്മാർ ഏർപ്പെട്ടിട്ടുണ്ട്. സാഹിത്യവും മറ്റെല്ലാ കാര്യങ്ങളും (രാഷ്ട്രീയം, സമൂഹം, സമ്പദ്വ്യവസ്ഥ, മതം മുതലായവ ഉൾപ്പെടെയുള്ള മറ്റെല്ലാ സാഹിത്യേതര ഘടകങ്ങളും) തമ്മിൽ അന്തർലീനമായ വ്യത്യാസമുണ്ടെന്ന് പരമ്പരാഗതമായി അനുമാനിക്കപ്പെടുന്നു. 1990-കളിൽ പരമ്പരാഗത സാഹിത്യചരിത്രപഠനങ്ങൾ ചോദ്യം ചെയ്യപ്പെടുകയും പുനർവിചിന്തനം ചെയ്യപ്പെടുകയും ചെയ്തു. ആശയപരവും സൈദ്ധാന്തികവുമായ ധാരണകളിലെ മുന്നേറ്റങ്ങൾ സാഹിത്യചരിത്രങ്ങളിലെ സാഹിത്യഗ്രന്ഥങ്ങളുടെ വ്യാഖ്യാനത്തിനും വിശകലനത്തിനും സഹായ

കമായി. കാനൻ രൂപീകരണം കൂടുതൽ സൂക്ഷ്മപരിശോധനയ്ക്ക് വിധേയമായി. സാഹിത്യചരിത്രത്തിന്റെ നിർമ്മാണത്തിനും പുനർ നിർമ്മാണത്തിനും അടിവരയിടുന്ന സാഹിത്യചരിത്രം എന്ന ആശയവും അതിനെക്കുറിച്ചുള്ള വ്യത്യസ്ത വീക്ഷണങ്ങളും പരിചയപ്പെടേണ്ടതുണ്ട്. നിരവധി പഠനങ്ങൾ നിലവിലെ സമീപനങ്ങളുടെ അപര്യാപ്തത തെളിയിച്ചിട്ടുണ്ട്. ആ പശ്ചാത്തലത്തിൽ പുതിയ അന്വേഷണങ്ങൾ ഉണ്ടായിട്ടുമുണ്ട്. ഡേവിഡ് പെർകിൻസ് സാഹിത്യചരിത്രത്തിലെ സൈദ്ധാന്തിക പ്രശ്നങ്ങൾ (1991), സാഹിത്യചരിത്രം സാധ്യമാണോ (1992) എന്നീ പുസ്തകങ്ങൾ എഴുതി. ഡേവിഡ് പെർകിൻസ് 1920-കളുടെ മധ്യം മുതൽ സമീപ ഭൂതകാലം വരെയുള്ള ബ്രിട്ടീഷ്, അമേരിക്കൻ കവിതകളുടെ ഒരു സമഗ്രമായ ചരിത്രം എഴുതിയിട്ടുണ്ട്. അദ്ദേഹത്തിന്റെ മുൻ കൃതികളിൽ എ ഹിസ്റ്ററി ഓഫ് മോഡേൺ പൊയട്രിയും ഉൾപ്പെടുന്നു. കവികളിലേക്കും അവരുടെ ജീവിതത്തിലേക്കും ശ്രദ്ധ കേന്ദ്രീകരിക്കുമ്പോൾ, അവരുടെ ശൈലികൾ രൂപപ്പെട്ട സന്ദർഭങ്ങളും അവതരിപ്പിക്കാൻ ആധുനിക കവിതയുടെ ചരിത്രത്തിൽ അദ്ദേഹം ശ്രമിച്ചിട്ടുണ്ട്.

എന്തുകൊണ്ടാണ് നമുക്ക് പുതിയ സാഹിത്യചരിത്രങ്ങൾ വേണ്ടത്? സാഹിത്യചരിത്രരചനയുടെ അടിസ്ഥാനപരമായ സംവിധാനം എന്താണ്? ഈ ചോദ്യങ്ങൾക്കുള്ള ഉത്തരങ്ങൾ അത്ര എളുപ്പമല്ലെന്ന് തോന്നുന്നു. എങ്കിലും താഴെ പറയുന്ന വ്യത്യസ്ത രീതികൾ അവയ്ക്കുള്ള ഉത്തരങ്ങൾ നൽകും.

1. പ്രധാന സാഹിത്യചരിത്രങ്ങളുടെയും സമാഹാരങ്ങളുടെയും വ്യത്യസ്ത സംവിധാനങ്ങളും രീതികളും കഴിയുന്നത്ര പൂർണ്ണമായും കൃത്യമായും വർഗ്ഗീകരിക്കുക.

2. ഓരോ കൃതിയിലും നേട്ടങ്ങൾ, പരിമിതികൾ, പ്രസ്ഥാന പാരമ്പര്യങ്ങൾ എന്നിവ തിരിച്ചറിയുക. സാഹിത്യചരിത്ര വിദ്യ വേർതിരിച്ചറിയുക.

3. സാഹിത്യമണ്ഡലത്തിലെ ബഹുവിധ രാഷ്ട്രീയ, സാമൂഹിക, സാമ്പത്തിക, ബൗദ്ധിക, കലാപര ഘടകങ്ങളും സാഹിത്യവും തമ്മിലുള്ള തുടർച്ചയായ ഇടപെടൽ കണ്ടെത്താനും വിശകലനം ചെയ്യാനും കഴിയുക.

4. സാഹിത്യചരിത്ര ഗവേഷണത്തിന്റെ പ്രശ്നങ്ങളും രീതികളും പര്യവേക്ഷണം ചെയ്യുന്നതിനും സാഹിത്യചരിത്ര പഠനങ്ങളുടെ മാതൃകകൾ നൽകുന്നതിനും.

"സാഹിത്യചരിത്രം" എന്ന സംജ്ഞ പരിചിതമാണെങ്കിലും, അത് പലപ്പോഴും പല അവ്യക്തതകളും ഉൾക്കൊള്ളുന്നുണ്ട്. ചരിത്രപരമായും വിമർശനാത്മകമായും സാഹിത്യത്തെ മനസ്സിലാക്കാനുള്ള ഒരു ശ്രമം എന്നാണ് സാഹിത്യചരിത്രത്തിന്റെ രചനയെ പലരും കാണുന്നത്. സാഹിത്യത്തിന്റെ ചരിത്രം സാഹിത്യരചനകളുടെ ചരിത്രപരമായ വിവരണവും സാഹിത്യ സങ്കേതങ്ങളുടെ വികാസത്തിന്റെ വിശദീകരണവുമാണ്. അത് വായനക്കാരന് വിനോദമോ വിജ്ഞാനമോ പ്രബോധനമോ നൽകാൻ ശ്രമിക്കുന്നു. അതുകൊണ്ട് സാഹിത്യചരിത്രം സാഹിത്യകൃതികളുടെ പരിണാമത്തെയും അവയുടെ സാങ്കേതികതയെയും കുറിച്ചാണ് എന്നും പറയാം. സാഹിത്യചരിത്രപഠനത്തോടുള്ള വ്യത്യസ്ത സമീപനങ്ങൾ സാഹിത്യചരിത്രവിജ്ഞാനീയത്തിൽ പ്രസക്തമാണ്. അവിടെ സാഹിത്യചരിത്രരചന എന്നത് സാഹിത്യചരിത്രത്തോടുള്ള സൈദ്ധാന്തികവും രീതിശാസ്ത്രപരവുമായ സമീപനമാണ്. ചുരുക്കത്തിൽ, സാഹിത്യചരിത്രവിജ്ഞാനീയം സാഹിത്യചരിത്രങ്ങളുടെ സൈദ്ധാന്തികവും രീതിശാസ്ത്രപരവുമായ സമീപനങ്ങളെക്കുറിച്ചുള്ള പഠനത്തെ സൂചിപ്പിക്കുന്നു. ചരിത്രത്തിന്റെയും സംസ്കാരത്തിന്റെയും മറ്റ് വശങ്ങളിൽ നിന്ന് വിച്ഛേദിക്കപ്പെട്ട ഒരു അടഞ്ഞ സൗന്ദര്യാത്മക മണ്ഡലത്തിൽ സാഹിത്യം നിലനിന്നിരുന്നതായി കരുതാൻ ആധുനികസാഹിത്യചരിത്രങ്ങൾ തയ്യാറാവുന്നില്ല. സാഹിത്യത്തിന്റെ ചരിത്രത്തെ സ്വയം ഉൾക്കൊള്ളുന്ന ഒരു സാംസ്കാരിക പ്രവർത്തനമായി പരിഗണിക്കാതെ, കേവലം സാഹിത്യ രചനകളുടെ ശേഖരം എന്ന നിലയിൽ അവ വിലയിരുത്തുന്നില്ല.

സാഹിത്യസിദ്ധാന്തത്തോടുള്ള വെല്ലുവിളിയായി സാഹിത്യചരിത്രത്തെ കണ്ട ഹാൻസ് റോബർട്ട് ജാസ് സാഹിത്യവും ചരിത്രവും തമ്മിലുള്ള, ചരിത്രപരവും സൗന്ദര്യാത്മകവുമായ സമീപനങ്ങൾ തമ്മിലുള്ള വിടവ് നികത്താനുള്ള ശ്രമം ആരംഭിക്കുന്നത് മാർക്സിസ്റ്റ് ഫോർമൽ സ്കൂളുകൾ നിർത്തുന്ന ഘട്ടത്തിലാണ്. ഉൽപ്പാദനത്തിന്റെയും പ്രതിനിധാനത്തിന്റെയും വൃത്താകൃതിയിലുള്ള സൗന്ദര്യാത്മക വ്യവസ്ഥയുടെ അടിസ്ഥാനത്തിൽ അവരുടെ രീതികൾ സാഹിത്യ വസ്തുത മനസ്സിലാക്കുന്നു. അങ്ങനെ ചെയ്യുന്നതിലൂടെ, സാഹിത്യത്തിന് അതിന്റെ സൗന്ദര്യാത്മക സ്വഭാവത്തിനും സാമൂഹിക പ്രവർത്തനത്തിനും മാറ്റമില്ലാത്ത ഒരു മാനം അവർ നഷ്ടപ്പെടുത്തുന്നു: അതിന്റെ സ്വീകരണവും സ്വാധീനവു

മാണ് ജാസ് പരിഗണിച്ചത്. സാഹിത്യചരിത്രത്തെ പുനരുജ്ജീവിപ്പിക്കണമെങ്കിൽ, ചരിത്രപരമായ വസ്തുനിഷ്ഠതയുടെ മുൻവിധികൾ നീക്കം ചെയ്യുകയും സാഹിത്യത്തോടുള്ള പരമ്പരാഗത സമീപനത്തിന് പകരം സ്വീകരണത്തിന്റെയും സ്വാധീനത്തിന്റെയും സൗന്ദര്യശാസ്ത്രം സ്ഥാപിക്കുകയും വേണം.

ഒരു പുതിയ കൃതിയെ വിലയിരുത്തുന്ന നിരൂപകനും, മുൻ കൃതിയുടെ പോസിറ്റീവ് അല്ലെങ്കിൽ നെഗറ്റീവ് മാനദണ്ഡങ്ങളുടെ വെളിച്ചത്തിൽ തന്റെ കൃതിയെ വിഭാവനം ചെയ്യുന്ന എഴുത്തുകാരനും, ഒരു കൃതിയെ തന്റെ പാരമ്പര്യത്തിൽ തരംതിരിച്ച് ചരിത്രപരമായി വിശദീകരിക്കുന്ന സാഹിത്യ ചരിത്രകാരനും അവരുടെ ആവിഷ്ക്കരണത്തിന് മുമ്പ് വായനക്കാരാണ്. സാഹിത്യവുമായുള്ള ബന്ധം വീണ്ടും ഉൽപ്പാദനക്ഷമമാകും. രചയിതാവ്, കൃതി, പൊതുവായന എന്നീ ത്രികോണങ്ങളിൽ രണ്ടാമത്തേത് നിഷ്ക്രിയമായ ഭാഗമല്ല, കേവലമായ പ്രതികരണങ്ങളുടെ ശൃംഖലയല്ല, മറിച്ച് ചരിത്രം സൃഷ്ടിക്കുന്ന ഊർജ്ജം ആണ്. ഒരു സാഹിത്യകൃതിയുടെ ചരിത്രപരമായ ജീവിതം അതിന്റെ പ്രേക്ഷകരുടെ സജീവ പങ്കാളിത്തമില്ലാതെ അചിന്തനീയമാണ്. ലളിതമായ സ്വീകരണത്തിൽ നിന്ന് വിമർശനാത്മക ധാരണകളിലേക്കും നിഷ്ക്രിയത്വത്തിൽ നിന്ന് സജീവമായ സ്വീകരണത്തിലേക്കും അംഗീകൃത സൗന്ദര്യാത്മക മാനദണ്ഡങ്ങളിൽ നിന്ന് ഒരു പുതിയ ഉൽപ്പാദനത്തിലേക്കും തുടർച്ചയായ മാറ്റം സംഭവിക്കുന്ന ഒരു തുടർച്ചയിൽ അതിന്റെ ആശയവിനിമയ പ്രക്രിയയിലൂടെ മാത്രമേ സൃഷ്ടി അനുഭവത്തിന്റെ മാറുന്ന ചക്രവാളത്തിൽ എത്തു. സാഹിത്യത്തിന്റെ ചരിത്രപരതയും അതിന്റെ ആശയവിനിമയ സ്വഭാവവും ഒരു സംഭാഷണത്തിന്റെയും പ്രക്രിയയുടെയും രൂപമെടുക്കുന്ന ജോലി, പ്രേക്ഷകർ, പുതിയ സൃഷ്ടി എന്നിവയുടെ ഒരു ബന്ധത്തെ മുൻനിർത്തുന്നു, ഇത് സന്ദേശത്തിന്റെയും സ്വീകർത്താവിന്റെയും ബന്ധത്തിലും അതുപോലെ തന്നെ മനസ്സിലാക്കാം. ചോദ്യവും ഉത്തരവും, പ്രശ്നവും പരിഹാരവും തമ്മിലുള്ള ബന്ധം.

മുൻകാലങ്ങളിൽ സാഹിത്യവിമർശനത്തിന്റെ രീതിശാസ്ത്രം പ്രധാനമായും നീങ്ങിയിട്ടുള്ള ഉൽപ്പാദനത്തിന്റെയും പ്രാതിനിധ്യത്തിന്റെയും വൃത്താകൃതിയിലുള്ള സമ്പ്രദായം, സാഹിത്യചരിത്രത്തിന്റെ തുടർച്ചയെന്ന നിലയിൽ സാഹിത്യകൃതികളുടെ ചരിത്രപരമായ ക്രമം മനസ്സിലാക്കുന്നതിനുള്ള പ്രശ്നമാണെങ്കിൽ, സ്വീകരണത്തിന്റെയും സ്വാധീനത്തിന്റെയും സൗന്ദര്യശാസ്ത്രം ഉൾ

പ്പെടുത്തുന്നതിനായി വിപുലീകരിക്കേണ്ടതുണ്ട്. സാഹിത്യവും വായനക്കാരനും തമ്മിലുള്ള ബന്ധത്തിന് ചരിത്രപരവും സൗന്ദര്യാത്മകവുമായ പ്രത്യാഘാതങ്ങൾ ഉണ്ട്.

ഒരു കൃതിയുടെ ആദ്യ സ്വീകരണം വായനക്കാരൻ ഇതിനകം വായിച്ചിട്ടുള്ള കൃതികളുമായി താരതമ്യപ്പെടുത്തുമ്പോൾ അതിന്റെ സൗന്ദര്യാത്മക മൂല്യത്തിന്റെ ഒരു പരിശോധന ഉൾക്കൊള്ളുന്നു എന്ന വസ്തുതയാണ് സൗന്ദര്യാത്മക സൂചനകൾ കാണുന്നത്. ഇതിന്റെ വ്യക്തമായ ചരിത്രപരമായ സൂചന, ആദ്യ വായനക്കാരന്റെ അഭിനന്ദനം തലമുറകളിലേക്ക് കൂടുതൽ 'സ്വീകരണ'ങ്ങളിലൂടെ തുടരുകയും സമ്പന്നമാക്കുകയും ചെയ്യും എന്നതാണ്; ഈ രീതിയിൽ ഒരു കൃതിയുടെ ചരിത്രപരമായ പ്രാധാന്യം നിർണ്ണയിക്കുകയും അതിന്റെ സൗന്ദര്യാത്മക മൂല്യം വെളിപ്പെടുത്തുകയും ചെയ്യും. ഗ്രാഹ്യത്തിന്റെയും ന്യായവിധിയുടെയും സ്വന്തം തത്ത്വങ്ങൾ അവഗണിച്ചുകൊണ്ട് സാഹിത്യചരിത്രകാരന് രക്ഷപ്പെടാൻ കഴിയുന്ന സ്വീകരണ ചരിത്രത്തിന്റെ ഈ പ്രക്രിയയിൽ, ഭൂതകാലവും വർത്തമാനകാലവുമായ കലയുടെയും പരമ്പരാഗത വിലയിരുത്തലിന്റെയും തുടർച്ചയായ മധ്യസ്ഥതയോടെ ഭൂതകാല കൃതികളുടെ തിരിച്ചുപിടിക്കൽ ഒരേസമയം നടത്താവുന്നതാണ്. നിലവിലെ സാഹിത്യ ശ്രമങ്ങൾ. സ്വീകരണത്തിന്റെ സൗന്ദര്യശാസ്ത്രത്തിൽ അധിഷ്ഠിതമായ ഒരു സാഹിത്യചരിത്രത്തിന്റെ ഗുണം, സൗന്ദര്യാത്മക അനുഭവത്തിലൂടെ ഭൂതകാല കലയുടെ തുടർച്ചയായ സംയോജനത്തിൽ സജീവമായി പങ്കെടുക്കാൻ കഴിയുന്ന അളവിനെ ആശ്രയിച്ചിരിക്കും. ഇത് ഒരു വശത്ത് പോസിറ്റിവിസ്റ്റ് സാഹിത്യചരിത്രത്തിന്റെ വസ്തുനിഷ്ഠതയ്ക്ക് എതിരായി കാനോനുകൾ സ്ഥാപിക്കാനുള്ള ബോധപൂർവമായ ശ്രമം ആവശ്യപ്പെടുന്നു. മറുവശത്ത് പാരമ്പര്യങ്ങളെക്കുറിച്ചുള്ള പഠനത്തിന്റെ ക്ലാസിക്കലിസത്തിനെതിരായി ഒരു വിമർശനാത്മക അവലോകനത്തെ മുൻനിർത്തി. പരമ്പരാഗത സാഹിത്യ കാനോൻ ആവശ്യപ്പെടുന്നു. അത്തരമൊരു കാനോൻ സ്ഥാപിക്കുന്നതിനുള്ള മാനദണ്ഡവും സാഹിത്യചരിത്രത്തിന്റെ എക്കാലത്തെയും ആവശ്യമായ പുനരാഖ്യാനവും സ്വീകരണത്തിന്റെ സൗന്ദര്യശാസ്ത്രത്താൽ വ്യക്തമായി സജ്ജീകരിച്ചിരിക്കുന്നു.

വ്യക്തിഗത കൃതിയുടെ സ്വീകരണ ചരിത്രത്തിൽ നിന്ന് സാഹിത്യചരിത്രത്തിലേക്കുള്ള ചുവടുവയ്പ്പ് നമ്മുടെ വർത്തമാനകാല സാഹിത്യാനുഭവത്തെ നിർണ്ണയിക്കുകയും വ്യക്തമാക്കുകയും

ചെയ്യുന്ന വിധത്തിൽ കൃതികളുടെ ചരിത്രപരത കാണാനും അവ തരിപ്പിക്കാനും നമ്മെ നയിക്കേണ്ടതുണ്ട്.

വാൾട്ടർ ബെഞ്ചമിൻ അതിന് അനുയോജ്യമായ ഒരു ആശയം രൂപപ്പെടുത്തിയിട്ടുണ്ട്. എഴുതപ്പെട്ട കൃതികൾ അവ ഉത്ഭവിച്ച കാലവുമായി ബന്ധപ്പെടുത്തി കാണിക്കുക എന്നതല്ല, മറിച്ച് അവയെ അറിയുന്ന കാലത്ത് അവതരിപ്പിക്കുക എന്നതാണ് - അത് നമ്മുടെ കാലമാണ്. അങ്ങനെ സാഹിത്യം ചരിത്രത്തിന്റെ ഒരു അവയവമായി മാറുന്നു. സാഹിത്യചരിത്രത്തിന്റെ ദൗത്യം അതിനെ ചരിത്രമാക്കി മാറ്റുക എന്നതാണ്. അല്ലാതെ അതിനെ ചരിത്രത്തിന്റെ മെറ്റീരിയലാക്കലല്ല.

○○

ചരിത്രരചന - ഉത്തരാധുനികസങ്കല്പം

ഡോ. തോമസ് സ്കറിയ

ചരിത്രത്തെ ഭൂതകാലസംഭവപരമ്പരകളുടെ വിവരണമായി മാത്രം ഇന്നു കണക്കാക്കുന്നില്ല. അതേസമയം അതു ഭൂതകാലത്തെക്കുറിച്ചുള്ളതുമാണ്. കഴിഞ്ഞു പോയ കാലത്തിലൂടെ മനുഷ്യരാശി സമാർജിച്ച അനുഭവങ്ങളുടെ സാകല്യമാണ് ചരിത്രം. ലോകത്തെക്കുറിച്ചുള്ള വ്യവഹാരങ്ങളുടെ ഒരു പരമ്പരയാണ് ചരിത്രം എന്ന് സൈദ്ധാന്തികമായി കീത്ത് ജെൻകിൻസ് പറയുന്നു. ഈ വ്യവഹാരങ്ങൾ ലോകത്തെ സൃഷ്ടിക്കുന്നില്ല. എന്നാൽ അവ അത് ഉചിതമാക്കുകയും അതിനുള്ള എല്ലാ അർത്ഥങ്ങൾ നൽകുകയും ചെയ്യുന്നു. ചരിത്രത്തിന്റെ പ്രകടമായ അന്വേഷണ ലക്ഷ്യമായ ലോകത്തിന്റെ ആ ഭാഗം ഭൂതകാലമാണ്. ചരിത്രം ഒരു വ്യവഹാരമെന്ന നിലയിൽ ഇപ്രകാരമാണ് അത് വ്യത്യസ്തമായ ഒരു വിഭാഗമാകുന്നു. അതായത് ഭൂതകാലവും ചരിത്രവും വ്യത്യസ്ത കാര്യങ്ങളാണ്. കൂടാതെ, ഭൂതകാലവും ചരിത്രവും പരസ്പരം തുന്നിച്ചേർത്തിട്ടില്ല, ഭൂതകാലത്തിന്റെ ഒരു ചരിത്രവായന ആവശ്യമാണ്. ഭൂതകാലവും ചരിത്രവും പരസ്പരം സ്വതന്ത്രമായി ഒഴുകുന്നു, അവ യുഗങ്ങളുടെയും മൈലുകളുടെയും അകലത്തിലാണ്. ഒരേ അന്വേഷണ വസ്തുവിന് വ്യത്യസ്തമായ വ്യവഹാര രീതികൾ സാധ്യമാണ്. ഭൂമിശാസ്ത്രജ്ഞർ, സാമൂഹ്യശാസ്ത്രജ്ഞർ, ചരിത്രകാരന്മാർ, കലാകാരന്മാർ, സാമ്പത്തിക വിദഗ്ധർ മുതലായവർക്ക് ഒരു ഭൂഭാഗം (ലാൻഡ്സ്കേപ്പ്) വ്യത്യസ്തമായി വായിക്കാം/വ്യാഖ്യാനം ചെയ്യാം. അതേസമയം, ഓരോന്നിനും ആന്തരികമായി, സ്ഥലത്തിലും കാലത്തിലും വ്യത്യസ്ത വ്യാഖ്യാന വായനകൾ ഉണ്ട്. ചരിത്രത്തെ സംബന്ധിച്ചിടത്തോളം ചരിത്രരചന ഇത് കാണിച്ചു തരും. ചരിത്രം ഒരു വ്യവഹാരമാണെന്ന ആശയത്തിൽ നിന്നാണ് ജെൻകിൻസ് തന്റെ വാദഗതികൾ രൂപപ്പെടുത്തിയത്.

എല്ലാ ചരിത്രവും മനസ്സിന്റെ ചരിത്രമാണെന്ന് കോളിംഗ്വുഡ് വാദിച്ചു. തൽഫലമായി, ചരിത്രപരമായ അറിവ് നേടുന്നതിന്,

സാംസ്കാരിക അവശിഷ്ടങ്ങളിലേക്കും അവയ്ക്ക് ജീവൻ നൽകിയ മനസ്സുകളിലേക്കും നാം പ്രവേശിക്കണം, ലോകത്തെ അവർ ചെയ്തതുപോലെ കാണണം. കോളിംഗ്വുഡിന്റെ വാദം ഇതാണ്. മനുഷ്യർ ഭാഷാ മൃഗങ്ങളാണ്. ഭാഷയിലൂടെ കാര്യങ്ങൾക്ക് അവർ അർത്ഥം നൽകുന്നു. ഈ പ്രതീകാത്മക കോഡുകൾ (ഭാഷകൾ) ലോകത്തെ സൂചിപ്പിക്കുന്നു. എന്നാൽ വാക്കും ലോകവും വ്യത്യസ്തമാണ്. വ്യത്യസ്ത സാമൂഹിക രൂപീകരണങ്ങളിൽ, വ്യത്യസ്ത സംസ്കാരങ്ങളിൽ, ആളുകൾ വ്യത്യസ്തമായി സംസാരിക്കുന്നു, സംസാരിച്ചു. ഭൂതകാലം ഒരു വിദേശ രാജ്യമാണ്. ആളുകൾ അവിടെ വ്യത്യസ്തമായി സംസാരിച്ചു. 'എല്ലാ ചരിത്രവും കഴിഞ്ഞ ആളുകളുടെ മനസ്സിന്റെ ചരിത്രം' എന്നല്ല, 'എല്ലാ ചരിത്രവും ചരിത്രകാരന്റെ മനസ്സിന്റെ ചരിത്രമാണ്' എന്നു പറയണമെന്നു കോളിംഗ്വുഡ് വ്യക്തമാക്കുന്നു. ചരിത്രം അനിവാര്യമായും ഒരു വ്യക്തിഗത നിർമ്മിതിയാണ്, ഒരു 'ആഖ്യാതാവ്' എന്ന നിലയിലുള്ള ചരിത്രകാരന്റെ വീക്ഷണത്തിന്റെ പ്രകടനമാണ്. പ്രത്യക്ഷ സ്മരണയിൽ നിന്ന് വ്യത്യസ്തമായി ചരിത്രം മറ്റൊരാളുടെ കണ്ണുകളെയും ശബ്ദത്തെയും ആശ്രയിച്ചിരിക്കുന്നു. മുൻകാല സംഭവങ്ങൾക്കും അവയുടെ വായനകൾക്കും ഇടയിൽ നിൽക്കുന്ന ഒരു വ്യാഖ്യാതാവിലൂടെ നാം അവയെ കാണുന്നു.തീർച്ചയായും, ലോവെന്തൽ പറയുന്നതുപോലെ, എഴുതപ്പെട്ട ചരിത്രം 'പ്രയോഗത്തിൽ' വായനക്കാരന് അവന്റെ/അവളുടെ ഉറവിടങ്ങളിലേക്ക് പ്രവേശനം അനുവദിച്ചുകൊണ്ട് ചരിത്രകാരന്റെ യുക്തിസഹമായ സ്വാതന്ത്ര്യത്തെ വെട്ടിക്കുറയ്ക്കുന്നു. പക്ഷേ ചരിത്രകാരന്റെ വീക്ഷണവും മുൻകരുതലുകളും ചരിത്രപരമായ വസ്തുക്കളുടെ തിരഞ്ഞെടുപ്പിനെ രൂപപ്പെടുത്തുന്നു. അവയിൽ നിന്ന് നാം എന്താണ് നിർമ്മിക്കുന്നതെന്ന് നമ്മുടെ സ്വന്തം നിർമ്മിതികൾ നിർണ്ണയിക്കുന്നു. നമുക്ക് 'അറിയാവുന്ന' ഭൂതകാലം എല്ലായ്പ്പോഴും നമ്മുടെ സ്വന്തം വീക്ഷണങ്ങളിൽ, നമ്മുടെ സ്വന്തം 'വർത്തമാനത്തെ' ആശ്രയിച്ചിരിക്കുന്നു. നാം ഭൂതകാലത്തിന്റെ ഉൽപ്പന്നങ്ങൾ ആയതുപോലെ, അറിയപ്പെടുന്ന ഭൂതകാലം (ചരിത്രം) നമ്മുടെ ഒരു കലാസൃഷ്ടിയാണ്. അതിന്റെ രേഖപ്പെടുത്തലാണ് ചരിത്രരചന. ചരിത്രകാരന്മാരുടെ എഴുത്തിനെ പരാമർശിക്കാൻ ചിലർ ഹിസ്റ്റോറിയോഗ്രാഫി എന്ന പദം ഉപയോഗിക്കുന്നു. ഭൂതകാലം ചരിത്രകാരന്മാരുടെ ശ്രദ്ധയ്ക്കു വിധേയമാകുന്നു. അതിനെ ചരിത്രകാരന്മാർ കൈകാര്യം ചെയ്യുന്ന രീതിയായി ഹിസ്റ്റോറിയോഗ്രാഫിയെ പറയാം. ഭൂതകാല

ത്തെ സൂചിപ്പിക്കാൻ ജെൻകിൻസ് ചരിത്രം എന്ന വാക്കും ഭൂതകാലവും ചരിത്രരചനയും തമ്മിലുള്ള ബന്ധത്തിന്റെ സാകല്യത്തെ സൂചിപ്പിക്കാൻ ഹിസ്റ്റോറിയോഗ്രാഫിയും ഉപയോഗിക്കുന്നു.

ചരിത്രം ഭൂതകാലത്തിൽ നിന്ന് തികച്ചും വ്യത്യസ്തമാണ്. ഭൂതകാലത്തിൽ മുഴുകിയിരിക്കുന്ന ആർക്കും, സ്വന്തം അറിവിൽ നിന്നും അനുമാനങ്ങളിൽ നിന്നും സ്വയം ഒഴിഞ്ഞുമാറാൻ കഴിയില്ല. ജ്ഞാനശാസ്ത്രപരമായ ദുർബലത, ചരിത്രകാരന്മാരുടെ വായനകൾ ബഹുമുഖമായിരിക്കാൻ അനുവദിക്കുന്നു. അതുകൊണ്ട് ഒരു ഭൂതകാലത്തിന് നിരവധി ചരിത്രങ്ങൾ ഉണ്ടാകുന്നു. അതിനാൽ ചരിത്രത്തെ ജ്ഞാനശാസ്ത്രപരമായി ദുർബലമാക്കുന്നത് എന്താണ് എന്ന ചോദ്യത്തിന് നാല് അടിസ്ഥാന കാരണങ്ങളുത്തരമായുണ്ട്.

1. ഉള്ളടക്കത്തിന് പരിധിയില്ലാത്തതിനാൽ ഒരു ചരിത്രകാരനും കഴിഞ്ഞകാല സംഭവങ്ങളുടെ സാകല്യത്തെ ഉൾക്കൊള്ളാനും (cover) വീണ്ടെടുക്കാനും കഴിയില്ല.

2. ഭൂതകാലം ഒരു വിവരണമല്ല. സംഭവങ്ങൾ, സാഹചര്യങ്ങൾ മുതലായവ ആയതിനാൽ ഒരു വിവരണത്തിനും ഭൂതകാലത്തെ പുനരുൾക്കൊള്ളാൻ (re-cover) കഴിയില്ല.

3. ചരിത്രം അനിവാര്യമായും ഒരു വ്യക്തിഗത നിർമ്മിതിയായി തുടരുന്നു.

4. ഭൂതകാലത്തെക്കുറിച്ച് അതിൽ ജീവിച്ചിരുന്ന ആളുകളേക്കാൾ കൂടുതൽ നമുക്ക് അറിയാം.

ജ്ഞാനശാസ്ത്രപരമായ ദുർബലതയ്ക്കുള്ള മേൽപ്പറഞ്ഞ മൂന്ന് കാരണങ്ങളും ചരിത്രം ഭൂതകാലത്തേക്കാൾ കുറവാണെന്ന ആശയത്തെ അടിസ്ഥാനമാക്കിയുള്ളതാണ്; ചരിത്രകാരന്മാർക്ക് ശകലങ്ങൾ മാത്രമേ വീണ്ടെടുക്കാൻ കഴിയൂ. എന്നാൽ നാലാമത്തെ കാര്യം ഊന്നിപ്പറയുന്നത്, ഒരു തരത്തിൽ, ഭൂതകാലത്തെക്കുറിച്ച് അതിൽ ജീവിച്ചിരുന്ന ആളുകളേക്കാൾ കൂടുതൽ നമുക്ക് അറിയാമെന്നാണ്. ഭൂതകാലത്തെ ആധുനിക സംജ്ഞകളിലേക്ക് വിവർത്തനം ചെയ്യുന്നതിൽ ഒരുപക്ഷെ മുമ്പ് ലഭ്യമല്ലാത്ത അറിവും ഉപയോഗിക്കുമ്പോൾ ചരിത്രകാരൻ ഭൂതകാലത്തെക്കുറിച്ച് മറന്നുപോയതും സത്യത്തിനുമുമ്പ് ഒരിക്കലും കൂട്ടിച്ചേർത്തിട്ടില്ലാത്തതുമായ കാര്യങ്ങൾ ഒരുമിച്ച് കണ്ടെത്തുന്നു. കൂടാതെ, പ്രത്യയശാസ്ത്രത്തിന്റെ മറ്റ് അടയാളങ്ങൾ, അവയുടെ രചയിതാക്കൾക്ക് വിദൂരമായി അർത്ഥമാക്കാത്ത ഒരു മാതൃക ചിത്രീകരിക്കുന്നതിനായി, അദ്ദേഹത്തിന്റെ ഉദ്ദേശ്യത്തിന്റെയും പ്രവർത്തനത്തിന്റെയും യഥാർത്ഥ

സന്ദർഭങ്ങളിൽ നിന്ന് പറിച്ചെടുക്കപ്പെടുന്നു. ചരിത്രം എന്നത് ചരിത്രകാരൻമാർ നിർമ്മിച്ച ഒരു വ്യതിചലിക്കുന്ന വ്യവഹാരമാണെന്നും ഭൂതകാലത്തിന്റെ അസ്തിത്വത്തിൽ നിന്ന് ആരും വായിക്കുന്നില്ലെന്നും ജെൻകിൻസ് വാദിച്ചു. നോട്ടം മാറ്റുക, കാഴ്ചപ്പാട് മാറ്റുക, പുതിയ വായനകൾ പ്രത്യക്ഷപ്പെടുക ഇതാണ് വേണ്ടത്. ചരിത്രകാരന്മാർക്ക് ഇതെല്ലാം അറിയാമെങ്കിലും,മിക്കവരും അത് പഠനപരമായി അവഗണിക്കുകയും വസ്തുനിഷ്ഠതയ്ക്കും സത്യത്തിനും വേണ്ടി പരിശ്രമിക്കുകയും ചെയ്യുന്നു. സത്യത്തിനായുള്ള ഈ പരിശ്രമം പ്രത്യയശാസ്ത്ര/രീതിശാസ്ത്രപരമായ നിലപാടുകളിലൂടെ കടന്നുപോകുന്നു. ജി എൽട്ടൺ, ദി പ്രാക്ടീസ് ഓഫ് ഹിസ്റ്ററിയിൽ ഗവേഷണത്തെക്കുറിച്ചുള്ള അധ്യായത്തിന്റെ തുടക്കത്തിൽ പറയുന്നു. 'ചരിത്രപഠനം, സത്യത്തിനായുള്ള അന്വേഷണത്തിന് തുല്യമാണ്. കൂടാതെ, അതേ അധ്യായം അവസാനിക്കുന്നത് യോഗ്യതകളുടെ ഒരു പരമ്പരയോടെയാണെങ്കിലും, 'അവന് (ചരിത്രകാരന്) താൻ പഠിക്കുന്നത് യഥാർത്ഥമാണെന്ന് അറിയാം. (എന്നാൽ) തനിക്ക് അതെല്ലാം വീണ്ടെടുക്കാൻ കഴിയില്ലെന്ന് അവനറിയാം.... ചരിത്രം ഗവേഷണ പ്രക്രിയയാണെന്ന് അവനറിയാം. പുനർനിർമ്മാണം ഒരിക്കലും അവസാനിക്കില്ല, എന്നാൽ ഇത് തന്റെ സൃഷ്ടിയെ അയഥാർത്ഥമോ നിയമവിരുദ്ധമോ ആക്കുന്നില്ല എന്ന ബോധവും അദ്ദേഹത്തിനുണ്ട്. ജനതകൾ ഭാഗികമായി അവരുടെ സ്വത്വങ്ങൾ സൃഷ്ടിക്കുന്ന രീതിയാണ് ചരിത്രം. ജ്ഞാനശാസ്ത്രം, രീതിശാസ്ത്രം, പ്രത്യയശാസ്ത്രം എന്നിവ ചേർന്നതാണ് ചരിത്രം എന്ന് ജെൻകിൻസ് വാദിച്ചു. ഒടുവിൽ കണ്ടെത്തുന്നു, ചരിത്രം സിദ്ധാന്തമാണ്, സിദ്ധാന്തം പ്രത്യയശാസ്ത്രമാണ്, പ്രത്യയശാസ്ത്രം ഭൗതിക താൽപ്പര്യങ്ങൾ മാത്രമാണ്.

ഉത്തരാധുനികതയിലെ ചരിത്രം

ഉത്തരാധുനികത ഒരു പ്രയാസകരമായ മേഖലയാണ്. ഉത്തരാധുനികവാദികൾ യാതൊന്നും സ്ഥിരമോ ദൃഢമോ ആയി കാണുന്നില്ല എന്നതിനാൽ, തങ്ങൾ സ്വയം എന്താണ് കാണുന്നത് എന്ന് നിർവചിക്കാനുള്ള ശ്രമങ്ങളെ ഇത് അപകടത്തിലാക്കുന്നു, അതേ സമയം ചില വ്യാഖ്യാതാക്കൾ അവസ്ഥയുടെ നിലനിൽപ്പിനെ സംശയിക്കുന്നു. ഫ്രഞ്ച് തത്ത്വചിന്തകനായ ജീൻ-ഫ്രാങ്കോയിസ് ലിയോട്ടാർഡ് ഉത്തരാധുനിക അവസ്ഥയ്ക്ക് നൽകിയ നിർവചനം ഒന്നു പരിശോധിക്കാം. നമ്മൾ ജീവിക്കുന്ന ലോകത്തിന്റെ അവസ്ഥയെക്കുറിച്ചുള്ള ലിയോടാർഡിന്റെ വിശകലനം പ്രധാനമാണ്.

മതേതരവൽക്കരണം, ജനാധിപത്യവൽക്കരണം, കമ്പ്യൂട്ടർവൽക്കരണം, ഉപഭോക്തൃ സമ്മർദ്ദങ്ങൾ എന്നിവയുടെ സ്വാധീനത്തിൽ വിജ്ഞാനത്തിന്റെ ഭൂപടങ്ങളും പദവികളും പുനർരൂപകൽപ്പന ചെയ്യുകയും പുനരാവിഷ്കരിക്കപ്പെടുകയും ചെയ്യുന്ന ഒരു സാമൂഹിക രൂപീകരണം നടക്കുന്നുണ്ട്. ലിയോടാർഡിന്റെ നിർവചനം ഒരു ഗുണപരമായ ആശയവും ആശയങ്ങളുടെ ഒരു ശ്രേണിയും പ്രദാനം ചെയ്യുന്നു, അതിലൂടെ നിലവിൽ എന്താണ് സംഭവിക്കുന്നതെന്ന് പൊതുവായ കാര്യങ്ങളിലും ബാധിക്കപ്പെടുന്ന ഒരു മേഖലയിലും പരിശോധിക്കണം. അതാണ് ചരിത്രം.

ലിയോട്ടാർഡിന്റെ ഏറ്റവും അടിസ്ഥാനപരമായ നിർവചനം വളരെ ഹ്രസ്വമായതാണ്. ഉത്തരാധുനികത 'കേന്ദ്രങ്ങളുടെ മരണ'ത്തിന് സാക്ഷ്യം വഹിക്കുകയും 'മെറ്റനാരേറ്റീവുകളോടുള്ള അവിശ്വസനീയത' പ്രകടിപ്പിക്കുകയും ചെയ്യുന്നു. അത് അർത്ഥമാക്കുന്നത്, ഒന്നാമതായി, വിവിധ കേന്ദ്രങ്ങളുടെ (ആംഗ്ലോ കേന്ദ്രീകൃതമായ, യൂറോ കേന്ദ്രീകൃതമായ, വംശീയ കേന്ദ്രീകൃതമായ, ലിംഗകേന്ദ്രീകൃതമായ, ലോഗോ കേന്ദ്രീകൃതമായ കാര്യങ്ങൾ) പ്രത്യേകാവകാശം മുൻനിർത്തിയുള്ള പഴയ സംഘാടനചട്ടക്കൂടുകളുടെ മരണമെന്നാണ്. നിയമാനുസൃതവും സ്വാഭാവികവുമായ ചട്ടക്കൂടുകളായി അവയെ ഇനി കണക്കാക്കില്ല. അതേസമയം, 'മെറ്റനാരേറ്റീവുകളോടുള്ള അവിശ്വാസം' അർത്ഥമാക്കുന്നത് പാശ്ചാത്യ സംഭവവികാസങ്ങൾക്ക് അർഥം(ങ്ങൾ) നൽകിയ ആ മഹത്തായ ഘടനാപരമായ (മെറ്റാഫിസിക്കൽ) കഥകൾക്ക് ചൈതന്യം ചോർന്നുപോയി എന്നാണ്. പത്തൊൻപതാം നൂറ്റാണ്ടിന്റെ അവസാനത്തിലും ഇരുപതാം നൂറ്റാണ്ടിലും യുക്തിയുടെയും ശാസ്ത്രത്തിന്റെയും അടിവരയിടൽ കണ്ടു, അത് ദൈവം, മതം എന്നിവയാൽ അതുവരെ കെട്ടിയുയർത്തപ്പെട്ട എല്ലാ നിശ്ചയദാർഢ്യ വ്യവഹാരങ്ങളെയും പ്രശ്നത്തിലാക്കി. ആ മുഴുവൻ ജ്ഞാനോദയ പദ്ധതി; മാനവികത, ലിബറലിസം, മാർക്സിസം മുതലായവയിൽ പ്രകടമായി. മനുഷ്യപുരോഗതി, പരിഷ്കരണം, വിമോചനം എന്നിവയുടെ വിവിധ പരിപാടികൾ സംഭവിച്ചു. എന്താണ് അത്തരം കേന്ദ്രങ്ങൾക്ക് അവസാനം സംഭവിച്ചത്? മുമ്പ്, ആധുനികതയ്ക്ക് മുമ്പുള്ള സാമൂഹിക ശ്രേണികൾ അന്തർലീനമായ മൂല്യങ്ങളായി കണക്കാക്കപ്പെട്ടവയെ അടിസ്ഥാനമാക്കിയുള്ളതാണ്. അവിടെ ഒരു മനുഷ്യന്റെ സ്ഥാനം നിർണ്ണയിച്ചത് അവൻ ജന്മം കൊണ്ട് എന്തായിരുന്നു എന്നതാണ്. അങ്ങനെ ഒരു മനുഷ്യൻ

'ഭരിക്കാൻ ജനിച്ചവൻ', ഒരു മനുഷ്യൻ 'സേവിക്കാൻ ജനിച്ചവൻ', ഈ വിശ്വാസം അത് അവസാനിക്കുന്നു. മനുഷ്യർക്ക് ഇപ്പോൾ മൂല്യമുള്ളതായി കാണേണ്ടത് ജന്മനാലല്ല, പ്രയത്നത്താലാണ്. അപ്പോൾ അനന്തമായി പുനർനിർവചിക്കാവുന്ന ഒരു ഭൂതകാല മാണ് നമുക്കുള്ളത്. അതിന് എണ്ണമറ്റ വിശ്വസനീയമായ, സ്വന്തം രീതിശാസ്ത്രപരമായ വെളിച്ചങ്ങളുണ്ട് .

ആ ഇല്ലാത്ത കേന്ദ്രങ്ങളുടെയും തകർന്ന മെറ്റാനാരേറ്റീവുകളു ടെയും പശ്ചാത്തലത്തിൽ, ആധുനികാനന്തരതയുടെ അവസ്ഥകൾ നമ്മുടെ ജനാധിപത്യ/ഉപഭോക്തൃ സംസ്കാരത്തിൽ ഉടനീളം എല്ലായിടത്തും കണ്ടുമുട്ടാൻ കഴിയുന്ന ചരിത്രങ്ങളുടെ ബഹു സ്വരത സൃഷ്ടിച്ചു. അവയ്ക്കിടയിൽ ചരിത്രകാരന്മാരുടെ ചരിത്ര ങ്ങളും, അധ്യാപകരുടെ ചരിത്രങ്ങളും നമുക്ക് തിരിച്ചറിയാൻ കഴി യും. പട്ടികപ്പെടുത്താവുന്ന മറ്റ് വ്യത്യസ്ത ചരിത്രരൂപങ്ങളുടെ ഒരു ശ്രേണി തന്നെയുണ്ട്. കുട്ടികളുടെ ചരിത്രങ്ങൾ, ജനപ്രിയ-സ്മ രണാ ചരിത്രങ്ങൾ, നിരോധിത ചരിത്രങ്ങൾ, കറുത്തവരുടെ ചരി ത്രങ്ങൾ, വെളുത്തവരുടെ ചരിത്രങ്ങൾ, സ്ത്രീകളുടെ ചരിത്രങ്ങൾ, ഫെമിനിസ്റ്റ് ചരിത്രങ്ങൾ, പുരുഷന്മാരുടെ ചരിത്രങ്ങൾ, പൈതൃക ചരിത്രങ്ങൾ, പ്രതിലോമ ചരിത്രങ്ങൾ, വിപ്ലവ ചരിത്രങ്ങൾ, മുത ലായവ. പ്രാദേശിക, ദേശീയ, അന്തർദേശീയ വീക്ഷണങ്ങൾ ഈ വ്യത്യസ്ത ചരിത്ര നിർമ്മിതികളെയെല്ലാം സ്വാധീനിക്കുന്നു. ഈ വിഭാഗങ്ങൾ എല്ലാം പരസ്പരം ആശ്രയിക്കുകയും അവ പാഠാ ന്തരം അല്ലാത്തത് എന്താണെന്ന് സ്വയം നിർവചിക്കുകയും ചെയ്യു ന്നു. അതുമാത്രമല്ല. എല്ലാം ജ്ഞാനശാസ്ത്രപരവും രീതിശാസ് ത്രപരവും പ്രത്യയശാസ്ത്രപരവുമായ അനുമാനങ്ങളാൽ വ്യതിച ലിച്ചിരിക്കുന്നു. അതിനാൽ ഈ വിഭാഗങ്ങളിൽ ഓരോന്നും ഇപ്പോൾ ഘടനാപരമായോ പ്രതിഭാസപരമായോ തുടർന്ന് അനുഭവപര മായോ അസ്തിത്വപരമായോ നോക്കാം എന്നു വന്നിരിക്കുന്നു. ഇപ്പോൾ ലിബറലിസത്തിന്റെയോ മാർക്സിസത്തിന്റെയോ വീക്ഷ ണകോണിൽ നിന്നും പിന്നീട് തീവ്ര വലതുപക്ഷത്തിൽ നിന്നും, ലഭ്യമായ ഘടകങ്ങളെ സംയോജിപ്പിച്ചുകൊണ്ട് ഉണ്ടാകുന്ന ചരി ത്രങ്ങൾക്കൊന്നും ആവശ്യമായ സ്ഥിരതയില്ല. അവയാതൊരു സത്തയും ഇല്ലെന്നു പ്രകടിപ്പിക്കുന്നതാണ്. അതിനാൽ, വായന യുടെ തീർത്തും യാദൃച്ഛികതയും നമ്മുടെ സംസ്കാരത്തിന്റെ 'കേന്ദ്രം' എന്നതിലെ വ്യാഖ്യാനങ്ങൾ ശരിയോ രീതിശാസ്ത്രപര മായി ശരിയോ ആയതിനാൽ അവിടെ ഇല്ലെന്ന തിരിച്ചറിവാണ്

വ്യക്തമാകുന്നത്. ഉജ്ജ്വലമായ ചരിത്രങ്ങൾ അവയുടെ വിഷയം രുചികരമല്ലെങ്കിൽ പാർശ്വവത്കരിക്കപ്പെടും. കാരണം ആധിപത്യം പുലർത്തുന്ന വ്യവഹാര സമ്പ്രദായങ്ങൾ അവയിൽ വിന്യസിച്ചിരിക്കുന്നു. ചരിത്രത്തിന് ഏറ്റവും നാമമാത്രമായവരെപ്പോലും ശക്തീകരിക്കാൻ കഴിവുണ്ട്. അവർക്ക് അവരെ മറ്റ് ജനതകളാക്കാൻ അധികാരമില്ലെങ്കിലും സ്വന്തം ചരിത്രമെങ്കിലും സൃഷ്ടിക്കാൻ കഴിയും. പീറ്റർ വിഡോസൺ വാദിച്ചതുപോലെ, ചരിത്രരേഖാപരമായി നയിക്കപ്പെടുന്നതും രീതിശാസ്ത്രപരമായി അറിവുള്ളതുമായ ഒരു അപനിർമ്മാണവാദത്തിൽ നിന്ന് ചരിത്രത്തെ ഇപ്പോൾ രക്ഷിക്കാൻ സാധ്യതയില്ല, ചരിത്രകാരന്മാർ ഭൂതകാലത്തെ പ്രത്യയശാസ്ത്രപരമായ നിലപാടുകളിൽ നിന്ന് എഴുതണമെന്ന് നിർബന്ധിക്കുന്നു. ചരിത്രവും മറ്റേതൊരു അപനിർമ്മാണത്തിനും ബാധ്യതയുള്ള ഒരു ലിഖിത വ്യവഹാരമാണെന്ന് ഉത്തരാധുനികത ഊന്നിപ്പറയുന്നു, 'ഭൂതകാലവും' റിയലിസ്റ്റ് ഫിക്ഷനിൽ നോവലിസ്റ്റുകൾ സൂചിപ്പിക്കുന്ന 'യഥാർത്ഥ ലോകം' പോലെ സാങ്കൽപ്പികമായ ഒരു ആശയമാണെന്ന് വാദിക്കുന്നു. അത് വ്യക്തമാക്കുന്ന വർത്തമാനകാല വ്യവഹാരങ്ങൾ എപ്പോഴെങ്കിലും നിലവിലുണ്ട്. ഇതെല്ലാം ഭൂതകാലത്തെ അസ്ഥിരപ്പെടുത്തുകയും അതിനെ തകർക്കുകയും ചെയ്യുന്നു. അങ്ങനെ, തുറന്ന വിള്ളലുകളിൽ, പുതിയ ചരിത്രങ്ങൾ സൃഷ്ടിക്കാൻ കഴിയും. താൽപ്പര്യങ്ങളും ശൈലികളും, ഇത് കൂടുതൽ പ്രബലമായ വായനകൾക്ക് മാത്രമല്ല, പുതിയ ബദലുകൾക്കും ബാധകമാണ്. എല്ലാവരും ഒരേ ബോട്ടിലാണെന്ന തോന്നൽ ഉണ്ടാകാമെങ്കിലും, ബോട്ടിലെ എല്ലാ യാത്രക്കാരും ഒരേ സ്ഥാനത്ത് അല്ലാത്തതിനാൽ പ്രത്യേകിച്ചും. ചിലർക്ക് അവരുടെ ചരിത്രങ്ങൾ ഇതിനകം തന്നെ നിലവിലുണ്ട് എന്നതിനാൽ, ചരിത്രപരമായ കെട്ടിടത്തിന്റെ അടിത്തറയുടെ ഈ പ്രശ്നവൽക്കരണം ഇനിയും നടക്കും. കഴിയുന്നത്ര ആളുകൾക്ക് അവരുടെ സ്വന്തം ചരിത്രങ്ങൾ സൃഷ്ടിക്കുന്നതിനുള്ള അഭികാമ്യമായ ഫലത്തിനായി ലോകത്ത് ഒരു ഇടമുണ്ട്. ഭൂതകാലത്തെക്കുറിച്ചുള്ള യഥാർത്ഥ അറിവ് ലക്ഷ്യമിടുന്ന ഒരു വിജ്ഞാന മണ്ഡലമെന്ന നിലയിൽ അതിന്റെ പരമ്പരാഗത വേഷത്തിലല്ല, മറിച്ച് കാണുന്നത് അത് എന്താണെന്നോ, വർത്തമാനകാല ചിന്താഗതിക്കാരായ ആളുകളെ ഭൂതകാലത്തിലേക്ക് പോകാനും അവിടെ ചുറ്റിക്കറങ്ങാനും അവരുടെ ആവശ്യങ്ങൾക്ക് ഉചിതമായ രീതിയിൽ പുനഃസംഘടിപ്പിക്കാനും പ്രാപ്തമാക്കുന്ന ഒരു വ്യവഹാര സമ്പ്രദായം,

സാംസ്കാരിക വിമർശകൻ ടോണി ബെന്നറ്റ് വാദിച്ചതുപോലെ, അത്തരം ചരിത്രം നന്നായിരിക്കും. മുമ്പ് മറഞ്ഞിരിക്കുന്നതോ രഹസ്യമായി പോയതോ ആയ ഭൂതകാലത്തിന്റെ ദൃശ്യ വശങ്ങൾ ഉണ്ടാക്കാൻ കഴിയുന്ന ഒരു സമൂലമായ സംവിധാനം ഉണ്ടായിരിക്കുക; മുമ്പ് അവഗണിക്കപ്പെടുകയോ മാറ്റിനിർത്തുകയോ ചെയ്തത്, അതുവഴി യഥാർത്ഥത്തിൽ വിമോചനപരവും ഭൗതികവുമായ വ്യത്യാസങ്ങൾ സൃഷ്ടിക്കാൻ കഴിയുന്ന പുത്തൻ ഉൾക്കാഴ്ചകൾ സൃഷ്ടിക്കുന്നു, അവിടെയാണ് എല്ലാ ചരിത്രവും ആരംഭിക്കുന്നതും തിരിച്ചുവരുന്നതും. ഉത്തരാധുനിക ലോകത്ത്, ചരിത്രത്തിന്റെ ഉള്ളടക്കവും സന്ദർഭവും ഉത്തരാധുനികതയുടെ തന്നെ ചരിത്രങ്ങളുടെ രൂപീകരണത്തെക്കുറിച്ചുള്ള രീതിശാസ്ത്രപരമായ, പ്രതിഫലനപരമായ പഠനങ്ങളുടെ ഉദാരമായ ഒരു പരമ്പരയായിരിക്കണം. ചരിത്രത്തിലെയും ചരിത്രരചനയിലെയും നിലവിലെ കേന്ദ്ര സംവാദങ്ങളെ ഞെട്ടിപ്പിക്കുന്ന വ്യക്തവും ചിന്തോദ്ദീപകവുമായ ആമുഖം." എന്ന് റോബർട്ട് ഈഗിൾസ്റ്റോൺ വിശേഷിപ്പിച്ച Re-thinking History ഇങ്ങനെയാണ് അവസാനിക്കുന്നത്.

എല്ലാ ചരിത്രവും സൈദ്ധാന്തികമാണ്. എല്ലാ സിദ്ധാന്തങ്ങളും സ്ഥാനവും സ്ഥാനനിർണ്ണയവുമാണ്. നിങ്ങളുടേതായ ഒരു സ്ഥാനം തിരഞ്ഞെടുക്കുമ്പോൾ, ഭൂതകാലത്തെ വായിക്കുന്നതിന് നിങ്ങളുടേതായ ഒരു രീതി തിരഞ്ഞെടുക്കണമെന്ന് ഓർമ്മിപ്പിക്കാൻ ജെൻകിൻസ് മറക്കുന്നില്ല. അങ്ങനെ ഉൽകൃഷ്ടമായ ദൗത്യങ്ങളിൽ ഒന്നായി ഉത്തരാധുനികകാലം ചരിത്രരചനയെ പരിഗണിക്കുന്നു.

Bibliography

1. Collingwood R.G., The Idea of History, Oxford University Press, 2011.

2. Jenkins , Keith ., Re-thinking History, Routledge, Oxon, 2012.

○○

സാഹിത്യചരിത്രത്തിലെ കാലഘട്ടനിർണ്ണയം

ഡോ. തോമസ് സ്കറിയ

സാഹിത്യചരിത്രം എന്നത് താരതമ്യേന സമീപകാല അന്വേഷണ മേഖലയാണെന്ന് തുടക്കത്തിൽ തന്നെ ഓർമ്മിക്കേണ്ടതുണ്ട്. ജ്ഞാനോദയത്തിൽ നിന്ന് ജനിച്ച ഒരു പൊതു ബൗദ്ധിക മാറ്റത്തിന്റെ ഭാഗമായി യൂറോപ്പിൽ, സാഹിത്യചരിത്രരചന പതിനെട്ടാം നൂറ്റാണ്ടിൽ ഉയർന്നുവന്നതായി പൊതുവെ അംഗീകരിക്കപ്പെടുന്നു. റൊമാന്റിസിസത്തിന് അടിവരയിടുന്ന സാഹിത്യ ദേശീയതകളിൽ യൂറോപ്പിലുടനീളം കാണുന്നത് പോലെ, ഈ പുതിയ സംവേദനക്ഷമതയുടെ ഒരു കേന്ദ്ര സ്വഭാവം, സാഹിത്യം ഒരു ജനതയുടെ ഭൂതകാലത്തെ രേഖപ്പെടുത്തുകയും അവരുടെ സാംസ്കാരിക സ്വത്വം നിലനിർത്തുകയും ചെയ്യുന്നു എന്ന വിശ്വാസമായിരുന്നു. ഈ സാഹിത്യ ഭൂതകാലം സംരക്ഷിക്കപ്പെടേണ്ടതും കൈമാറ്റം ചെയ്യപ്പെടേണ്ടതുമായ ജീവനുള്ള പിതൃസ്വത്തു പോലെ അവർ കരുതി. സാഹിത്യചരിത്രം എഴുതാൻ കഴിയുമോ, അതായത് ഒരേ സമയം സാഹിത്യവും ചരിത്രവുമാകുന്നത് എഴുതാൻ കഴിയുമോ? എന്നു ചോദിച്ചു കൊണ്ടാണ് റെനെ വെല്ലക്കും ഓസ്റ്റിൻ വാറനും ചേർന്നെഴുതിയ തീയറി ഓഫ് ലിറ്ററേച്ചറിൽ സാഹിത്യചരിത്രത്തെക്കുറിച്ചുള്ള പഠനം ആരംഭിക്കുന്നത്. സാഹിത്യത്തിന്റെ ഒട്ടുമിക്ക ചരിത്രങ്ങളും ഒന്നുകിൽ സാമൂഹിക ചരിത്രങ്ങൾ, അല്ലെങ്കിൽ സാഹിത്യത്തിൽ ചിത്രീകരിച്ചിരിക്കുന്ന ചിന്താചരിത്രങ്ങൾ, അല്ലെങ്കിൽ കാലാനുക്രമത്തിൽ ക്രമീകരിച്ചിരിക്കുന്ന നിർദ്ദിഷ്ട കൃതികളെക്കുറിച്ചുള്ള അഭിപ്രായങ്ങളും വിധിനിർണ്ണയങ്ങളും ആണെന്ന് സമ്മതിക്കണം എന്ന് അവർ അഭിപ്രായപ്പെടുന്നു. ഇംഗ്ലീഷ് സാഹിത്യ ചരിത്രരചനയുടെ ചരിത്രത്തിലേക്കുള്ള ഒരു നോട്ടം ഈ വീക്ഷണത്തെ സ്ഥിരീകരിക്കും. ഇംഗ്ലീഷ് കവിതയുടെ ആദ്യ "ഔപചാരിക" ചരിത്രകാരൻ തോമസ് വാർട്ടൺ, പുരാതന സാഹിത്യം പഠിക്കാനുള്ള കാരണമായി, അത് "കാലത്തിന്റെ സവിശേഷതകൾ വിശ്വസ്തതയോടെ രേഖപ്പെടുത്തുകയും മര്യാ

ദയുടെ ഏറ്റവും മനോഹരവും വ്യക്തവുമായ പ്രതിനിധാനങ്ങൾ സംരക്ഷിക്കുകയും" "ജീവിതത്തിന്റെ യഥാർത്ഥ രൂപരേഖ പിൻതലമുറയിലേക്ക് കൈമാറുകയും ചെയ്യുന്നു" വെന്ന് പറഞ്ഞു. മിക്ക സാഹിത്യചരിത്രങ്ങളും രാഷ്ട്രീയ മാറ്റങ്ങൾക്ക് അനുസൃതമായി അവയുടെ കാലഘട്ടങ്ങളെ വിഭജിക്കുന്നു.

ഒരു രാജ്യത്തിന്റെ രാഷ്ട്രീയമോ സാമൂഹികമോ ആയ വിപ്ലവങ്ങളാൽ പൂർണ്ണമായും നിർണ്ണയിക്കപ്പെട്ടതായി സാഹിത്യം സങ്കൽപ്പിക്കപ്പെടുന്നു, കൂടാതെ കാലഘട്ടങ്ങൾ നിർണ്ണയിക്കുന്നതിനുള്ള പ്രശ്നം രാഷ്ട്രീയ സാമൂഹിക ചരിത്രകാരന്മാർക്ക് കൈമാറുന്നു, അവരുടെ വിഭജനങ്ങളും കാലഘട്ടങ്ങളും സാധാരണയായി ചോദ്യം ചെയ്യപ്പെടാതെ സ്വീകരിക്കുന്നു. ഇംഗ്ലീഷ് സാഹിത്യത്തിന്റെ പഴയ ചരിത്രങ്ങൾ പരിശോധിച്ചാൽ, അവ ഒന്നുകിൽ സംഖ്യാപരമായ വിഭജനം അനുസരിച്ചോ അല്ലെങ്കിൽ ഒരു ലളിതമായ രാഷ്ട്രീയ മാനദണ്ഡം അനുസരിച്ചോ എഴുതിയതാണെന്ന് കാണാം. മിക്കവയും ഇംഗ്ലീഷ് പരമാധികാരികളുടെ ഭരണമാണ് മാനദണ്ഡമായി സ്വീകരിച്ചിരിക്കുന്നത്. രാജാക്കന്മാരുടെ മരണ തീയതികൾക്കനുസരിച്ച് ഇംഗ്ലീഷ് സാഹിത്യത്തിന്റെ പിൽക്കാല ചരിത്രം വിഭജിക്കുന്നത് എത്ര ആശയക്കുഴപ്പമുണ്ടാക്കുമെന്ന് പറയേണ്ടതില്ലല്ലോ എന്ന് വെല്ലക്കും വാറനും എഴുതുന്നു.

എല്ലാ സാഹിത്യ പഠന പദ്ധതികളെക്കാളും സ്വാഭാവികവും പ്രയോജനപ്രദവുമായ പദ്ധതിയായി വില്യം ഹെൻറി ഹഡ്സൺ സൂചിപ്പിക്കുന്നത് കാലക്രമം അനുസരിച്ചുള്ള പഠനമാണ്. ഒരു ഗ്രന്ഥകാരന്റെ യാണെങ്കിൽ അവ വിരചിതമായ ക്രമത്തിൽ തന്നെ പഠിക്കണമെന്ന് അദ്ദേഹം സൂചിപ്പിക്കുന്നു. കാലക്രമമനുസരിച്ചുള്ള പഠനരീതി അവലംബിക്കുമ്പോൾ ഒരു വ്യക്തിയിൽത്തന്നെയുള്ള സാധർമ്യവൈധർമ്യങ്ങൾ നിരന്തരം വിലയിരുത്തുകയാണ് എന്നു വ്യക്തം. അദ്ദേഹത്തിന്റെ കാലത്ത് എഴുതിയവരുമായും അതേ വിഷയങ്ങൾ കൈകാര്യം ചെയ്തവരുമായും സമാന സാഹചര്യങ്ങളിൽ എഴുതിയവരുമായുമൊക്കെ അദ്ദേഹത്തെ താരതമ്യപ്പെടുത്തുന്നത് ഉചിതമാണ്. ശാസ്ത്രപഠനത്തിലെന്നപോലെ സാഹിത്യപഠനത്തിലും താരതമ്യം സത്യവും പ്രധാനവുമാണെന്ന മാക്സ് മുള്ളറുടെ വാക്യം ഉദ്ധരിച്ചു കൊണ്ട് താരതമ്യരീതീയെ ന്യായീകരിക്കാൻ ഹഡ്സൺ തയ്യാറാവുന്നു. സാഹിത്യപഠനത്തിൽ സാഹിത്യ ചരിത്രത്തിന്റെ പഠനം കൂടി ഉൾക്കൊള്ളുന്നു എന്ന് ഹഡ്സൺ വ്യക്തമാക്കുന്നു. അതുകൊണ്ട് ആൻ ഇൻട്രൊഡക്ഷൻ ടു ദ സ്റ്റഡി

ഓഫ് ലിറ്ററേച്ചറിൽ സാഹിത്യചരിത്രരചനയുടെ തത്ത്വങ്ങളും അദ്ദേഹം വിശദീകരിക്കുന്നു.

ഒരെഴുത്തുകാരനും ഒറ്റപ്പെട്ട പ്രതിഭാസമല്ല. സമകാലീനരിലേക്കും പൂർവഗാമികളിലേക്കും നയിക്കുന്ന ഒരു ബന്ധം ഓരോ എഴുത്തുകാരനും ഉണ്ടാവും. അതിനെ ദേശീയ സാഹിത്യബോധമായി ഹഡ്സൺ അവതരിപ്പിക്കുന്നു. ദേശീയ സാഹിത്യത്തിന്റെ ചരിത്രം ഏതെങ്കിലും ഒരു ദേശത്തോ ഭാഷയിലോ എഴുതിയവരുടെ കാലാനുസൃതമായ ഒരു വിവരണമോ അവർ രചിച്ച പുസ്തകങ്ങളുടെ പട്ടികയോ അവയുടെ ഗുണദോഷ നിരൂപണമോ സാഹിത്യപ്രസ്ഥാനങ്ങളെയും മാതൃകകളെയും കുറിച്ചുള്ള വിശദീകരണമോ അഭിരുചികളിലും മാതൃകകളിലുമുള്ള വ്യത്യാസങ്ങളോ മാത്രമല്ല. അവ ഒരു രാഷ്ട്രത്തിന്റെ മനസ്സിന്റെയും സ്വഭാവത്തിന്റെയും ഘട്ടം ഘട്ടമായുള്ള പുരോഗമനത്തിന്റെ അനാവരണം കൂടിയാകണം. അതുകൊണ്ടാണ് ഹഡ്സൺ ഏതു രാഷ്ട്രത്തിന്റെയും സാഹിത്യചരിത്രം അതിന്റെ സുപ്രധാനമായ ആവിഷ്കാരരീതികളിൽ ഒന്നിലൂടെ ദേശീയ പ്രതിഭയും സ്വഭാവും അനാവരണം ചെയ്യുന്നതിന്റെ രേഖയാണ് എന്നു പറഞ്ഞത്. സാഹിത്യചരിത്രത്തിൽ ഒരു കാലഘട്ടത്തെ അവതരിപ്പിക്കുമ്പോൾ ആ കാലഘട്ടത്തിന്റെ സവിശേഷ ചൈതന്യത്തിന്റെയും ആദർശങ്ങളുടെയും ആവിഷ്കാരമെന്ന നിലയിൽ ആ കാലഘട്ടത്തിന്റെ സാഹിത്യത്തെ സമീപിക്കുന്ന രീതിയാണ് ഉചിതമെന്ന് ഹഡ്സൺ പറയുന്നു.

സാഹിത്യത്തിലെ കാലഘട്ടങ്ങളെ എങ്ങനെ വിഭജിക്കാമെന്നതാണ് പരിശോധിക്കേണ്ട മറ്റൊരു പ്രധാന വിഷയം എന്നു ഹഡ്സൺ വ്യക്തമാക്കുന്നു. ഒരു പ്രത്യേക ജനവിഭാഗത്തിന്റെ സാഹിത്യരചനകളിൽ പൊതുവായ വർഗ സ്വഭാവം ഉള്ളതു പോലെ, ഒരു പ്രത്യേക കാലഘട്ടത്തിൽ അത്തരം ജനങ്ങളുടെ സാഹിത്യരചനകളിൽ പൊതുവായ ഒരു കാലസ്വഭാവം ഉണ്ടായിരിക്കും എന്നു അദ്ദേഹം വിശദമാക്കുന്നു. സൗകര്യത്തിനു വേണ്ടി ഇംഗ്ലീഷ് സാഹിത്യത്തിലെ കാലഘട്ടങ്ങളെ പെരിക്ലിസ്സിന്റെ കാലഘട്ടം, ഒഗസ്റ്റസ്റ്റിന്റെ കാലഘട്ടം, ഫ്രഞ്ചുവിപ്ലവത്തിന്റെ കാലഘട്ടം, ലൂയി പതിനാലാമന്റെ കാലഘട്ടം, എലിസബത്തൻ കാലഘട്ടം, ആനിയുടെ കാലഘട്ടം, വിക്ടോറിയൻ കാലഘട്ടം എന്നൊക്കെ വിഭജിക്കാറുണ്ട്. ഈ ഓരോ കാലഘട്ടത്തിലും സാഹിത്യത്തിന്റെ ഒന്നാകെയുള്ള ലക്ഷണങ്ങളെ പരിഗണിക്കുകയാണ് അതിന്റെ രീതി. അവിടെ പ്രമേയം, അതു കൈകാര്യം ചെയ്യുന്ന രീതി, ശൈലി,

ആന്തരചൈതന്യം, സ്വരം എന്നീ സവിശേഷഗുണങ്ങൾ പരിഗണിക്കുന്നു. ഈ ഗുണങ്ങളിൽ എഴുത്തുകാർക്കിടയിൽ ഏറ്റക്കുറച്ചിലും വ്യത്യാസങ്ങളും സാധർമ്യങ്ങളുമൊക്കെ കണ്ടേക്കാം. എങ്കിലും, മറ്റു കാലഘട്ടത്തിലെ എഴുത്തുകാരിൽ നിന്നും അവരെ ഭിന്നരായി നിലനിർത്തുന്ന ഒരു പൊതു ചൈതന്യമുണ്ടാവും. അതായിരിക്കും അത്തരം സാഹിത്യചരിത്രങ്ങളിൽ അവതരിപ്പിക്കപ്പെടുക. ഇംഗ്ലീഷ് സാഹിത്യത്തിന്റെ ചരിത്രത്തിന് ആമുഖം എഴുതിയ റവ. റോബർട്ട് ഡെമാസ് കാലഘട്ടവിഭജനത്തെക്കുറിച്ചു പറയുന്നതു നോക്കുക. "നമ്മുടെ രാജ്യത്തെ സാഹിത്യത്തെ സൗകര്യപൂർവ്വം നാല് കാലഘട്ടങ്ങളായി വിഭജിക്കാം: ആദ്യത്തേത് ചോസർ മുതൽ ഷേക്സ്പിയർ വരെയുള്ള കാലഘട്ടം. ഷേക്സ്പിയർ മുതൽ പോപ്പ് വരെയുള്ളതാണ് രണ്ടാമത്തേത്; പോപ്പ് മുതൽ കൗപ്പർ വരെയുള്ളത് മൂന്നാമത്തേത്; കൗപ്പർ മുതൽ ഇന്നുവരെയുള്ളത് നാലാമത്തേതും. ഈ കാലഘട്ടങ്ങൾ പൊതുവായി പറഞ്ഞാൽ, ഏതെങ്കിലും ശ്രദ്ധേയമായ കാലക്രമ കാലഘട്ടങ്ങളുമായി കൃത്യമായി പൊരുത്തപ്പെടുന്നില്ല. എന്നിരുന്നാലും, ആദ്യ കാലഘട്ടം റിച്ചാർഡ് രണ്ടാമന്റെ ഭരണകാലം മുതൽ എലിസബത്തിന്റെ അവസാനത്തോട് അടുത്ത് വരെ നീണ്ടുനിൽക്കുമെന്ന് പറയാം. രണ്ടാമത്തേത് എലിസബത്തിനും ആനിനും ഇടയിലുള്ള കാലഘട്ടത്തെ ഉൾക്കൊള്ളുന്നു. മൂന്നാമത്തേതിൽ ആനിന്റെ ആഗമനത്തിനും ഫ്രഞ്ച് വിപ്ലവത്തിന്റെ പൊട്ടിത്തെറിക്കും ഇടയിലുള്ള സമയം ഉൾപ്പെടുന്നു; നാലാമത്തേത് ആ സംഭവത്തിൽ നിന്ന് ഇന്നത്തെ കാലത്തേക്ക് നീളുന്നു.

ആദ്യ കാലഘട്ടത്തെ പരുക്കൻ സ്വഭാവമുള്ള ഒന്നായി ചുരുക്കി വിശേഷിപ്പിക്കാം. ആദ്യ കാലഘട്ടത്തിൽ, ദേശീയ മനസ്സിന്റെ ആദ്യകാല അപരിഷ്കൃതമായ ശ്രമങ്ങൾ നാം കാണുന്നു, യുഗങ്ങളുടെ ആഘാതത്തിൽ നിന്ന് സ്വയം ഉണർത്താൻ തുടങ്ങുന്നു; രണ്ടാമത്തേതിൽ, പഠനത്തിന്റെ പുനരുജ്ജീവനത്തിന്റെയും പുരാതന കാലത്തെ മഹത്തായ ക്ലാസിക്കൽ എഴുത്തുകാരുടെ പഠനത്തിന്റെയും സ്വാധീനം വ്യക്തമായി കണ്ടെത്താനാകും; മൂന്നാമത്തേതിൽ, ഫ്രഞ്ച് എഴുത്തുകാരുടെ മിനുസവും കൃപയും വൃത്തിയും ചടുലതയും അനുകരണത്തിന്റെ മഹത്തായ മാതൃകകളായിരുന്നു; നാലാമത്തേത്, ഭാഗികമായി ജർമ്മനിയിലെ ഊഹാപോഹങ്ങളോടുള്ള സ്നേഹത്താൽ സ്വാധീനിക്കപ്പെട്ടു. ഓരോ കാലഘട്ടത്തിലെയും രചയിതാക്കളുടെ പൊതുസ്വഭാവത്തിൽ ഈ മുൻ

നിര സവിശേഷതകൾ കാണപ്പെടുമെങ്കിലും, അവർ എല്ലാവരിലും ഒരുപോലെ പ്രകടമാണ് എന്ന് ഉറപ്പിച്ചുപറയാൻ ഉദ്ദേശിക്കുന്നില്ല. വ്യത്യസ്തമായ ശൈലി സ്വീകരിക്കുന്ന വ്യക്തിഗത എഴുത്തുകാർ ഓരോ കാലഘട്ടത്തിലും കാണപ്പെടും." ഓരോ കാലഘട്ടവും അതിനു തൊട്ടു മുമ്പുള്ള കാലഘട്ടത്തിൽ നിന്നാണ് വികാസം പൂണ്ടത്. നിരന്തരമായ പരിണാമക്രമത്തിലാണ് അവ നിലകൊള്ളുന്നതും. തീർച്ചയായും, എല്ലാത്തരം കാലഘട്ടവിഭജനവും കൃത്രിമ നിർമ്മിതികളാണെന്നും, ഓരോ സംഭവത്തിനു ശേഷം പണ്ഡിതന്മാർ സൃഷ്ടിച്ചതാണെന്നും വില്യം അലൻ പറയുന്നു. വാസ്തവത്തിൽ, സാഹിത്യപരമോ ചരിത്രപരമോ ആയ കാലഘട്ടങ്ങൾക്കിടയിൽ ഒരു വിഭജനരേഖ വരയ്ക്കാൻ കഴിയില്ല, കാരണം അവ ഒന്നിൽ നിന്നും മറ്റൊന്നിലേക്ക് ഒഴുകിപ്പരക്കുന്നു. അതുകൊണ്ട് ചരിത്രത്തിൽ നിന്ന് ഉരുത്തിരിഞ്ഞ വിശേഷണങ്ങൾ ഉപയോഗിച്ച് അവയെ ലേബൽ ചെയ്യുന്നതിനു പകരം "വിവരണാത്മക സംജ്ഞകൾ സാഹിത്യത്തിൽ നിന്ന് തന്നെ എടുത്ത് ഓരോ കാലഘട്ടത്തെയും അതിന്റെ ഏറ്റവും സ്വഭാവവും പ്രാതിനിധ്യവുമുള്ള എഴുത്തുകാരന്റെ പേരിൽ നിയോഗിക്കുന്നതാണ് നല്ലത്" എന്ന് ഹഡ്സൺ കരുതി. ഇതാണ് 'ആൻ ഔട്ട്ലൈൻ ഹിസ്റ്ററി ഓഫ് ഇംഗ്ലീഷ് ലിറ്ററേച്ചർ' എന്ന സാഹിത്യചരിത്രകൃതിയിൽ ഹഡ്സൺ സ്വീകരിച്ച വിഭജന രീതി.

അങ്ങനെ ചോസറുടെ യുഗം, ഷേക്സ്പിയറുടെ യുഗം, മിൽട്ടന്റെ യുഗം, ഡ്രൈഡന്റെ യുഗം, പോപ്പിന്റെ യുഗം, ജോൺസന്റെ യുഗം, വേഡ്സ്വർത്തിന്റെ യുഗം, ടെന്നിസൺ യുഗം എന്നിവ പഠനത്തിന്റെ വലിയ വിഭാഗങ്ങളായി ഹഡ്സൺ സ്വീകരിച്ചു. ഈ കാലഘട്ടങ്ങളുടെ പരുക്കൻ പരിധികളും പൊതു ചരിത്രത്തിന്റെ കാലഘട്ടങ്ങളുമായുള്ള ബന്ധവും കാണിക്കുന്ന ഒരു അനുബന്ധ പട്ടികയും തയ്യാറാക്കി.

സാഹിത്യപ്രസ്ഥാനങ്ങളുടെ ചരിത്രമെഴുതുമ്പോൾ ആ പുതു പ്രവണതയുടെയും താൽപര്യത്തിന്റെയും ഉല്പത്തി, വികാസം, വിനാശം എന്നിവ പറയുന്നതാവും സാഹിത്യചരിത്രകാരന്റെ ലക്ഷ്യം. പ്രസ്ഥാനം എങ്ങനെ രൂപപ്പെട്ടുവെന്നും അതെങ്ങനെ സാഹിത്യത്തിനു പുതിയ ദിശാബോധം നൽകിയെന്നും അതിൽ എഴുത്തുകാരുടെ സ്വാധീനമെന്തായിരുന്നുവെന്നും അവർ വിശദീകരിക്കും. അതിനു നേർക്കുണ്ടായ ഖണ്ഡനമണ്ഡനനിരൂപണങ്ങളുടെ വിവരണവുമുൾക്കൊള്ളിക്കും. ഇതൊരു സങ്കുചിതമായ

സാഹിത്യചരിത്ര രചനാരീതിയായി ഹഡ്സൺ വിലയിരുത്തുന്നു. ഏതു കാലഘട്ടത്തിലെയും സാഹിത്യത്തിനു പിന്നിൽ, ആ കാലഘട്ടത്തിലെ ജീവിതം എന്തായിരുന്നുവോ അതിനെ അതാക്കിയ, പൂർണമാക്കിയ, സംയോജിത ശക്തികൾ കുടികൊള്ളുന്നു. അതിൽ വൈയക്തികവും അവൈയക്തികവുമായ ശക്തികളുണ്ട്. അതുകൊണ്ട് ഏതൊരു കാലഘട്ടത്തിലെയും സാഹിത്യത്തെ ആ കാലത്തെ പ്രവർത്തനങ്ങളുടെ മറ്റെല്ലാ പ്രധാന ഭാവങ്ങളുമായി ബന്ധപ്പെടുത്തി സാഹിത്യചരിത്രകാരൻ അവതരിപ്പിക്കണം.

ഇംഗ്ലീഷ് സാഹിത്യചരിത്രം എഴുതിയ ഫ്രഞ്ചു നിരൂപകനും ചരിത്രകാരനുമായ ഹിപ്പൊലറ്റ് അഡോൾഫെ ടെയിനിന്റെ പരിശ്രമം പരാജയമായിരുന്നുവെന്ന് ഹഡ്സൺ അഭിപ്രായപ്പെടുന്നു. മഹത്തായ ഏതു സാഹിത്യത്തിന്റെയും അനിവാര്യമായ ഘടകമായ വ്യക്തിത്വത്തെ ടെയിൻ അവഗണിച്ചു. കാലഘട്ടം എഴുത്തുകാരനെ സ്വാധീനിക്കുന്ന രീതി അദ്ദേഹം പരിഗണിച്ചില്ല. നൂറ്റാണ്ടുകൾക്കു മുമ്പ് മനുഷ്യർ എങ്ങനെ ചിന്തിക്കുകയും അനുഭവിക്കുകയും ചെയ്തു എന്നതിനെക്കുറിച്ചുള്ള അറിവ് സാഹിത്യത്തിന്റെ സ്മാരകങ്ങളിലൂടെ വീണ്ടെടുക്കാമെന്ന് ടെയിൻ കരുതി. ഒരു സാഹിത്യത്തിന്റെ ചരിത്രം എഴുതാനും അതിൽ ഒരു ജനതയുടെ മനഃശാസ്ത്രം അന്വേഷിക്കാനുമാണ് ടെയിൻ ലക്ഷ്യമിട്ടത്. അതിനദ്ദേഹം ഒരു പ്രത്യേക രാഷ്ട്രത്തെ തിരഞ്ഞെടുത്തു. അത് വ്യക്തമായ കാരണമില്ലാതെയല്ല. മഹത്തും സമ്പൂർണ്ണവുമായ സാഹിത്യമുള്ള ഒരു ജനതയെയാണ് അദ്ദേഹം കണ്ടെത്തിയത്. എന്നാൽ, സാഹിത്യത്തെ വ്യാഖ്യാനിക്കുവാനായി ടെയിൻ സ്വീകരിച്ച മൂന്നു മൗലിക ശക്തികൾ റെയ്സ്, മീല്യു, മോമന്റ് എന്നിവയാണ്. അതാകട്ടെ സാഹിത്യം എന്ന നിലയ്ക്കല്ല സാഹിത്യത്തോട് ടെയിനുണ്ടായിരുന്ന താൽപര്യം എന്നു വ്യക്തമാക്കുന്നു.

മിക്ക പ്രമുഖ സാഹിത്യചരിത്രങ്ങളും ഒന്നുകിൽ നാഗരികതയുടെ ചരിത്രങ്ങളോ വിമർശനാത്മക ലേഖനങ്ങളുടെ ശേഖരമോ ആണ്. അവയൊന്നും സാഹിത്യം എന്ന കലയുടെ ചരിത്രമല്ല. സാഹിത്യത്തിന്റെ പരിണാമം കലയായി കണ്ടെത്താനുള്ള ശ്രമങ്ങൾ വലിയ തോതിൽ നടക്കാത്തത് എന്തുകൊണ്ടാണെന്ന് വെല്ലക്കും വാറനും പരിശോധിക്കുന്നു. കലാസൃഷ്ടികളുടെ തയ്യാറെടുപ്പിന്റെ വിശകലനം സ്ഥിരതയോടെയും ചിട്ടയോടെയും നടത്തിയിട്ടില്ലെന്നതാണ് ഒരു തടസ്സം. ഒരു കലാസൃഷ്ടിയെ അടയാളങ്ങളുടെ ഒരു വ്യവസ്ഥയായി മാത്രം വിവരിക്കാൻ നമ്മെ പ്രാപ്ത

രാക്കുന്ന രീതികൾ സാഹിത്യ സിദ്ധാന്തം ഇതുവരെ വികസിപ്പിച്ചിട്ടില്ല.മറ്റൊരു വൈഷമ്യം, മറ്റ് ചില മനുഷ്യപ്രവർത്തനങ്ങളാൽ കാര്യകാരണപരമായ വിശദീകരണമല്ലാതെ സാഹിത്യത്തിന്റെ ഒരു ചരിത്രവും സാധ്യമല്ലെന്ന മുൻവിധിയാണ്. മൂന്നാമത്തെ വൈഷമ്യം കുടികൊള്ളുന്നത് സാഹിത്യകലയുടെ വികാസത്തെക്കുറിച്ചുള്ള സമഗ്ര സങ്കൽപ്പത്തിലാണ്. സാംസ്കാരിക ചരിത്രത്തെ ഭംഗിയായി വിഭജിക്കുന്ന കാലഘട്ടങ്ങളുടെ ഒരു പരമ്പര നമുക്ക് ഉണ്ടായിട്ടുണ്ടെങ്കിലും, വ്യത്യസ്ത ലക്ഷ്യങ്ങളുള്ള വിവിധ വസ്തുക്കളുടെ അടിസ്ഥാനത്തിൽ ഒരു പദ്ധതിയെ അംഗീകരിക്കുന്നതിൽ തൃപ്തരാകരുത്. മനുഷ്യരാശിയുടെ രാഷ്ട്രീയമോ സാമൂഹികമോ ബൗദ്ധികമോ ആയ വികാസത്തിന്റെ കേവലം നിഷ്ക്രിയമായ പ്രതിഫലനമോ പകർപ്പോ മാത്രമായി സാഹിത്യത്തെ സങ്കൽപ്പിക്കാൻ പാടില്ല. കേവലം സാഹിത്യപരമായ മാനദണ്ഡങ്ങളാൽ സാഹിത്യ കാലഘട്ടം സ്ഥാപിക്കപ്പെടണം. ആമുഖം, വ്യാപനം, വൈവിധ്യവൽക്കരണം, സംയോജനം, തിരോധാനം എന്നിവ കണ്ടെത്താനാകുന്ന സാഹിത്യമാനദണ്ഡങ്ങൾ, വ്യവസ്ഥകൾ, സമ്പ്രദായങ്ങൾ എന്നിവയുടെ ഒരു സംവിധാനത്താൽ ആധിപത്യം പുലർത്തുന്ന ഒരു കാലയളവാണ് സാഹിത്യ ചരിത്രത്തിൽ കാലഘട്ടം.

അതിനാൽ ഒരു കാലഘട്ടം ഒരു തരമോ വർഗമോ അല്ല, മറിച്ച് ചരിത്ര പ്രക്രിയയിൽ ഉൾച്ചേർത്തതും അതിൽ നിന്ന് മാറ്റാനാവാത്തതുമായ മാനദണ്ഡങ്ങളുടെ ഒരു വ്യവസ്ഥയാൽ നിർവചിക്കപ്പെട്ട ഒരു സമയ വിഭാഗമാണ്. ആധുനിക സാഹിത്യചരിത്രത്തിലെ പ്രധാന കാലഘട്ടങ്ങളെക്കുറിച്ച് അവസാനിക്കാത്ത ചർച്ചകൾ നടന്നിട്ടുണ്ട്. "നവോത്ഥാനം", "ക്ലാസിസിസം", "റൊമാന്റിസിസം", "സിംബോളിസം", അടുത്തിടെ "ബറോക്ക്" എന്നീ പദങ്ങൾ നിർവചിക്കപ്പെടുകയും പുനർനിർവചിക്കുകയും വിവാദമാക്കുകയും ചെയ്യുകയുണ്ടായി.

കൂടുതൽ വിശാലമായ ഒരു പ്രശ്നം, ദേശീയ സാഹിത്യത്തിന്റെ മൊത്തത്തിലുള്ള ചരിത്രം, വിഭാവനം ചെയ്യാൻ പ്രയാസമാണ് എന്നതത്രേ. ഹെൻറി മോർലി സാഹിത്യത്തെ "ദേശീയ ജീവചരിത്രം" ആയി വിഭാവനം ചെയ്തു. ലെസ്ലി സ്റ്റീഫൻ സാഹിത്യത്തെ "മുഴുവൻ സാമൂഹിക ജീവജാലങ്ങളുടെയും ഒരു പ്രത്യേക പ്രവർത്തനം" ആയി കണക്കാക്കി, "സാമൂഹിക മാറ്റത്തിന്റെ ഒരുതരം ഉപോൽപ്പന്നം." ഡബ്ല്യു. ജെ. കോർട്ട്ഹോപ്പ്, ഇംഗ്ലീഷ് കവിതയുടെ ഏകീകൃത സങ്കൽപ്പത്തെ അടിസ്ഥാനമാക്കിയുള്ള ഏക ചരി

ത്രത്തിന്റെ രചയിതാവാണ്. "ഇംഗ്ലീഷ് കവിതാ പഠനം സാഹിത്യത്തിൽ പ്രതിഫലിക്കുന്ന നമ്മുടെ ദേശീയ സ്ഥാപനങ്ങളുടെ തുടർച്ചയായ വളർച്ചയെക്കുറിച്ചുള്ള പഠനം" ആണ് എന്ന് കോർട്ട് ഹോപ്പ് വിശ്വസിച്ചു. സാഹിത്യകലയുമായി വലിയ ബന്ധമില്ലാത്ത ദേശീയ ധാർമ്മികതയെയും ദേശീയ സ്വഭാവങ്ങളെയും കുറിച്ചുള്ള ഊഹാപോഹങ്ങൾ, അടിസ്ഥാനപരമായി സാഹിത്യവിരുദ്ധമായ പരാമർശങ്ങൾ എന്നിവയിലേക്ക് മുഴുവൻ ചട്ടക്കൂടും ക്ഷണിക്കുമ്പോൾ ദേശീയ സാഹിത്യത്തിന്റെ ചരിത്രത്തെ ഒരു കലയായി കണ്ടെത്തുക പ്രയാസമാണ്. സാഹിത്യത്തെ ദേശീയമോ സാമൂഹികമോ ആയ ചരിത്രത്തിന്റെ ചിത്രീകരണത്തിനുള്ള കേവലം രേഖയായി ഒരു കൂട്ടർ കണക്കാക്കുമ്പോൾ, മറ്റൊരു കൂട്ടർ സാഹിത്യം പ്രഥമവും പ്രധാനവുമായ ഒരു കലയാണെന്ന് തിരിച്ചറിയുന്നു,

സാഹിത്യ ചരിത്രത്തിന് ഒരു ഭാവിയും ഭൂതകാലവും ഉണ്ട് എന്നതിൽ ഖേദിക്കേണ്ട കാര്യമില്ല, അത് കേവലം പൂരിപ്പിക്കുന്നതിൽ ഉൾക്കൊള്ളാൻ കഴിയാത്തതും ഉൾക്കൊള്ളാൻ പാടില്ലാത്തതുമായ ഒരു ഭാവിയാണ്. സാഹിത്യ ചരിത്രത്തിന്റെ ഒരു പുതിയ ആദർശവും അതിന്റെ സാക്ഷാത്കാരം സാധ്യമാക്കുന്ന പുതിയ രീതികളും വികസിപ്പിക്കാൻ സാഹിത്യ ചരിത്രകാരന്മാർ ശ്രമിക്കണം. ഒരു കലയെന്ന നിലയിൽ സാഹിത്യത്തിന്റെ ചരിത്രത്തിൽ ഊന്നൽ നൽകുന്നതിൽ അനാവശ്യമായ "ശുദ്ധി" തോന്നുന്നുവെങ്കിൽ, മറ്റൊരു സമീപനവും അസാധുവായി കണക്കാക്കപ്പെട്ടിട്ടില്ലെന്നും നിരവധി രീതികൾ സംയോജിപ്പിക്കാവുന്നതാണെന്നും വെല്ലക്കും വാറനും വ്യക്തമാക്കുന്നു.1938-ൽ പോൾ വലേരി എഴുതി: "സാഹിത്യത്തിന്റെ ചരിത്രം രചയിതാക്കളുടെ ചരിത്രമോ അവരുടെ തൊഴിലിന്റെയോ അവരുടെ കൃതികളുടെ ജീവിതത്തിന്റെയോ ചരിത്രമാകരുത്, മറിച്ച് സാഹിത്യത്തിന്റെ നിർമ്മാതാവ് അല്ലെങ്കിൽ ഉപഭോക്താവ് എന്ന നിലയിൽ ആത്മാവിന്റെ ചരിത്രമാണ്. അതുകൊണ്ട് ഒരു എഴുത്തുകാരനെപ്പോലും പരാമർശിക്കാതെ തന്നെ സാഹിത്യചരിത്രം എഴുതാം എന്നു പോൾ വലേരി അഭിപ്രായപ്പെടുന്നു.

സാഹിത്യചരിത്രരചന ഹെർഡറിന്റെയും ഷ്ലെഗൽസിന്റെയും ആശയങ്ങൾ സ്വാംശീകരിച്ചുകൊണ്ട് ഒരു വിജ്ഞാനശാഖ എന്ന നിലയിൽ ബൗദ്ധികമായി അസാമാന്യ ഉൾക്കാഴ്ചയുള്ളതായിത്തീർന്നു. പിന്നീട് രാഷ്ട്രങ്ങൾ, കാലഘട്ടങ്ങൾ, പാരമ്പര്യങ്ങൾ, കളരി

കൾ, പ്രദേശങ്ങൾ, സാമൂഹിക വർഗങ്ങൾ, രാഷ്ട്രീയ പ്രസ്ഥാനങ്ങൾ, വംശീയ സംഘങ്ങൾ, സ്ത്രീകൾ, സ്വവർഗ്ഗാനുരാഗികൾ തുടങ്ങിയവ അടിസ്ഥാനമാക്കിയുള്ള സാഹിത്യചരിത്രങ്ങൾ വന്നു ചേർന്നു. അത്തരം പഠനങ്ങൾ ഗ്രന്ഥങ്ങളുടെ ഉത്ഭവത്തിലോ നിർമ്മാണത്തിലോ ശ്രദ്ധ കേന്ദ്രീകരിക്കുന്നവയായിരുന്നു. സമൂഹത്തിലോ തുടർന്നുള്ള സാഹിത്യത്തിലോ അവയുടെ സ്വീകരണത്തിലോ അവ ഊന്നൽ നൽകി. പത്തൊൻപതാം നൂറ്റാണ്ടിന്റെ ഏകദേശം ആദ്യ എഴുപത്തഞ്ചു വർഷക്കാലം സാഹിത്യചരിത്രം ജനപ്രീതിയും ചോദ്യം ചെയ്യപ്പെടാത്ത അന്തസ്സും ആസ്വദിച്ചു. ചരിത്രത്തിന്റെയും വിമർശനത്തിന്റെയും ഒരു സമന്വയമെന്ന നിലയിൽ, അത് മറ്റു വിജ്ഞാന ശാഖകളെക്കാൾ ചില തരത്തിൽ കൂടുതൽ ശക്തമാണെന്ന് തോന്നി.

സാഹിത്യചരിത്രകാരന്മാർ അവരുടെ ചരിത്ര സന്ദർഭങ്ങളുമായി ബന്ധപ്പെട്ട് ഗ്രന്ഥങ്ങളെ വീക്ഷിച്ചതിനാൽ, സാഹിത്യചരിത്രത്തിന് സാധ്യമായതിനേക്കാൾ ന്യായമായ വ്യാഖ്യാനവും പൂർണ്ണമായ മതിപ്പും നേടാൻ കഴിയുമെന്ന് അതിന്റെ വക്താക്കൾ വാദിച്ചു. ചരിത്രരചനയുടെ ഒരു രീതി എന്ന നിലയിൽ, അത് ഒരു കാലത്തിന്റെയും ദേശത്തിന്റെയും "ആത്മാവ്", മാനസികാവസ്ഥ എന്നിവയെ സമാനതകളില്ലാത്ത കൃത്യതയോടും അടുപ്പത്തോടും വെളിപ്പെടുത്തി. തഴച്ചുവളരുന്ന ഈ വിജ്ഞാനശാഖ ഒടുവിൽ ചോദ്യം ചെയ്യപ്പെട്ടു. ആരംഭം മുതൽ തന്നെ അതിന്റെ അടിസ്ഥാനങ്ങളെ സംബന്ധിച്ച കഠിനമായ അന്വേഷണവും രീതികളെ സംബന്ധിച്ച സംവാദവും ഉണ്ടായിരുന്നു.

എന്നാൽ കുറെക്കാലമായി ഈ സംവാദം സാഹിത്യ ചരിത്രത്തിന്റെ വിവിധ കളരികളുടെ പോരാട്ടം മാത്രമായിരുന്നു. ക്രമേണ, അതിന്റെ മൂല്യം ചോദ്യം ചെയ്യപ്പെട്ടു. പുനരുജ്ജീവിപ്പിച്ച ക്ലാസിസിസത്തിന്റെ പേരിൽ മാത്യു അർനോൾഡ് ഗ്രന്ഥങ്ങളുടെ "യഥാർത്ഥ"വും കേവലം "ചരിത്രപരമായ" വിലമതിപ്പും തമ്മിലുള്ള വ്യത്യാസം അടയാളപ്പെടുത്തി. ചരിത്രപരമായ ഒരു ആപേക്ഷികതയ്ക്ക് പകരം വ്യക്തിപരമായ ആപേക്ഷികത സ്ഥാപിക്കാൻ അദ്ദേഹം ആഗ്രഹിച്ചില്ല. എന്നാൽ കാറ്റ് എങ്ങനെ വീശുന്നുവെന്ന് അദ്ദേഹം കാണിച്ചു തന്നു. ചരിത്രപരമായ സന്ദർഭോചിതത്വത്തിന് പാഠങ്ങളുടെ ഘടകങ്ങളെ സാമൂഹികവും സാഹിത്യപരവുമായ ഭൂമികയുടെ പ്രസക്തമായ ഖണ്ഡങ്ങൾ പരാമർശിച്ച് വ്യാഖ്യാനിക്കാനും കണക്കാക്കാനും കഴിയും. എന്നാൽ ഗ്രന്ഥങ്ങളെ

സൗന്ദര്യാത്മക രൂപകല്പനകളായി ഉൾക്കൊള്ളാൻ അതിന് കഴിയില്ല. സാഹിത്യചരിത്രം സർഗ്ഗാത്മകതയുടെയും സ്വീകരണത്തിന്റെയും സാമൂഹികവും കൂട്ടായതുമായ നിർണ്ണായക ഘടകങ്ങളെ ഊന്നിപ്പറയുന്നതിനാൽ, അത് ചില ചെറിയ കൃതികളിൽ ചുരുണ്ടുകൂടുന്നുവെന്നും നിസ്സാരരായ എഴുത്തുകാരെ ശോചനീയമായി അവലോകനം ചെയ്യുന്നുവെന്നുമുള്ള പരാതി ഇപ്പോഴും സാധുവാണ്.

○○

സാഹിത്യചരിത്രം സാധ്യമാണോ?
(ഡേവിഡ് പെർകിൻസിന്റെ നിരീക്ഷണങ്ങൾ)
ഡോ. തോമസ് സ്കറിയ

സാഹിത്യചരിത്രം പതിനെട്ടാം നൂറ്റാണ്ടിൽ ആരംഭിച്ചതായി സാധാരണയായി പറയപ്പെടുന്നുണ്ടെങ്കിലും, സാഹിത്യചരിത്രത്തിന്റെ ആശയങ്ങളും ഉദാഹരണങ്ങളും അരിസ്റ്റോട്ടിലിന്റെ കാലത്തെ കൃതികളിൽ കാണാം. എങ്കിലും, സമീപകാല ദശകങ്ങളിൽ, ഈ വിജ്ഞാനശാഖയുടെ ബൗദ്ധിക മാന്യതയെ ചോദ്യം ചെയ്യാൻ പലരും തയ്യാറായി. സാഹിത്യ ചരിത്രത്തിന് സ്വന്തം ഉദ്ദേശ്യങ്ങൾ നിറവേറ്റാൻ കഴിയുമോ?, അതിന് ഭൂതകാലത്തെ പ്രതിനിധീകരിക്കാനും വിശദീകരിക്കാനും കഴിയുമോ? തുടങ്ങിയ ചോദ്യങ്ങൾക്ക് ഡേവിഡ് പെർക്കിൻസ് ഉത്തരം നൽകുന്നു. ഡേവിഡ് പെർകിൻസിന്റെ സാഹിത്യചരിത്രം സാധ്യമാണോ എന്ന കൃതി സാഹിത്യചരിത്രത്തെക്കുറിച്ചുള്ള സമീപകാലസിദ്ധാന്തത്തിന്റെ അടിസ്ഥാനമായി മാറിയ ഒരു സുപ്രധാനപഠനമാണ്. പ്രത്യേക സാഹിത്യചരിത്രങ്ങളുടെ വിശകലനത്തിലൂടെ പെർകിൻസ് അത്തരം രചനകളിൽ ഉയർന്നുവരുന്ന അടിസ്ഥാന പ്രശ്നങ്ങളെ പര്യവേക്ഷണം ചെയ്യുന്നു. അവയിൽ ഭൂരിഭാഗവും സമകാലിക കൃതികൾ ആണു താനും. വിഷയം സംഘടിപ്പിക്കുന്നതിലും രൂപപ്പെടുത്തുന്നതിലും അവതരിപ്പിക്കുന്നതിലും ഉൾപ്പെടെയുള്ള സാഹിത്യചരിത്ര സിദ്ധാന്തത്തിലെ അടിസ്ഥാന പ്രശ്നങ്ങൾ പെർകിൻസ് പരിശോധിക്കുന്നു. രചയിതാക്കളെയും പുസ്തകങ്ങളെയും വർഗ്ഗീകരിക്കുന്നതിലെ പ്രശ്നങ്ങളും സന്ദർഭോചിതമായ വിശദീകരണത്തിന്റെ വൈവിധ്യങ്ങളും സങ്കീർണ്ണതകളും സാഹിത്യത്തിൽ അന്തർലീനമായ വികാസത്തിന്റെ സിദ്ധാന്തങ്ങളും പെർകിൻസ് വിലയിരുത്തുന്നു. ഇത് സാഹിത്യ ചരിത്രത്തിന്റെ സിദ്ധാന്തത്തെക്കുറിച്ചുള്ള ഒരു പുസ്തകമാണ്. സാഹിത്യചരിത്രം എഴുതുമ്പോൾ ഉണ്ടാകുന്ന മൗലിക പ്രശ്നങ്ങൾ അത് കൈകാര്യം ചെയ്യുന്നു. പ്രത്യേക സാഹിത്യചരിത്രങ്ങളുടെ ഭൂതകാല പതിപ്പുകളുടെ

വിശ്വാസ്യത പരിശോധിക്കുന്നതിനായി അവയുടെ അനുമാനങ്ങളും പ്രയോഗങ്ങളും ഈ പുസ്തകം വിശകലനം ചെയ്യുന്നു. പതിനെട്ടാം നൂറ്റാണ്ടിലെ തുടക്കം മുതൽ സാഹിത്യചരിത്രത്തിന്റെ ഉദാഹരണങ്ങൾ എടുത്തിട്ടുണ്ട്, എന്നാൽ നിലവിലെ സാഹിത്യ ചരിത്രചിന്തയ്ക്കും പ്രയോഗത്തിനുമാണ് പ്രാഥമിക പരിഗണന നൽകിയിട്ടുള്ളത്.

പത്തൊൻപതാം നൂറ്റാണ്ടിന്റെ ഏകദേശം ആദ്യ എഴുപത്തിയഞ്ച് വർഷക്കാലം സാഹിത്യചരിത്രം ജനപ്രീതിയും ചോദ്യം ചെയ്യപ്പെടാത്ത അന്തസ്സും ആസ്വദിച്ചു. ആ സമയത്ത്, മൂന്ന് അടിസ്ഥാന അനുമാനങ്ങളിൽ സാഹിത്യചരിത്രങ്ങൾ എഴുതപ്പെട്ടു. സാഹിത്യകൃതികൾ അവയുടെ ചരിത്രപരമായ സന്ദർഭത്താൽ രൂപപ്പെടുന്നതാണ്. സാഹിത്യത്തിൽ മാറ്റം വികസനപരമായി സംഭവിക്കുന്നു.ഈ മാറ്റം എന്നത് ഒരു ആശയം, തത്വം, അല്ലെങ്കിൽ അതിവിശിഷ്ടമായ അസ്തിത്വത്തിന്റെ വികാസമാണ്. സാഹിത്യകൃതികളെ അവയുടെ ചരിത്രപരമായ സന്ദർഭവുമായി ബന്ധപ്പെടുത്തി വീക്ഷിക്കുമ്പോൾ, സാധ്യമായതിനേക്കാൾ ന്യായമായ വ്യാഖ്യാനവും പൂർണ്ണമായ വിലമതിപ്പും നേടാൻ അവയ്ക്ക് കഴിയുമെന്ന് കരുതി. അവ സൃഷ്ടിക്കപ്പെട്ട സമൂഹങ്ങളുടെ സാമൂഹിക ഘടനകൾ, ജീവിതരീതികൾ, വിശ്വാസങ്ങൾ, സാഹിത്യപ്രസ്ഥാനങ്ങൾ തുടങ്ങിയവയുടെ ഉൽപന്നങ്ങളും ആവിഷ്കാരങ്ങളും എന്ന നിലയിൽ ഗ്രന്ഥങ്ങളുടെ സവിശേഷതകൾ വിശദീകരിച്ചു. ചരിത്രത്തിന്റെയും നിരൂപണത്തിന്റെയും ഒരു സമന്വയമെന്ന നിലയിൽ, സാഹിത്യചരിത്രം ആ ഉദ്ദേശ്യങ്ങൾക്കായി, വെവ്വേറെയുള്ള കൃതികളെക്കാൾ കൂടുതൽ പ്രധാനമായ തായി സാഹിത്യ ചരിത്രകാരന്മാർക്കു തോന്നി. പത്തൊൻപതാം നൂറ്റാണ്ടിലെ ഏറ്റവും പ്രധാനപ്പെട്ട എല്ലാ സാഹിത്യ ചരിത്രങ്ങളും ആഖ്യാനങ്ങളായിരുന്നു, അവ ഒരു അതിമാനുഷിക വ്യക്തിയുടെ സാഹിത്യ ജീവിതഘട്ടങ്ങൾ അവതരിപ്പിക്കുന്നു. അവരുടെ ജനനം, മരണം എന്നിവ കണ്ടെത്തുന്നു. മറ്റ് കാര്യങ്ങളിൽ വലിയ വ്യത്യാസങ്ങൾ ഉണ്ടായിരുന്നിട്ടും, സാഹിത്യ ചരിത്രത്തിലെ എല്ലാ കളരികളും (School) അവരുടെ വിഷയം വിഭാവനം ചെയ്യുന്ന രീതി പങ്കിട്ടു. ഫ്രെഡറിക്കിന്റെയും ഓഗസ്റ്റ് വിൽഹെം ഷ്ലെഗലിന്റെയും താരതമ്യ സാഹിത്യചരിത്രത്തിനും ഇത് സാധാരണമായിരുന്നു. സാഹിത്യ ചരിത്രത്തിൽ വിവിധ വിഭാഗങ്ങൾ, കാലഘട്ടങ്ങൾ, കളരികൾ, പാരമ്പര്യങ്ങൾ, ചലനങ്ങൾ, വ്യവഹാരങ്ങൾ, ജ്ഞാന

പദ്ധതികൾ എന്നിവ അടിസ്ഥാനരഹിതവും ഏകപക്ഷീയവുമായ ഗണങ്ങളല്ല. അത്തരം വർഗ്ഗീകരണങ്ങൾക്ക് മുൻകാല സാഹിത്യത്തിൽ വസ്തുനിഷ്ഠവും സാധുതയുള്ളതുമായ അടിത്തറയുണ്ടാകുമെന്ന അനുമാനം വസ്തുനിഷ്ഠമാണ്. അത്തരം അടിസ്ഥാന അനുമാനങ്ങളെ സാഹിത്യചരിത്രങ്ങളാൽ ന്യായീകരിക്കപ്പെടുന്നുണ്ടോ, സാഹിത്യകൃതികളുടെ പ്രത്യേക തരംതിരിവുകളോ അല്ലെങ്കിൽ അവ വർഗ്ഗീകരിക്കുന്ന പ്രക്രിയകളോ വേണ്ടത്ര പ്രതിരോധിക്കാനാകുമോ എന്നത് പെർകിൻസ് ചോദിക്കുന്ന ചോദ്യങ്ങളാണ്. ക്രോച്ചെ പറഞ്ഞതുപോലെ, സാഹിത്യത്തിന്റെ ചരിത്രം "ദേശീയ മനസ്സാക്ഷി" യുടെ വികാസത്തെ പ്രകടമാക്കുന്നു എന്ന ചിന്ത ഈ കൃതിക്ക് ലക്ഷ്യബോധവും വിശാലമായ സാമൂഹിക പ്രാധാന്യവും നൽകുന്നു. യുഗത്തിന്റെയോ മുൻ കാലഘട്ടത്തിന്റെയോ മനസ്സ് അറിയേണ്ടത് പ്രധാനമാണ്. ഒരു ആശയം, തത്വം, അസ്തിത്വം എന്നിവ സാഹിത്യ ചരിത്രത്തിന്റെ വിഷയമായി വികസിച്ചതോടെ, സാഹിത്യചരിത്രം പ്രയോജനവാദപരമായി മാറി. അത് ഒരു ഇതിവൃത്തം സ്വന്തമാക്കി. സാഹിത്യചരിത്രത്തെക്കുറിച്ചുള്ള ഈ സങ്കൽപ്പം തിരഞ്ഞെടുപ്പിന്റെയും ഊന്നലിന്റെയും താരതമ്യേന വ്യക്തമായ മാനദണ്ഡങ്ങൾ നൽകി. ഏതൊക്കെ ഗ്രന്ഥങ്ങൾ ഉൾപ്പെടുത്തണമെന്ന് സാഹിത്യചരിത്രകാരന് അറിയാമായിരുന്നു. അതിനാൽ, സാഹിത്യത്തിന്റെ നിർവചനത്തെയും വ്യാപ്തിയെയും കുറിച്ചുള്ള അടിസ്ഥാനപരമായ ചോദ്യങ്ങൾക്ക് അവർ ഉത്തരം നൽകേണ്ടതില്ല എന്നു വന്നു. സാഹിത്യം, സാഹിത്യ ചരിത്രത്തിന്റെ ഉദ്ദേശ്യങ്ങൾക്കായി, "മികച്ച" രചനകൾ മാത്രമാണോ, അതോ ഗുണപരമായി താഴ്ന്നതായി വിലയിരുത്തപ്പെടുന്ന ജനപ്രിയ കൃതികളും അതിൽ ഉൾപ്പെടുന്നുണ്ടോ? സാഹിത്യ ചരിത്രങ്ങൾ നവീകരണത്തിന്റെയും ഉയർന്ന നേട്ടത്തിന്റെയും നിമിഷങ്ങളിൽ മാത്രം ശ്രദ്ധ കേന്ദ്രീകരിക്കണമോ തുടങ്ങിയ ചോദ്യങ്ങൾ ഉയർന്നുവന്നു. സാഹിത്യചരിത്രത്തിൽ പ്രതിനിധാനത്തിനും അതിന്റെ പ്രത്യയശാസ്ത്രപരമായ സ്വാധീനത്തിനും സാംസ്കാരിക രാഷ്ട്രീയത്തിനും ഏറ്റവും ദൂരവ്യാപകമായ അനന്തരഫലങ്ങൾ ഉണ്ട്. കാലത്തിന്റെയും സ്ഥലത്തിന്റെയും സൗന്ദര്യാത്മക മാനദണ്ഡങ്ങൾക്കനുസൃതമായി, ചാൾസ് റിച്ചാർഡ്സണും ബാരറ്റ് വെൻഡലും അമേരിക്കയിൽ ആദ്യത്തെ ഇരുന്നൂറ് വർഷത്തെ കുടിയേറ്റത്തിൽ പരാമർശിക്കത്തക്കതായ ഒരു സാഹിത്യവും ഇല്ലെന്ന് തീരുമാനിച്ചു. അമേരിക്കൻ സാഹിത്യത്തിന്റെ പിൽക്കാല ചരിത്രകാര

ന്മാരിൽ നിന്ന് വ്യത്യസ്തമായിപത്തൊൻപതാം നൂറ്റാണ്ടിനായി അവർ തങ്ങളുടെ പേജുകളുടെ പത്തിൽ ഒമ്പതും നീക്കിവച്ചു. മറ്റൊരു ചോദ്യവും സാഹിത്യചരിത്രരചനയിൽ പ്രസക്തമായിരുന്നു. സാഹിത്യമെന്നാൽ ചില വിഭാഗം കൃതികൾ മാത്രമാണോ? കവിതകൾ, നാടകങ്ങൾ, നോവലുകൾ എന്നിവ മാത്രമാണോ സാഹിത്യം? അതോ സാഹിത്യ ചരിത്രകാരൻ തത്ത്വചിന്ത, ദൈവശാസ്ത്രം, രാഷ്ട്രീയം, ശാസ്ത്രം, വൈദ്യം തുടങ്ങിയ വിഷയങ്ങളിലെ കൃതികൾ പരിഗണിക്കണോ? ലൂയിസ് കസാമിയൻ പറഞ്ഞതുപോലെ, "തത്ത്വചിന്ത, ദൈവശാസ്ത്രം, ശാസ്ത്രത്തിന്റെ വിശാലമായ ഫലങ്ങൾ" എന്നിവ മനസ്സിലാക്കാൻ "സാഹിത്യ മേഖല" വിപുലീകരിക്കേണ്ടതുണ്ട്.

1916 നും 1928 നും ഇടയിൽ രൂപം കൊണ്ട റഷ്യൻ ഫോർമലിസ്റ്റുകളുടെ സിദ്ധാന്തങ്ങൾ സാഹിത്യചരിത്രം എഴുതുന്നതിന്റെ മൂല്യത്തെയോ സാധ്യതയെയോ ചോദ്യം ചെയ്തില്ല, എന്നാൽ സാഹിത്യത്തിന് പുറത്തുള്ള സംഭവങ്ങളാൽ സാഹിത്യ മാറ്റങ്ങൾ വിശദീകരിക്കാൻ കഴിയുമെന്ന വാദത്തെ അവർ നിഷേധിച്ചു. പകരം, അതിനുള്ളിൽ അന്തർലീനമായ വികസനത്തിന്റെ നിയമങ്ങളും സംവിധാനങ്ങളും അവർ കണ്ടെത്തി. അതേസമയം ഓരോ കലാസൃഷ്ടിയും അദ്വിതീയമായതിനാൽ സാഹിത്യചരിത്രം എഴുതാൻ ആവശ്യമായ വർഗ്ഗീകരണത്തിലേക്കും സാമാന്യവൽക്കരണത്തിലേക്കും അതിനെ ചുരുക്കാനാവില്ലെന്നായിരുന്നു ക്രോച്ചെയുടെ നിലപാടിന്റെ സാരം. ക്രോച്ചെയെ സംബന്ധിച്ചിടത്തോളം, ഒരു പാഠത്തിന്റെ പ്രത്യേകത അതിന്റെ മൂല്യത്തിന്റെയും കലയുടെയും വിഷയമാണ്. അതിനാൽ, ചില പ്രായോഗിക ആവശ്യങ്ങൾക്ക് ഉപയോഗപ്രദമായ സാഹിത്യചരിത്രം, അത് പരിഗണിക്കുന്ന ഗ്രന്ഥങ്ങളുടെ പ്രാധാന്യമില്ലാത്ത വശങ്ങൾ പ്രകടമാക്കുന്നു. അമേരിക്കൻ ന്യൂ ക്രിട്ടിസിസം സാഹിത്യ ചരിത്രത്തെ നിരാകരിച്ചു. അപനിർമ്മാണം, സാഹിത്യചരിത്രത്തിന് അതുവരെ അനിവാര്യമായ കാലഘട്ടങ്ങളിലും വിഭാഗങ്ങളിലും മറ്റ് വർഗ്ഗീകരണങ്ങളിലും ഉൾപ്പെട്ടിരിക്കുന്ന ലോജിക്കൽ അപ്പോറിയകളെ തുറന്നുകാട്ടി. കൃതികൾ സാമാന്യവൽക്കരണത്തിന് വിധേയമല്ല എന്നാണ് അപനിർമ്മാണം പറയുന്നത്.സ്ത്രീകളുടെയും കറുത്തവരുടെയും സ്വവർഗ്ഗാനുരാഗികളുടെയും വിമോചനത്തിനായുള്ള പ്രസ്ഥാനങ്ങൾ പത്തൊൻപതാം നൂറ്റാണ്ടിലെ ദേശീയ-പ്രാദേശിക സാഹിത്യചരിത്രങ്ങളെ പ്രചോദിപ്പിച്ച അതേ ഉദ്ദേശ്യങ്ങൾക്കായി സാഹി

ത്യചരിത്രങ്ങൾ സൃഷ്ടിക്കുന്നു. ഈ ഗ്രൂപ്പുകൾ സ്വത്വം, പാരമ്പര്യം, സ്വയം മനസ്സിലാക്കൽ എന്നിവയ്ക്കായി ഭൂതകാലത്തിലേക്ക് തിരിയുന്നു. അവരുടെ ചരിത്രങ്ങൾ സാധാരണയായി അവ്യക്തതയെ ഊന്നിപ്പറയുന്നില്ല, മറിച്ച് അവർ അവരുടെ സ്വന്തം സാഹചര്യം ഭൂതകാലത്തിൽ പ്രതിഫലിക്കുന്ന കൃതികൾ കണ്ടെത്തുകയും വിശദീകരിക്കുകയും ചെയ്യുന്നു. പലപ്പോഴും അത് അവരുടെ പ്രതിഷേധത്തിന്റെ ഭാഗമാണ്.പുതിയ സാഹിത്യചരിത്രങ്ങൾ പലതും ഹെർമെന്യൂട്ടിക് ഫിലോസഫി, റഷ്യൻ ഫോർമലിസം, കൾച്ചറൽ ആന്ത്രോപോളജി, സോഷ്യോളജി, കമ്മ്യൂണിക്കേഷൻസ് തിയറി, കൾച്ചറൽ സെമിയോട്ടിക്സ് എന്നിവയെ ബൗദ്ധിക ഉറവിടമായി സ്വീകരിച്ച് രൂപപ്പെട്ടതാണ്. വാക്കുകളിൽ നാം അദ്ദേഹത്തെ എടുക്കുകയാണെങ്കിൽ, ഫ്രഞ്ച് ഘടനാവാദം സാഹിത്യ ചരിത്രത്തിന്റെ പുനരുജ്ജീവനത്തിന് നേരിട്ട് സംഭാവന നൽകിയില്ല. ഘടനാവാദപരമായ ചിന്തകൾ മറ്റ് തരത്തിലുള്ള ചരിത്രത്തിലും ചരിത്രരചനയെക്കുറിച്ചുള്ള സംവാദങ്ങളിലും കാര്യമായ സ്വാധീനം ചെലുത്തി, ഈ മാതൃകകളും സംവാദങ്ങളും ആത്യന്തികമായി സാഹിത്യചരിത്രത്തിൽ അവയുടെ സ്വാധീനം ചെലുത്തുമെന്ന് ഉറപ്പാണ്. അങ്ങനെ സാഹിത്യചരിത്രം സാഹിത്യപഠനത്തിന്റെ പ്രക്ഷുബ്ധമായ കേന്ദ്രത്തിലേക്ക് എത്തിച്ചേരുന്നതിന്റെ ഒരേകദേശ ചിത്രം പെർകിൻസിന്റെ പുസ്തകം അവതരിപ്പിക്കുന്നു. പെർക്കിൻസിനു വേറിട്ട മുൻഗാമികൾ സാഹിത്യചരിത്രചിന്തകന്മാരായുണ്ട്. ബെനഡെറ്റോ ക്രോച്ചേ, ആർ.എസ്. ക്രെയിൻ, റെനെ വെല്ലക് തുടങ്ങിയവർ. ആർ.എസ്. ക്രെയിയിനിന്റെ Critical and Historical Principles of Literary History (1971), റെനെ വെല്ലക്കിന്റെ The fall of Literary History (1982) തുടങ്ങിയവ എടുത്തു പറയേണ്ട രചനകളാണ്. വാറനും വെല്ലക്കും ചേർന്ന് എഴുതിയ പുസ്തകത്തിലെ "സാഹിത്യ ചരിത്രം" എന്ന അധ്യായം "സാഹിത്യചരിത്രം എഴുതാൻ കഴിയുമോ, അതായത് സാഹിത്യപരവും ചരിത്രവുമായത് എഴുതാൻ കഴിയുമോ?" എന്നു ചോദിച്ചു കൊണ്ട് ആരംഭിക്കുന്നു. പുതിയതും പരമ്പരാഗതവുമായ സങ്കൽപ്പങ്ങളെ പരാമർശിച്ച് കൊണ്ട് പെർക്കിൻസ് പഴയ ആ ചോദ്യം വീണ്ടും ഉയർത്തുന്നു. സാഹിത്യചരിത്രം എഴുതാൻ കഴിയുമോ?.

സാഹിത്യചരിത്രം എഴുതാൻ കഴിയുമെന്ന് ഓരോ വർഷവും നൂറുകണക്കിന് പുസ്തകങ്ങളും ലേഖനങ്ങളും സാക്ഷ്യപ്പെടുത്തുന്നു. എന്നാൽ പദ്ധതിക്ക് സ്വന്തം ഉദ്ദേശ്യം നിറവേറ്റാൻ കഴിയു

മോ? ഈ ചോദ്യത്തിന് ഉത്തരം കണ്ടെത്താൻ, സാഹിത്യ ചരിത്രത്തിന്റെ ലക്ഷ്യം വ്യക്തമായി അറിഞ്ഞിരിക്കണം. ലക്ഷ്യങ്ങൾ പലതാണ്. ഭൂതകാലസാഹിത്യത്തെ ഓർമ്മിപ്പിക്കുകയാണ് ഒരു ലക്ഷ്യം. ചർച്ച ചെയ്യേണ്ടത് ഏത് രചയിതാക്കളെയും ഗ്രന്ഥങ്ങളെയും ആണെന്ന് തിരഞ്ഞെടുത്ത് അവയെ പരസ്പരം ബന്ധിപ്പിച്ചുകൊണ്ട് ഭൂതകാലത്തെ സംഘടിപ്പിക്കുകയാണ് അതിനുള്ള മാർഗ്ഗം. അവിടെ മറ്റ് അനുഭവങ്ങളൊന്നും ഉണ്ടാകില്ല. തിരഞ്ഞെടുക്കൽ, വ്യാഖ്യാനം, മൂല്യനിർണ്ണയം എന്നിവയാണ് അവിടെ നടക്കുന്നത്.എല്ലാ സാഹിത്യ ചരിത്രകാരന്മാരും ഭൂതകാലത്തെ പ്രതിനിധീകരിക്കാനും വിശദീകരിക്കാനും ശ്രമിച്ചു. അതിനെ പ്രതിനിധീകരിക്കുകയെന്നാൽ അത് എങ്ങനെയായിരുന്നുവെന്ന് പറയുകയാണ്. അത് വിശദീകരിക്കുകയെന്നാൽ എന്തുകൊണ്ടാണ് സാഹിത്യകൃതികൾ അവയുടെ സ്വഭാവം കൈവരിച്ചതെന്നും സാഹിത്യ പരമ്പര അത് സംഭവിച്ചതുപോലെ വികസിച്ചത് എന്തുകൊണ്ടാണെന്നും പറയുക എന്നതാണ്. ഈ പ്രാതിനിധ്യവും വിശദീകരണവും സാഹിത്യചരിത്രത്തിന്റെ പൊതുവായ ലക്ഷ്യങ്ങളായും, സാഹിത്യചരിത്രങ്ങളുടെ വിജയത്തെ വിലയിരുത്തുന്നതിനുള്ള മാനദണ്ഡമായും കണക്കാക്കുന്നു. സാഹിത്യചരിത്രകാരന്മാരും സൈദ്ധാന്തികരും എല്ലായ്പ്പോഴും തിരിച്ചറിഞ്ഞിട്ടുള്ളതുപോലെ, പ്രതിനിധാനവും വിശദീകരണവും ഒരിക്കലും പൂർണമാകില്ല. പ്രസക്തമായ എല്ലാ വസ്തുതകളും ഉത്തരങ്ങളും ഒരു ചരിത്രകാരന് അറിയാമെങ്കിലും, അവ ഒരു പുസ്തകത്തിൽ രേഖപ്പെടുത്താൻ കഴിയില്ല. സമ്പൂർണ്ണ സാഹിത്യചരിത്രം ഒരു സ്വപ്നം മാത്രമാണ്. അപൂർണ്ണത എത്രത്തോളം സ്വീകാര്യമാണ് എന്നതാണ് ചോദ്യം. അപൂർണ്ണമായ പ്രതിനിധാനങ്ങളും ഭാഗികമായ വിശദീകരണങ്ങളും ഒഴിവാക്കലുകളും ചേർന്ന് ഭൂതകാലത്തെ ഗുരുതരമായി വളച്ചൊടിക്കുന്നതായി സാധാരണയായി ഉന്നയിക്കപ്പെടാറില്ല. സ്വീകാര്യതയുടെ അതിർത്തി എവിടെയാണെന്നത് എപ്പോഴും മറ്റൊരു തർക്കവിഷയമാണ്. സാഹിത്യചരിത്രത്തിലെ പ്രസിദ്ധമായ രണ്ട് വിഷയങ്ങളാണ് പൂർണ്ണതയും സ്വീകാര്യതയും. വസ്തുനിഷ്ഠതയാണ് മറ്റൊരു വിഷയം. ഒരു സാഹിത്യചരിത്രം ഏതു വീക്ഷണകോണിൽ നിന്നാണ് എഴുതപ്പെടേണ്ടതെന്നതും ഒരു പ്രധാന വിഷയമാണ്. ചരിത്രകാരന്റെ വ്യക്തിത്വം, താൽപ്പര്യങ്ങൾ, മൂല്യങ്ങൾ എന്നിവയാൽ അത് നിർണ്ണയിക്കപ്പെടണം. ഷേക്സ്പിയർ നാടകങ്ങൾ എഴുതിയോ എന്ന ചോദ്യവും ഹോമർ എന്നൊ

രാൾ ഉണ്ടായിരുന്നോ എന്ന ചോദ്യവും സാഹിത്യചരിത്രകാരന്മാർ എങ്ങനെ അഭിമുഖകരിച്ചു എന്നത് പെർകിൻസ് പരിശോധിക്കുന്നു. തെളിവുകൾ അണിനിരത്തിയ ശേഷം അവർ ഉത്തരങ്ങൾ കണ്ടെത്തും. ചിലർ വ്യക്തിപരമായ മാനദണ്ഡങ്ങളാലും സ്വാധീനിക്കപ്പെടുന്നു, പ്രത്യേകിച്ച് ധാർമ്മികവും സാമൂഹികവുമായ അനുമാനങ്ങൾ. അജ്ഞാത ബാർഡുകളുടെ ഒരു ശേഖരത്തിലേക്ക് ഹോമറിനെ ലയിപ്പിക്കുന്നത് ധാർമ്മികമായി ദുർബലപ്പെടുത്തുമെന്ന് കരുതിയ നിരവധി വിക്ടോറിയൻ വിമർശകരിൽ ഒരാളാണ് ജോൺ കെബിൾ. അത്തരമൊരു നിഗമനം ഒരു സാഹിത്യചരിത്രകാരന്റെ കാഴ്ചപ്പാട് അവൻ ജീവിക്കുന്ന ലോകത്താൽ രൂപപ്പെട്ടതാണെന്ന് വ്യക്തമാക്കുന്നു.ഭൂതകാലത്തെക്കുറിച്ചുള്ള നമ്മുടെ ചിത്രം വർത്തമാനകാലത്തെപ്പോലെ മാറണം. വാൾട്ടർ ബെഞ്ചമിൻ പറയുന്നു: "പൂക്കൾ സൂര്യനിലേക്ക് തല തിരിക്കുന്നതുപോലെ, ഭൂതകാലം ചരിത്രത്തിന്റെ സ്വർഗ്ഗത്തിൽ ഉദിക്കുന്ന സൂര്യനിലേക്ക് തിരിയുന്നു." സാഹിത്യചരിത്രകാരന്മാർ ചില കാര്യങ്ങൾ കൂടുതൽ വ്യക്തമായി കാണാൻ വായനക്കാരെ സഹായിക്കുന്നു. സാധാരണഗതിയിൽ, സാഹിത്യചരിത്രകാരന്മാർ ഭൂതകാലത്തെക്കുറിച്ചുള്ള അവരുടെ വായന ഭാഗികവും താൽക്കാലികവും മാത്രമായിരിക്കുമെന്ന് നിസ്സാരമായി കരുതുന്നുണ്ടെങ്കിലും അവർക്ക് അറിവ് വർദ്ധിപ്പിക്കാൻ കഴിയുമെന്ന് വിശ്വസിക്കുന്നു. "സ്രോതസ്സുകൾക്ക്," റെയ്ൻഹാർട്ട് കോസെല്ലെക്ക് പറയുന്നതുപോലെ, "വീറ്റോയുടെ അധികാരമുണ്ട്. ഉറവിടങ്ങളുടെ അടിസ്ഥാനത്തിൽ തെറ്റായതോ വിശ്വസനീയമല്ലാത്തതോ ആയ വ്യാഖ്യാനങ്ങൾ കാണിക്കുന്നതിനോ അല്ലെങ്കിൽ അംഗീകരിക്കുന്നതിനോ അവ നമ്മെളെ വിലക്കുന്നു." ഭൂതകാലത്തിന്റെ ഓരോ പുതിയ പതിപ്പും, അത് ഒരു വിശ്വസനീയമായ പതിപ്പായിരിക്കുന്നിടത്തോളം, ഒരു നേട്ടമായി കാണാൻ കഴിയും. ഓരോ ചരിത്രവും കൃത്യമായ വിവരങ്ങളുടെയും ന്യായമായ വ്യാഖ്യാനങ്ങളുടെയും നിക്ഷേപം ബാക്കിവയ്ക്കുന്നു, മറ്റ് മുൻ ചരിത്രങ്ങളുടെ നിക്ഷേപങ്ങൾക്കൊപ്പം അടുത്തത് സമന്വയിപ്പിക്കുകയും ചെയ്യാം.പോസിറ്റിവിസ്റ്റ് ചരിത്രരചനയുടെ വിശ്വാസം, ഭൂതകാലത്തെക്കുറിച്ചുള്ള നമ്മുടെ ധാരണ മാറുന്നത് അത് മാറിക്കൊണ്ടിരിക്കുന്ന വർത്തമാനത്തെ പ്രതിഫലിപ്പിക്കുന്നതുകൊണ്ടു മാത്രമല്ല, ഭൂതകാലത്തെക്കുറിച്ച് നമുക്ക് നിരന്തരം അറിയാവുന്നതുകൊണ്ടും കൂടി ആണെന്ന് നമ്മെ ഓർമ്മിപ്പിക്കുന്നു. സാഹിത്യചരിത്രങ്ങളുടെ മൂല്യം വിവരദായകമോ

സൗന്ദര്യാത്മകമോ മാനവികമോ രാഷ്ട്രീയമോ ആകാം. മറ്റൊരു വിധത്തിൽ പറഞ്ഞാൽ, അവർ ഭൂതകാലത്തെ കുറിച്ചുള്ള വിവരങ്ങൾ അവതരിപ്പിക്കുകയോ നമ്മുടെ രൂപബോധത്തെയും ഭാവനയെയും ആകർഷിക്കുകയോ ജ്ഞാനത്തിനായുള്ള നമ്മുടെ വിശപ്പ് തൃപ്തിപ്പെടുത്തുകയോ നമ്മുടെ രാഷ്ട്രീയ പ്രതിബദ്ധതകളെയും പ്രത്യയശാസ്ത്രങ്ങളെയും ശക്തിപ്പെടുത്തുകയോ ചെയ്തേക്കാം, പക്ഷേ അവ അറിവായിരിക്കില്ല. സാഹിത്യചരിത്രകാരൻ പ്രസക്തമായ വിവരങ്ങൾ അന്വേഷിക്കുകയും പരിശോധിക്കുകയും വേണം, പ്രസ്താവനകൾ യുക്തിസഹമായി യോജിപ്പിക്കണം, വിധിന്യായങ്ങൾക്ക് പിന്തുണ നൽകണം. ചരിത്രപരമായ വ്യാഖ്യാനങ്ങൾക്കും വിശദീകരണങ്ങൾക്കും അവ നിർമ്മിക്കപ്പെടുന്ന കാലത്തെയും സ്ഥലത്തെയും മറികടക്കാൻ കഴിയില്ല. വിശ്വസനീയമായ വിശദീകരണമായിരിക്കണം സാഹിത്യചരിത്രത്തിന്റെ ലക്ഷ്യം. വിശ്വസനീയതയ്ക്കായുള്ള ശ്രമം കഠിനവും സ്വയം തിരുത്തുന്നതുമായിരിക്കണം.സാഹിത്യചരിത്രം സാധ്യമാണോ എന്ന ചോദ്യം യഥാർത്ഥത്തിൽ ഒരു സാഹിത്യ ഭൂതകാലത്തിന്റെ ഏതെങ്കിലും നിർമ്മാണത്തിന് നമ്മുടെ ഇന്നത്തെ വിശ്വാസ്യതയുടെ മാനദണ്ഡങ്ങൾ പാലിക്കാൻ കഴിയുമോ എന്നതാണ്. സാഹിത്യചരിത്രം തിരഞ്ഞെടുക്കൽ, സാമാന്യവൽക്കരണം, സംഘാടനം, കാഴ്ചപ്പാട് എന്നിവ ഉൾക്കൊള്ളുന്നു. അത് പ്രതിനിധീകരിക്കാൻ തിരഞ്ഞെടുക്കുന്നത് അത് വിവരിക്കുന്നതായി കരുതപ്പെടുന്ന ഭൂതകാലത്തിന്റെ വിവരണത്തിലെ ചില ഗ്രന്ഥങ്ങളും പ്രസക്തമായ സംഭവങ്ങളും മാത്രമാണ്; അത് ഇവയെ പൊതുസ്വഭാവങ്ങളാക്കി ശേഖരിക്കുന്നു. ഉദാഹരണം റൊമാന്റിസിസം. അതിനു നേർക്ക് ഒരു വീക്ഷണം സ്വീകരിക്കുന്നു. ഒരു കാലത്തെയും സ്ഥലത്തെയും പ്രതിനിധീകരിക്കുന്ന സാഹിത്യകൃതികളുടെ സ്വഭാവങ്ങളും അവയുടെ സ്വീകരണവും മാത്രമേ ചരിത്രപരമായ പൊതുവൽക്കരണത്തിന് വിഷയമാക്കാൻ കഴിയു. അവയ്ക്കേ സാഹിത്യചരിത്രത്തിലേക്ക് പ്രവേശിക്കാനും കഴിയൂ.

ഡേവിഡ് പെർകിൻസ് ചർച്ച ചെയ്യുന്ന മറ്റു വിഷയങ്ങൾ ആഖ്യാനസാഹിത്യചരിത്രത്തിന്റെ സവിശേഷതകൾ, സാഹിത്യവർഗീകരണമാനദണ്ഡങ്ങൾ, സാഹിത്യചരിത്രത്തിന്റെ ധർമ്മങ്ങൾ തുടങ്ങിയവയാണ്. ആഖ്യാനചരിത്രം നന്നായി അംഗീകരിക്കപ്പെട്ട രൂപമാണെങ്കിലും, സാഹിത്യചരിത്രത്തെ നാം സാധാരണയായി ആഖ്യാനമായി കരുതുന്നില്ല. എന്നിരുന്നാലും, സാഹിത്യ

ചരിത്രം ആഖ്യാനത്തിന്റെ അവശ്യ മാനദണ്ഡങ്ങൾ നിറവേറ്റിയേക്കാം, കാരണം അത് ഒരു അവസ്ഥയിൽ നിന്ന് മറ്റൊരു അവസ്ഥയിലേക്കുള്ള കാലക്രമേണയുള്ള പരിവർത്തനത്തെ പലപ്പോഴും വിവരിച്ചേക്കാം, കൂടാതെ ഒരു ആഖ്യാതാവ് ഈ പരിവർത്തനം വിവരിക്കുകയും ചെയ്യുന്നു. സാഹിത്യചരിത്രത്തിന് ഒരു സാഹിത്യകൃതിയുടെ ഘടനയും താൽപ്പര്യവും ഉണ്ടായിരിക്കും. എല്ലാ പരമ്പരാഗത ആഖ്യാനങ്ങളെയും പോലെ, ആഖ്യാനസാഹിത്യചരിത്രം ഒരു പരിവർത്തനത്തിലൂടെ കടന്നുപോകുന്ന ഒരു ഉണ്മ അല്ലെങ്കിൽ നായകനെ അവതരിപ്പിക്കുന്നു. ഒരു സാഹിത്യ ചരിത്രത്തിൽ, നായകൻ ഒരു വ്യക്തിയാകാൻ കഴിയില്ല, മറിച്ച് ഒരു സാമൂഹിക വ്യക്തിയോ അനുയോജ്യമായ വിഷയമോ മാത്രമാണ്. പക്ഷപാതവും ലളിതവൽക്കരണവും സാഹിത്യചരിത്രങ്ങളിൽ വളരെ സാധാരണമാണ്. അക്കാദമിക് വിമർശകരെന്ന നിലയിലുള്ള പരിശീലനവും നിലവാരവും സാഹിത്യ ചരിത്രകാരന്മാരിൽ നിന്നും കൂടുതൽ സമതുലിതമായ സമീപനം പ്രതീക്ഷിക്കാൻ ഇടയാക്കുന്നു. സാഹിത്യരൂപങ്ങളുടെ ചരിത്രം ഒരുപക്ഷേ ഉത്ഭവം, അവ്യക്തത, അവഗണന, തിരിച്ചറിവ്, സംഘർഷം, ആധിപത്യം, പിന്തുടർച്ച, സ്ഥാനഭ്രംശം, തകർച്ച മുതലായവയുടെ രൂപകങ്ങളിൽ എഴുതപ്പെട്ടിരിക്കണം. സാഹിത്യ ചരിത്രത്തെ ഈഡിപ്പൽ പോരാട്ടമായി വ്യാഖ്യാനിക്കുന്ന ഹരോൾഡ് ബ്ലൂമിന്റെ സിദ്ധാന്തങ്ങൾ തന്നെ പലപ്പോഴും ഈഡിപ്പൽ സംഘർഷങ്ങളുടെ പ്രൊജക്ഷൻ ആയി വ്യാഖ്യാനിക്കപ്പെടുന്നു. ആഖ്യാനസാഹിത്യചരിത്രം ആഗ്രഹങ്ങളാൽ രൂപപ്പെട്ടതാണെന്നതാണ് ഡേവിഡ് പെർകിൻസിന്റെ ആശയം. ഭൂതകാലത്തിന്റെ വിവരണമെന്ന നിലയിൽ അതിന്റെ വിശ്വസനീയതയെ സംശയിക്കണം. ആഖ്യാന സാഹിത്യ ചരിത്രത്തിന് ഒരു ഇതിവൃത്തം ഉണ്ടായിരിക്കണം. സാഹിത്യ ചരിത്രത്തിന്റെ ആരംഭം ഒരു നദിയുടെ ഒഴുക്കിന് കുറുകെ വരച്ച ഒരു വരയാണ്. "ചരിത്രകാരൻ തിരഞ്ഞെടുത്ത പുറപ്പാടിന്റെ സ്ഥാനം എപ്പോഴും ഏകപക്ഷീയവും യാദൃശ്ചികവുമാണെന്ന് വിശേഷിപ്പിക്കപ്പെടണം. അയാൾ തന്റെ സഹജാവബോധത്തിലും വിമർശനാത്മക ശേഷിയിലും വിശ്വസിക്കണം. അല്ലെങ്കിൽ, അയാൾ ഒരിക്കലും ഒരു തുടക്കമിടുകയില്ല.കഥയുടെ തുടക്കത്തിന് തൊട്ടുമുമ്പുള്ള അവസ്ഥയെ സംഗ്രഹിച്ച് വിവരിക്കുന്നത് സാഹിത്യ ചരിത്രങ്ങളിൽ സാധാരണമാണ്. അത് ചുരുക്കി പറയേണ്ടതിനാൽ, ശൈലികളുടെയും പ്രവണതകളുടെയും വൈവിധ്യം പരിശോ

ധിച്ചു ചെയ്യാൻ കഴിയില്ല. ഉദ്ഘാടന മുഹൂർത്തത്തിനു ശേഷമുള്ള സംഭവങ്ങൾ, എന്നിരുന്നാലും, ദീർഘമായി വിവരിച്ചിരിക്കുന്നു, അതിനാൽ അവയുടെ വൈവിധ്യം രേഖപ്പെടുത്താൻ കഴിയും. വാസ്തവത്തിൽ, ആഖ്യാനപരമായതിനാൽ, ഒരു കഥയായി പറഞ്ഞിരിക്കുന്നിടത്തോളം, തുടക്കവും ഒടുക്കവും സംഘർഷവും ആവശ്യമാണ്. കാലയളവ് ദീർഘമായി വിവരിക്കണമെങ്കിൽ, അത് വിവിധമോ വൈവിധ്യപൂർണ്ണമോ ആയിരിക്കണം. സാധാരണയായി ഒരു സാഹിത്യചരിത്രത്തിന്റെ ഒടുക്കം തുടക്കത്തിന്റെ അതേ അർത്ഥത്തിൽ കൃത്രിമമാണ്. മൂന്ന് ഘട്ടങ്ങളിലായാണ് ഒരു ആഖ്യാന ചരിത്രം നിർമ്മിച്ചിരിക്കുന്നതെന്ന് ഹെയ്ഡൻ വൈറ്റ് വാദിക്കുന്നു. ഒരു സാഹിത്യ ചരിത്രം സൃഷ്ടിക്കുന്നതിനുള്ള ആദ്യ ഘട്ടം ഒരു ക്രോണിക്കിൾ ഉണ്ടാക്കുക എന്നതാണ്, അതായത്, കൃതികളും മറ്റ് സംഭവങ്ങളും കാലക്രമത്തിൽ പട്ടികപ്പെടുത്തുക എന്നതാണ്. അത് പ്രസക്തമായ സമയ പരിധിക്കുള്ളിൽ വരുന്നു. രണ്ടാം ഘട്ടത്തിൽ, സാഹിത്യ ചരിത്രകാരൻ ക്രോണിക്കിളിനുള്ളിൽ ഒരു കഥ രൂപപ്പെടുത്തണം. ഇതിൽ ഒരു ഹീറോ അല്ലെങ്കിൽ യുക്തിപരമായ വിഷയം തിരഞ്ഞെടുക്കുന്നത് ഉൾപ്പെടുന്നു, അതിൽ മാറുന്ന ഭാഗ്യം ഉണ്ടാകുന്നു. മൂന്നാം ഘട്ടത്തിൽ, രചയിതാവ് തന്റെ കഥ ഉപയോഗിക്കണം; മറ്റൊരു വിധത്തിൽ പറഞ്ഞാൽ, വായനക്കാരന് ഇതിനകം പരിചിതമായ ചില ആദിരൂപങ്ങൾ ഉപയോഗിച്ച് അദ്ദേഹം അതിനെ തിരിച്ചറിയണം, അതുവഴി വായനക്കാരൻ അത് ഒരു പ്രത്യേക തരത്തിലുള്ള കഥയായി അംഗീകരിക്കും.

ആഖ്യാന സാഹിത്യ ചരിത്രങ്ങളുടെ പരാജയകാരണങ്ങൾ പെർകിൻസ് വ്യക്തമാക്കുന്നുണ്ട്. ഉദ്വേഗജനകമായ സംഭവങ്ങളും, കൗതുകമുണർത്തുന്ന കഥാപാത്രങ്ങളും, സംശയാസ്പദമായ ഇതിവൃത്തങ്ങളും നൽകാൻ സാഹിത്യ ചരിത്രങ്ങൾക്ക് സാധാരണഗതിയിൽ കഴിയില്ല. സാഹിത്യചരിത്രങ്ങളിലെ വ്യാഖ്യാനത്തിന്റെ അളവ് രണ്ടാമത്തെ കാരണമാണ്, മൂന്നാമത്തെ കാരണം വർത്തിക്കുന്നത് ആഖ്യാന സാഹിത്യചരിത്രത്തിന്റെ പരിസമാപ്തിയിലാണ്.സാഹിത്യചരിത്രത്തിലെ ആഖ്യാനത്തിന്റെ ധർമ്മം വിശദീകരണമാണെന്ന് പെർക്കിൻസ് പറയുന്നു. മിക്ക ആഖ്യാന സാഹിത്യചരിത്രവും വ്യാഖ്യാനത്തിന്റെ ഭാരമുള്ളതാണ്. ഇതിന്റെ കാരണം ഭാഗികമായി സാഹിത്യ ചരിത്രത്തിൽ സാഹിത്യ നിരൂപണവും ഉൾപ്പെടുന്നു എന്നതാണ്. സാഹിത്യ സൃഷ്ടികൾക്ക് വ്യക്തമായും, സാഹിത്യ ചരിത്രത്തിന്റെ ഉറവിടങ്ങൾ എന്ന നിലയിൽ അവ

യുടെ മൂല്യത്തെ മറികടക്കുന്ന ഒരു മൂല്യമുണ്ട്. വർഗ്ഗീകരണം സാഹിത്യ ചരിത്രത്തിന്റെ പഠനത്തിന് അടിസ്ഥാനപരമാണ്. വർഗ്ഗീകരണങ്ങൾ സാംസ്കാരിക ലോകത്തെ മാപ്പ് ചെയ്യുന്നു. യുഎസിലെ കറുത്തവരുടെ സാഹിത്യം ഒരു പ്രത്യേക ടാക്സോണമിക് യൂണിറ്റാകാം, അല്ലെങ്കിൽ അത് വെള്ളക്കാരുടെ സാഹിത്യവുമായി സംയോജിപ്പിക്കാം. വർഗ്ഗീകരണങ്ങൾ നമ്മുടെ ദേശീയവും വ്യക്തിപരവുമായ സ്വത്വബോധത്തെ രൂപപ്പെടുത്തുന്നു വർഗ്ഗീകരണം ഒരു ഓറിയന്റേഷൻ കൂടിയാണ്, വിമർശനത്തിന്റെ ഒരു പ്രവൃത്തിയാണ്. ഗ്രന്ഥകാരന്മാരെയോ കൃതികളെയോ വലിയ യൂണിറ്റുകളായി കാലഘട്ടങ്ങൾ, വിഭാഗങ്ങൾ, പാരമ്പര്യങ്ങൾ, കളരികൾ, പ്രസ്ഥാനങ്ങൾ, എന്നിങ്ങനെ ക്രമീകരിക്കുന്ന പ്രക്രിയയെ സൂചിപ്പിക്കാൻ വർഗീകരണം എന്ന സംജ്ഞ ഉപയോഗിക്കുന്നു. വർഗ്ഗീകരണം അത്തരത്തിലുള്ള ഒരു യൂണിറ്റ് അല്ലെങ്കിൽ അവയുടെ സമന്വയമാണ്. സാഹിത്യ വർഗ്ഗീകരണങ്ങൾക്ക് ചരിത്രപരമായ യാഥാർത്ഥ്യങ്ങളുമായി പൊരുത്തപ്പെടാൻ കഴിയുമോ എന്ന ചോദ്യത്തിൽ മാത്രം ചർച്ച പരിമിതപ്പെടുത്തരുത്. കാലഘട്ടങ്ങൾ, വിഭാഗങ്ങൾ, പാരമ്പര്യങ്ങൾ, പ്രസ്ഥാനങ്ങൾ എന്നിവയുമായി ബന്ധപ്പെട്ട് വർഗീകരണ വാദത്തിന്റെ നിബന്ധനകൾ തികച്ചും സമാനമല്ല.റഷ്യൻ ഫോർമലിസ്റ്റുകളുടെയും ചെക്ക് സ്ട്രക്ചറലിസ്റ്റുകളുടെയും ആശയങ്ങൾ സ്വീകരിച്ചുകൊണ്ട് റെനെ വെല്ലെക്, ഒരു കാലഘട്ടം സൃഷ്ടിക്കുന്നത് "സാഹിത്യ മാനദണ്ഡങ്ങളുടെയും മാതൃകകളുടെയും സമ്പ്രദായങ്ങളുടെയും" പ്രബലമായ ഒരു വ്യവസ്ഥയാണെന്ന് വാദിച്ചു. അങ്ങനെ വെല്ലെക്ക് കാലഘട്ടങ്ങളുടെ വസ്തുനിഷ്ഠതയും ആപേക്ഷികമായ ഐക്യവും ഉറപ്പാക്കി. അതോടൊപ്പം അവയ്ക്കുള്ളിൽ ഒരു പരിധിവരെ വൈവിധ്യവും പോരാട്ടവും അനുവദിച്ചു.നിലവിൽ, കാലഘട്ടങ്ങളെ ആവശ്യമായ ഫിക്ഷനുകളായി പാർകിൻസ് കണക്കാക്കുന്നു. അവ അനിവാര്യമാണ്. തീർച്ചയായും, സാഹിത്യ ചരിത്രകാരൻ തരംതിരിക്കേണ്ടതുണ്ട്. അല്ലാത്തപക്ഷം വായനക്കാർ ബന്ധമില്ലാത്ത വിശദാംശങ്ങളുടെ ഒരു കൂട്ടത്തിലേക്ക് മുങ്ങുകയും അവ മനസ്സിലാക്കാനുള്ള എല്ലാ സാധ്യതയും നഷ്ടപ്പെടുത്തുകയും ചെയ്യുന്നു. എന്നാൽ വർഗീകരണം ചരിത്രപരമായ യാഥാർത്ഥ്യങ്ങളുമായി പൊരുത്തപ്പെടുന്നുണ്ടെന്ന് വിശ്വസിക്കരുത്. ഒരു സാഹിത്യചരിത്രം എഴുതുമ്പോൾ, വസ്തുക്കളുടെ "നിശ്ചിതമായ വിഭജനം" അംഗീകരിക്കണം, എന്നാൽ "അന്വേഷണത്തിന്റെ ഗതിയിലോ അവസാനത്തിലോ" വിഭജനം "അനുയോ

ജ്യമായി" തോന്നുന്നില്ലെങ്കിൽ അത് ഉപേക്ഷിക്കുകയോ പുനഃക്രമീകരിക്കുകയോ ചെയ്യണം.

സാഹിത്യചരിത്രത്തിന്റെ ധർമ്മം ചരിത്രത്തിന്റെ ധർമ്മത്തിന് സമാനമാകാൻ കഴിയില്ല. ചരിത്രത്തിൽ നിന്നോ ചരിത്രപരമായ സാമൂഹ്യശാസ്ത്രത്തിൽ നിന്നോ വേർതിരിച്ചറിയാൻ കഴിയാത്ത ഒരു തരം സാഹിത്യചരിത്രം ഉണ്ടെന്ന് ഉറപ്പാണ്. പോൾ വെയ്ൻ അതിനെ "സാഹിത്യജീവിതത്തിന്റെയും അഭിരുചിയുടെയും ചരിത്രം" എന്ന് വളരെ സമർത്ഥമായി വിവരിക്കുന്നു: ആരാണ് വായിച്ചത്, ആരാണ് എഴുതിയത്? എന്താണ് വായിച്ചത്? സാഹിത്യത്തിന്റെയും എഴുത്തുകാരുടെയും സങ്കൽപ്പം എന്തായിരുന്നു? സാഹിത്യകാരന്മാർ സ്വീകരിച്ച ആചാരങ്ങൾ, ധർമ്മങ്ങൾ, പാതകൾ എന്തൊക്കെയായിരുന്നു? അവരുടെ ജീവിതവും അവർ സൃഷ്ടിച്ച, പുതുമകകളും ഏത് എഴുത്തുകാരാലാണ് അനുകരിക്കപ്പെട്ടത്? മിക്ക സാഹിത്യചരിത്രങ്ങളിലും ഇത്തരത്തിലുള്ള വിവരങ്ങൾ ഉൾപ്പെടുന്നു, പക്ഷേ അത് അവരുടെ പ്രധാന ആശങ്കയല്ല. അങ്ങനെയാണെങ്കിൽ, അവർക്ക് സാഹിത്യ വായനക്കാരോട് വലിയ താൽപ്പര്യമുണ്ടാകില്ല. സാഹിത്യ ചരിത്രം ചരിത്രത്തിൽ നിന്ന് വ്യത്യസ്തമാണ്, കാരണം അത് പരിഗണിക്കുന്ന കൃതികൾക്ക് ചരിത്രത്തിന്റെ ഭാഗമായി അവയുടെ പ്രാധാന്യത്തിൽ നിന്ന് തികച്ചും വ്യത്യസ്തവും പലപ്പോഴും അതിരുകടന്നതുമായ മൂല്യമുണ്ടെന്ന് തോന്നുന്നു. മറ്റൊരു വിധത്തിൽ പറഞ്ഞാൽ, സാഹിത്യ ചരിത്രവും സാഹിത്യ വിമർശനമാണ്. ഭൂതകാലത്തെ പുനർനിർമ്മിക്കുകയും മനസ്സിലാക്കുകയും ചെയ്യുക എന്നതു മാത്രമല്ല അതിന്റെ ലക്ഷ്യം, കാരണം അതിന് ഒരു അവസാനമുണ്ട്. മറിച്ച്, സാഹിത്യകൃതികളെ പ്രകാശിപ്പിക്കുക എന്നതാണ്. സാഹിത്യ ചരിത്രത്തിന്റെ ധർമ്മം ഭാഗികമായി അത് വായനയിൽ ചെലുത്തുന്ന സ്വാധീനത്തിലാണ് കുടികൊള്ളുന്നത്. സാഹിത്യകൃതികൾ വിശദീകരിക്കാനും മനസ്സിലാക്കാനും ആസ്വദിക്കാനും ആഗ്രഹിക്കുന്നതിനാലാണ് പലരും സാഹിത്യ ചരിത്രം എഴുതുന്നത്. മുൻകാല എഴുത്തുകാരിൽ ഏറ്റവും മികച്ചവരിൽ ശ്രദ്ധ കേന്ദ്രീകരിക്കുകയും അവരിൽ നിന്ന് പ്രചോദനം തേടുകയും ചെയ്യുന്ന സാഹിത്യ ചരിത്രത്തിന്റെ വിഭാഗവുമായ നീഷെയുടെ സ്മാരക ചരിത്രം യോജിക്കുന്നു. സാഹിത്യത്തോടുള്ള അതിന്റെ സമീപനത്തെ ഹ്യൂമനിസ്റ്റ് എന്ന് വിളിക്കാം. മഹത്തായ കൃതികളിൽ മാത്രം വസിക്കുന്ന സ്മാരക സാഹിത്യ ചരിത്രങ്ങൾ വിരളമാണ്. വിമർശനാത്മകസാഹിത്യച

രിത്രം ചരിത്രവീക്ഷണത്തെ മനഃപൂർവം നിരാകരിക്കുന്നു. രണ്ടും ഭൂതകാലത്തോട് ബോധപൂർവം "അനീതി" കാണിക്കുന്നു. ഭൂതകാല സാഹിത്യത്തെ അത് ഉൽപ്പാദിപ്പിച്ച കാലവും സ്ഥലവുമായി ബന്ധപ്പെടുത്തുന്നില്ല, എന്നാൽ ഈ സാഹിത്യത്തെ തിരഞ്ഞെടുക്കുകയും വിലയിരുത്തുകയും ചെയ്യുന്നത് വർത്തമാനകാല കാഴ്ചപ്പാടിൽ നിന്നും അതിന്റെ ആവശ്യങ്ങളിൽ നിന്നുമാണ്.

സമൂഹത്തിന്റെയും സ്വത്വത്തിന്റെയും വികാരങ്ങളെ പിന്തുണയ്ക്കുക എന്നതായിരുന്നു പല സാഹിത്യ ചരിത്രങ്ങളുടെയും ധർമ്മം. ഇംഗ്ലീഷ് സാഹിത്യത്തിന് ഒരു പാരമ്പര്യവും കാനോനും ഉണ്ടെന്നും അവ തന്റെ കാലത്ത് ഇംഗ്ലണ്ടിന്റെ ഭാഷ, മതം, ധാർമ്മികത, രാഷ്ട്രീയം എന്നിവ സൃഷ്ടിക്കാൻ സഹായിക്കുന്നുവെന്നും വില്യം വേഡ്സ്വർത്ത് വിശ്വസിക്കുന്നു. ഷേക്സ്പിയറും മിൽട്ടനും ഇപ്പോഴും നമ്മോട് സംസാരിക്കുകയാണെങ്കിൽ, കാരണം, അവർ നമ്മുടെ സമകാലിക നാഗരികതയെ രൂപപ്പെടുത്തുന്നതിന്റെ ഘടകങ്ങളാണ്. പാരമ്പര്യത്തെയും അതിന്റെ പ്രവർത്തനത്തെയും കുറിച്ചുള്ള വേഡ്സ്വർത്തിന്റെ വീക്ഷണം പല സാഹിത്യചരിത്രകാരന്മാരും പങ്കിടുന്നു. ഈ വീക്ഷണത്തിൽ, സാഹിത്യത്തിന്റെ ചരിത്രം, അത് ഒരു രാജ്യത്തിന്റെ, വർഗത്തിന്റെ, പ്രദേശത്തിന്റെ വംശം, അല്ലെങ്കിൽ ലിംഗഭേദത്തിന്റെ സാഹിത്യമായാലും, നമ്മൾ വ്യക്തിഗതമായും ഒരു സമൂഹമെന്ന നിലയിലും ആരാണെന്ന് പഠിപ്പിക്കാൻ സഹായിക്കും. വിമർശനാത്മകവും സ്മാരകപരവും പൗരാണികവുമായ സാഹിത്യചരിത്രങ്ങൾ ഭൂതകാലത്തെ തെറ്റായി പ്രതിനിധീകരിച്ച് അവരുടെ പ്രവർത്തനങ്ങൾ നിറവേറ്റുന്നു. ഭൂതകാലത്തെ യഥാർത്ഥത്തിൽ ചിത്രീകരിക്കാൻ സാഹിത്യചരിത്രത്തിന് കഴിയില്ല എന്നത് ശരിയാണെങ്കിൽ, വസ്തുനിഷ്ഠമായ പ്രതിനിധാനം അതിന്റെ പ്രവർത്തനമാകാൻ സാധ്യതയില്ല എന്നു പെർകിൻസ് വാദിക്കുന്നു. അതിനാൽ, ഭൂതകാലത്തെക്കുറിച്ചുള്ള ഉപയോഗപ്രദമായ ഫിക്ഷനുകൾ സൃഷ്ടിക്കുക എന്നതാണ് സാഹിത്യചരിത്രത്തിന്റെ പ്രവർത്തനം എന്ന് വിലയിരുത്താം. സാഹിത്യചരിത്രം ഒരു കൃതിയെ ഒരു കൂട്ടം കൃതികളുടെ ഭാഗമായി വീക്ഷിക്കുന്നു, ഒരു ആഖ്യാനത്തിനുള്ളിൽ അവയിൽ പല കൃതികളും സംവിധാനങ്ങളും അടങ്ങിയിരിക്കാം. സാഹിത്യചരിത്രത്തിന്റെ ഒരു ധർമ്മം ഭൂതകാല സാഹിത്യത്തെ അകലത്തിൽ സജ്ജമാക്കുകയും അതിന്റെ അപരത്വം അനുഭവിക്കുകയും ചെയ്യുക എന്നതാണ്.

OO

സാഹിത്യചരിത്രരചന:
പരികല്പനകളും പ്രതിനിധാനങ്ങളും

ഡോ. വി. അനീഷ്കുമാർ

വീണ്ടെടുപ്പുകളുടെയും വീണ്ടുവിചാരങ്ങളുടെയും പുന:പരിശോധനകളുടെയും ചരിത്രാവർത്തനങ്ങളാണ് സാഹിത്യചരിത്രരചനയിലൂടെ പുനർനിർമ്മിക്കപ്പെടുന്നത്. തീവ്രമായ അന്വേഷണത്വരയും ഗവേഷണ മുന്നേറ്റവും പരന്ന വായനയും ആവശ്യപ്പെടുന്ന പ്രതിജ്ഞാബദ്ധമായ ഒരു എഴുത്തുകാരന്റെ വെളിപാടുകളായാണ് അവ സാഹിത്യത്തിൽ പ്രത്യക്ഷപ്പെടുന്നത്. എക്കാലത്തും വൈജ്ഞാനിക മേൽക്കോയ്മയുടെ പൊതുമണ്ഡലങ്ങളിലാണ് സാഹിത്യചരിത്രത്തിന്റെ സ്ഥാനം. ജീവരാശി പ്രതിനിധാനം ചെയ്യുന്ന സാംസ്കാരിക ഇടങ്ങളുടെ അടയാളപ്പെടുത്തലുകളായും വിമർശനപാഠങ്ങളായും വസ്തുനിഷ്ഠമായ അവതരണങ്ങളായും അവ ഭാവുകത്വവായനയുടെ സ്വതന്ത്ര പാഠാനുഭവങ്ങളായി മാറുന്നു. ജീവിതത്തെ സംബന്ധിക്കുന്ന നവ്യാനുഭവങ്ങളായിത്തീരുന്ന പ്രതിനിധാനവായനയുടെ ഭാവപരിസരത്തിനുള്ളിലാണ് സാഹിത്യചരിത്രം അതിന്റെ നിലനിൽപ്പ് സാധ്യമാക്കുന്നത്. ഒരു കാലഘട്ടത്തിന്റെ ചരിത്രമായും, ചരിത്രനിർമ്മിതിയിലെ സംഭവപാഠങ്ങളായും, പാഠത്തിനുള്ളിലെ ജീവിതദർശനങ്ങളായും മാറുന്ന സാഹിത്യവിചാരങ്ങളുടെ ആന്തരസംവാദങ്ങളാണ് സാഹിത്യചരിത്രത്തെ സ്വതന്ത്ര സാഹിത്യാനുഭവങ്ങളെ സംബന്ധിക്കുന്ന അതിർത്തികൾക്ക് തീർപ്പുകൾ കൽപ്പിക്കുന്ന/ വിലയിരുത്തലുകൾ നടത്തുന്ന ഒരു സ്വതന്ത്ര ഭൂമികയാണ് സാഹിത്യചരിത്രത്തിന്റെ ആഖ്യാനമണ്ഡലം. ഒരു ജനത സ്വന്തം ഭൂതകാലത്തെ വർത്തമാനകാലത്തിൽ പ്രതിഷ്ഠിക്കാനുള്ള ശ്രമഫലങ്ങളായാണ് അത് ആധുനിക വായനയിൽ തിരിച്ചറിയപ്പെട്ടത്. ആഖ്യാനത്തിനും വായനയ്ക്കും വസ്തുനിഷ്ഠത, സമഗ്രത, മൗലികത, ദർശനാവബോധം, വിവേചന സമസ്യകൾ, (അതി)ജീവനസാഹചര്യങ്ങൾ, മൂല്യവിചാരങ്ങൾ എന്നിവയെ ക്രമപ്പെടുത്തുന്ന അടിസ്ഥാനശിലകളാണ് ചരിത്രവും

അതിലൂടെയുള്ള സാഹിത്യദർശനങ്ങളും. ഇവിടെ ആഖ്യാനകാരനല്ല മറിച്ച് ദേശീയ/ദേശ്യ ഭാഷാക്രമങ്ങളാണ് ഓരോ സാഹിത്യചരിത്രരചനകളുടെയും നിർമ്മിതിയ്ക്ക് ആധാരമാകുന്നത്. ഭാഷയുടെ അതിർത്തികളെയും സ്വീകാര്യതകളെയും മൗലികബോധങ്ങളെയും നിജപ്പെടുത്തുന്ന ആധാരശിലകളാണിവ. എന്താണ് സാഹിത്യം? ആരാണ് സാഹിത്യകാരൻ? എന്നിങ്ങനെയുള്ള വിലയിരുത്തലുകളിലല്ല; മറിച്ച് ആഖ്യാനപാഠത്തിലെ ജീവിതാനുഭവങ്ങൾ എന്നത് അതു ഉൾക്കൊള്ളുന്ന/നിലകൊള്ളുന്ന ജീവിതസാംഗത്യങ്ങൾക്ക് എത്രമാത്രം അനുരൂപമാണ് എന്ന ചിന്തയുടെ ബോധമണ്ഡലത്തിനുള്ളിലാണ് സാഹിത്യപാഠാനുഭവങ്ങൾ തീവ്രരാഷ്ട്രീയപ്രശ്നമായി മാറുന്നത്. ചരിത്രപരതയുടെ സ്ഥിതിഗതികളെ ക്രമപ്പെടുത്തുന്ന ക്രിയാവിശേഷമാണ് സാഹിത്യചരിത്രരചനയ്ക്കുള്ളിലെ രാഷ്ട്രീയവായനയെ പരിപോഷിപ്പിക്കുന്നത്. അതിനാലാണ് സാഹിത്യം അപരത്വത്തെ അറിയാനുള്ള ഇടനിലകളാണ് സമ്മാനിക്കുന്നതെന്ന് സോക്രട്ടീസും അരിസ്റ്റോട്ടിലും പിൽക്കാല ചിന്തകന്മാരും വിലയിരുത്തിയത്. ഇവയെല്ലാം പ്രതിനിധാനവായനയുടെ വിമർശനരാഷ്ട്രീയത്തെ കേന്ദ്രീകരിച്ചുകൊണ്ടാണ് മുന്നേറുന്നത്. അങ്ങനെ സഹജാവബോധവും അവയുടെ ചരിത്രവും ആന്തരിക വിശകലനങ്ങൾക്ക് വിധേയമായി (സാഹിത്യ)ചരിത്രവിജ്ഞാനീയ നിർമ്മിതികൾക്ക് മുതൽ ക്കൂട്ടാകുന്നു.

ഏതു സാഹിത്യരചനയുടെയും/വായനയുടെയും പിന്നിലെ ആന്തരികപ്രേരണ/ലക്ഷ്യം എന്നത് ആസ്വാദനം തന്നെയാണ്. ഒരു പാഠം (text) അതിന്റെ ഔന്നത്യം വീണ്ടെടുക്കുന്നത് വായനയിലെ വ്യാഖ്യാനങ്ങളും സമീകരണങ്ങളും കൂടിച്ചേരുമ്പോഴാണ്. അങ്ങനെ സംഭവങ്ങൾക്ക്/കാഴ്ചപ്പാടുകൾക്ക്/ജീവിതവ്യാഖ്യാനങ്ങൾക്ക് സമശീർഷകമായ വ്യാഖ്യാനങ്ങളും വിമർശനപാഠങ്ങളും കൽപ്പിച്ച് നൽകുന്നതിലൂടെയാണ് സാഹിത്യം ദേശീയ-ചരിത്ര നിർമ്മിതിയുടെ ഭാഗഭാക്കാകുന്നതെന്ന്' ടെറി ഈഗിൾട്ടൻ അഭിപ്രായപ്പെടുന്നുണ്ട്. സാഹിത്യചരിത്രരചനകൾ രൂപപ്പെടുത്തിയിരിക്കുന്നത് സാമാന്യമായി വർത്തമാനകാല വായനയുടെ ഏകീകരണത്തിലൂടെയാണ് എന്നു സാരം. സാഹിത്യപാഠത്തിന്റെ ചരിത്ര- സാംസ്കാരികപ്രക്രിയയെ വിശകലനവിധേയമാക്കിക്കൊണ്ടും ആഖ്യാനരാഷ്ട്രീയം മുന്നോട്ടുവെക്കുന്ന സത്താപരമായ എല്ലാ വിവക്ഷകളെയും ഉൾക്കൊണ്ടുകൊണ്ടുമാണ് വായന സ്വതന്ത്രമാകുന്നത്. പാഠങ്ങളുടെ ആന്തരിക വിവക്ഷകളെ സാമാന്യമായി നിർവ്വചിച്ചും

അനുഭവപരതയുടെ ആഴങ്ങൾ വ്യാഖ്യാനിച്ചും പുതിയ നിർവ്വചനങ്ങൾ പ്രഖ്യാപിക്കുന്നു. ദേശീയ/ദേശ്യ ചിന്താപ്രക്രിയകൾക്ക് ആക്കം വർദ്ധിപ്പിക്കുന്ന ദർശനങ്ങളെ മുൻനിർത്തി ഭൂതകാലാധിഷ്ഠിതമായ സാഹി ത്യപാഠങ്ങളെ അപനിർമ്മിക്കുന്ന രീതികളും സാഹിത്യചരിത്രരചനയുടെ വിശാലവീക്ഷണങ്ങൾക്ക് ആഖ്യാനത്വം നൽകുന്ന കൈവഴികളാണ്. സാഹിത്യചരിത്രം എന്നത് ഗ്രന്ഥകാരന്റെ ഏകതാബോധ്യത്തിൽ ഊന്നിയ രാഷ്ട്രീയകാഴ്ചപ്പാടുകളും നിലപാടുകളും വിമർശനപാഠങ്ങളും ഒത്തിണങ്ങിയ ഗ്രന്ഥാവലോകന സാക്ഷ്യപത്രങ്ങളാണ്. അതുകൊണ്ടു തന്നെ ഒരു വ്യക്തികളുടെ സാംസ്കാരികാവബോധത്തിന്റെ പരിധികളെയും പരിമിതികളെയും നിശ്ചയിച്ചുറപ്പിക്കുന്ന പ്രത്യശാസ്ത്ര വിശകലനമാണ് സാഹിത്യചരിത്രം രചനകൾ എന്ന് പറയേണ്ടിവരും.

ചരിത്രാനുഭവങ്ങളുടെ ക്രമാനുഗതമായ രേഖപ്പെടുത്തലാണ് സാഹിത്യചരിത്രം എന്നത്. ഗവേഷണാത്മകമായ സാഹിത്യചരിത്രരചനകൾ സാഹിത്യ വിജ്ഞാനീയത്തിന്റെ നിഘണ്ടുപാഠങ്ങളായി മാറുന്നു. ചരിത്രരചനയുടെ അഭിവാജ്യഘടകം എന്ന നിലയിലും ആധികാരികത ഏറെ അവകാശപ്പെടാവുന്ന മൂലഗ്രന്ഥം എന്ന നിലയിലുമാണ് ഓരോ ഭാഷയിലെയും സാഹിത്യചരിത്രരചനകൾ കടന്നുവരുന്നത്. തോമസ് കാർലിന്റെ 'ലോകചരിത്രം മഹാത്മാരുടെ ജീവചരിത്രം മാത്രമാണ്' എന്ന നിർവചനത്തെ സാഹിത്യം കൊണ്ട് അപനിർമ്മിക്കുമ്പോൾ ഉണ്ടാകുന്ന ഉത്തരം കൂടിയാണത്. സാഹിത്യചരിത്രം സാമാന്യജനജീവിതത്തിന്റെ സാംസ്കാരിക ജീവിതചരിത്രം കൂടിയാണ്. അതിനാൽ സാഹിത്യവും സാഹിത്യചരിത്രവും സാംസ്കാരികചരിത്രത്തിന്റെ ആന്തരികപാഠങ്ങളിലാണ് അഭയം തേടുന്നത്.

സാഹിത്യവും ചരിത്രവും അഭേദ്യമായി ബന്ധപ്പെട്ടു നിലകൊള്ളുന്ന രണ്ടു പ്രത്യയശാസ്ത്ര ജ്ഞാനമേഖലകളാണ്. ചരിത്രം എന്നത് 'പുരാതന ശീലങ്ങളുടെ അന്വേഷണങ്ങളാണ് സാധ്യമാക്കുന്നതെന്ന്' ഗ്രീക്ക് ചരിത്രകാരനായ ഹെറോഡോട്ടസ് നിർവ്വചിച്ചിട്ടുണ്ട്. അന്വേഷണങ്ങളിലൂടെ നേടിയ അറിവാണ് അവിടെ വിലയിരുത്തപ്പെടുന്നത്. അതിനാൽത്തന്നെ ഭൂതകാലത്തിന്റെ ഓരോ ജീവിതപാഠങ്ങളുടെയും അടിസ്ഥാനരേഖകളാണ് (documentation) ചരിത്രവിജ്ഞാനീയം എന്നത്. അതിന്റെ സത്യസന്ധതകളെ ഉറപ്പിച്ചുനിർത്തുന്ന പ്രഥമാകരങ്ങളാണ് സാഹിത്യകൃതികൾ. അനുഭവപാഠങ്ങളുടെ ഉൾപ്പൊരുളുകളും ഉൾപ്പിരിവു

കളും ദർശനസീമകളും വ്യത്യാസപ്പെട്ടാണ് നിലകൊള്ളുന്നതെങ്കിലും അവയെല്ലാം സംഭവബഹുലമായ ജീവിതത്തിന്റെ അടയാളപ്പെടുത്തലുകളായാണ് വായനയിൽ സ്വീകാര്യത നേടിയെടുക്കുന്നത്. ചരിത്രം കാലഘട്ടത്തിന്റെ വ്യവഹാരപാഠമാണെന്ന് ആവർത്തിക്കുമ്പോഴും ദേശീയതയുടെ പൂർണ്ണതയിലേയ്ക്കുള്ള വിശാലമുഖം അതു പ്രദർശിപ്പിക്കുന്നില്ല. സാഹിത്യം അവയിലെ ഊടുവഴികൾ മാത്രം സ്വാംശീകരിച്ച് മുന്നേറുന്നു. അങ്ങനെ വസ്തുനിഷ്ഠവും കൃത്യനിഷ്ഠവുമായ പ്രമാണങ്ങളുടെ നേർരേഖകളായി സാഹിത്യചരിത്രരചന മാറുന്നു. സമാന്തരമായി ചരിത്രത്തിന്റെ ഭാഗധേയങ്ങളോടൊപ്പം മുന്നേറുന്ന സാഹിത്യ(ജീവിത/ദർശന) വായനകളും കൂട്ടിയോജിപ്പിക്കുമ്പോൾ മാത്രമേ ചരിത്രരചനയുടെ ആധികാരികതയും പൂർണമാവുകയുള്ളൂ. ആത്മ/ജീവചരിത്രകഥാനുഭവങ്ങളുടെ പുനരെഴുത്തായും സാഹിത്യചരിത്രരചനകൾ മാറുന്നുണ്ട്. ഇവയെല്ലാം ചരിത്രവായനയുടെ ദർശനാനുഭങ്ങളുടെ കുറവുകൾ നികത്തുന്ന അടിസ്ഥാന ഏകകങ്ങളായി നിലകൊള്ളുന്നു. സാഹിത്യചരിത്രരചനയുടെ പരിധികളും പരിമിതികളും നിശ്ചയിക്കുന്നത് സാഹിത്യഗണങ്ങളുടെ (genre) തെരഞ്ഞെടുപ്പും ആ വിഷയത്തെക്കുറിച്ചുള്ള ഗ്രന്ഥകാരന്റെ അവഗാഹവുമാണ്. ഓരോ വിഷയവും അനേകം ഉപവിഷയങ്ങളാൽ ഇണക്കിച്ചേർത്തുകൊണ്ടാണ് സ്വന്തം കർത്തൃത്വം ഗ്രന്ഥകാരൻ ഉറപ്പിച്ചെടുക്കുന്നത്. ദേശീയ ചിന്തയുടെ അപരസ്വരം പ്രകടിപ്പിക്കുന്ന ഇടനിലകളായാണ് അവ പുനർവായിക്കപ്പെടുന്നത്.

I

പ്രതിനിധാനവായനയിൽ കലാസൗന്ദര്യത്തിന്റെയും നവദർശനങ്ങളുടെ സ്വാധീനതാപാഠങ്ങളെയും നിഷ്പക്ഷമായ വായനകളെയും സ്വാംശീ കരിച്ചു മുന്നേറുന്ന ഒരു ആഖ്യാനപാഠമാണ് സാഹിത്യചരിത്രരചന. അതി നാൽതന്നെ സാഹിത്യചരിത്രനിർമ്മിതിയുടെ യുക്തിരാഷ്ട്രീയം രാഷ്ട്രീയ പുനരാലോചനകൾക്ക് വിധേയമാകുന്നു. ദേശീയ/ദേശ്യബോധ്യങ്ങളുടെയും ഭാഷാനിർമ്മിതിയുടെയും രേഖീയമായ അടയാളപ്പെടുത്തലാണിത്. ഭാഷാ ചരിത്രവും (അതി)ജീവനചരിത്രവും ആവർത്തിച്ചുവരുന്ന ഒരു വൈജ്ഞാനി കമേഖല കൂടിയാണിത്. ദേശചരിത്രത്തിന്റെ പൊതുയിടങ്ങളെ അടയാളപ്പെടുത്തുക, ഭാഷാസാഹിത്യത്തിന്റെ സ്വാധീനതാപാഠങ്ങളെ അപനിർമ്മിക്കുക, ദേശ-രാഷ്ട്ര രൂപീകരണത്തിന്റെ അടിസ്ഥാനപാഠങ്ങളെ സ്ഥാനപ്പെടുത്തുക, ദേശ്യഭാവനയുടെ ചരിത്രാവർ

ത്തനങ്ങളെ ക്രമപ്പെടുത്തുക തുടങ്ങിയ പ്രത്യയശാസ്ത്ര അവലോകനങ്ങൾ ഓരോ സാഹിത്യചരിത്ര നിർമ്മിതിയ്ക്ക് പിന്നിലെയും അടിസ്ഥാനപ്രമാണങ്ങളാണ്. കാലത്തിന്റെയും ദേശത്തിന്റെയും ഭാഷയുടെയും ചരിത്രത്തിന്റെയും സംഗ്രഹീത പുനരാഖ്യാനമാണ് ഓരോ സാഹിത്യരചനകളുടെയും പ്രതിനിധാനസാരം.

സാംസ്കാരികത്തനിമയുടെ ആഴങ്ങളെയെല്ലാം ഒരുപോലെ സ്പർശിക്കുന്ന ഔപചാരിക പ്രക്രിയയുടെ ചരിത്രാവലോകനങ്ങളാണ് സാഹിത്യ ചരിത്രരചനയ്ക്കു പിന്നിലെ പ്രധാന ലക്ഷ്യം. ക്രമികമായ കാലത്തിന്റെ പുരോഗതിയെ നിയന്ത്രിക്കുന്ന ആഖ്യാനം കൂടിയായി അതു മാറുന്നു. കൃത്യമായ രീതിശാസ്ത്രം അവലംബിച്ചുകൊണ്ടു മാത്രമേ ചരിത്രരചനയുടെ ഭാഗധേയങ്ങളിൽനിന്നും സാഹിത്യചരിത്രരചനയെ മോചിപ്പിക്കാനാവുകയുള്ളൂ. ഓരോ കാലത്തിലും മാറിവരുന്ന ആസ്വാദനശീലങ്ങളെയും വിശദീകരണബോധങ്ങളെയും വ്യാഖ്യാന സങ്കല്പങ്ങളെയും അടയാളപ്പെടുത്തുന്ന വിശേഷ ജ്ഞാനമേഖല കൂടിയാണിത്. ദർശനവബോധം എന്നത് സാഹിത്യചരിത്രം ക്രമീകരിക്കുന്ന ചരിത്രരേഖ (Histrorical graph) കൂടിയാണ്. ചരിത്രം പുരാതനമായ ശീലങ്ങളുടെ നേർരേഖകളാണ്. മനുഷ്യസഹജമായ എല്ലാ ശീലങ്ങളെയും (സാഹിത്യ) അനുശീലനങ്ങളെയും പുനർനിർമ്മിച്ചും പുന:ക്രമീകരിച്ചുമാണ് സാഹിത്യചരിത്രം രൂപീകൃതമാകുന്നത്. കാലത്തിന്റെ കൃത്യതകളെ മുൻനിർത്തിയുള്ള പ്രതിനിധാന വായനകളെ അതു ഉൾക്കൊള്ളുന്നതുകൊണ്ടുതന്നെ കലാ-സാഹിത്യ വിമർശനത്തിന്റെ പ്രതിപാഠങ്ങളായി സാഹിത്യചരിത്രരചന വഴിമാറുന്നു.

ഓരോ പുതിയ കാലത്തിന്റെയും ചരിത്രദശകളെ നിരന്തരം ആധുനികവത്കരിക്കപ്പെടുന്നത് ദേശസാംഗത്യങ്ങളുടെ മുന്നേറ്റങ്ങളെ മുൻനിർത്തി യാണ്. 'പിന്നോട്ടു നോക്കി ചിന്തിക്കുകയും മുന്നോട്ടു നോക്കി ജീവിക്കുകയും' ചെയ്യേണ്ടതിന്റെ ആവശ്യകത ഫ്രെഡറിക് ജയിംസൺ പങ്കുവെയ്ക്കുന്നുണ്ട്. ഭൂതകാലത്തിന് പകരംവയ്ക്കാനില്ലാത്തതും വർത്തമാനകാല ജീവിതത്തിന് പ്രചോദനമാകേണ്ടതുമായ ഭാവികാല രേഖപ്പെടുത്തലാണ് സാഹിത്യ ചരിത്രരചനകൾ. ഭൂതകാലാനുഭവങ്ങളെ വർത്തമാനകാല ആവശ്യകതകൾക്കായി തെരഞ്ഞെടുക്കുന്നതിൽ നിന്നുമാണ് ഒരു ജനത എങ്ങനെയൊക്കെ ഈ രീതികളിലായിത്തീർന്നു എന്ന ചിന്ത നിലനില്പിനെ സംബന്ധിക്കുന്ന ഒരു തീവ്ര രാഷ്ട്രീയപ്രശ്നമായി മാറുന്നത്. മറവിക്കെതിരെയുള്ള ഓർമ്മയുടെ സമരഭൂമികയായി

ഇവിടെ ചരിത്രവും സാഹിത്യരചനകളും വീണ്ടെടുക്കപ്പെടുന്നു. അതിനാൽതന്നെ ഒരു ജനതയുടെ സാംസ്കാരിക മുന്നേറ്റങ്ങളിൽ യുക്തികളിൽ പ്രതിപ്രവർത്തിക്കുന്നത് നാട്, ഭാഷ, വംശം, വർണം, ലിംഗം, വർഗ്ഗം, ജാതി-മത പരികല്പനകൾ അതിന്റെ ആന്തരരാഷ്ട്രീയത്തിന്റെ പ്രതിനിധാനവായനകളെ നിയന്ത്രിക്കുന്ന ഘടകങ്ങളായി മേൽക്കോയ്മ (hegemony) നേടുന്നു.

ഭൂതകാലത്തിന്റെ ആവർത്തനം വർത്തമാനകാല പ്രതിസന്ധികളെ വിലയിരുത്താനും വിശകലനം ചെയ്യാനും പര്യാപ്തമായ നിലയ്ക്കാണ് സാഹിത്യചരിത്ര നിർമ്മിതിയ്ക്കുള്ളിലെ രചനകളുടെ തെരഞ്ഞെടുപ്പും വായനയുടെ രാഷ്ട്രീയവും രൂപംകൊള്ളുന്നത്. 'ചരിത്രകാരൻ അയാൾ ആർജ്ജിച്ചെടുത്ത സത്യങ്ങളും മിഥ്യകളും തമ്മിലുള്ള തുടർച്ചയായ സംവാദവും വർത്തമാനവും സംയോജിച്ച് ഭൂതകാലത്തെക്കുറിച്ച് അവസാനിക്കാത്ത സംഭാഷണത്തിൽ ഏർപ്പെടുന്നു. ആ സംഭാഷണമാണ് ചരിത്രവർത്തമാനങ്ങളായി കടന്നുവരുന്നതെന്ന് എന്താണ് ചരിത്രം (What is History) എന്ന ഗ്രന്ഥത്തിൽ ഇ. എച്ച് കാർ അഭിപ്രായപ്പെടുന്നുണ്ട്. അതിനാൽതന്നെ ജീവിതത്തിന്റെ യുക്തിസങ്കല്പങ്ങളെയും അർത്ഥാന്തരങ്ങളെയും ചരിത്രത്തെ മുൻനിർത്തി സാഹിത്യചരിത്രകാരന്മാർ പ്രശ്നവത്കരിക്കുന്നു. ഒരു ജനത സ്വന്തം ഭൂതകാലത്തെ നിലനിൽക്കുന്ന കാല-സ്ഥല-ചരിത്ര മാനങ്ങളെ മുൻനിർത്തി ഇവിടെ അപനിർമ്മിക്കുന്നു. അങ്ങനെ മനുഷ്യന്റെ ദൈനംദിന ജീവിതത്തിലെ ആരും കാണാത്ത/കടന്നുചെല്ലാത്ത ആകരങ്ങളുടെ ചെപ്പേടുകളായി സാഹിത്യചരിത്രരചന മാറുന്നു.

ദേശീയവും ദേശ്യവുമായ സാംസ്കാരികയുക്തികളെ മുഴുവൻ ഉള്ളടക്കം ചെയ്തുകൊണ്ടാണ് ഒരു സാഹിത്യകൃതി പുനർവായനക്ക് വിധേയമാകുന്നത്. 'ജനാധിപത്യ ബോധനത്തിന്റെ വിഘടിത വിനിമയങ്ങൾക്ക് ഉള്ളിലാണ് സാഹിത്യ പാഠവായന ജനപ്രിയത നേടിയെടുക്കുന്നത്' എന്ന് റെയ്മണ്ട് വില്യംസ് നിരീക്ഷിക്കുന്നുണ്ട്. ഒരു കൃതി എങ്ങനെ വായിക്കപ്പെടണം എന്നതല്ല എന്തിനു വായിക്കണം എന്ന ചിന്തയിൽനിന്നാണ് ബഹുസംസ്കാര ജനകമായ പഠാന്തരവായനകൾ കടന്നുവരുന്നത്. അത് അപരത്വത്തിലേക്ക് വായനക്കാരനെ ആനയിക്കുന്നു. ചിന്തകൾക്കും കാഴ്ചപ്പാടുകൾക്കും ഇടയിലുള്ള അതിർത്തികളെയാണ് അത് വാർത്തെടുക്കുന്നത്. സാമൂഹ്യപ്രതിബദ്ധതയിൽ (Social Commitment) അധിഷ്ഠിതമായ ആന്തര വായനകളാണ് ഇതിലൂടെ ഇടം നേടിയെടു

ക്കുന്നത്. 'സ്ഥലപരമായ തിരശ്ചീനതയിൽ സാഹിത്യത്തിലെ വൈവിധ്യങ്ങളെയും വൈരുദ്ധ്യങ്ങളെയും സംഗ്രഹിച്ച് അവയെ ഏകാത്മകമായ ഒരു ഭാഷാസ്വരൂപത്തിന്റെ ആവിഷ്കാര ഭേദങ്ങളാക്കുന്നതിനോടൊപ്പം സാഹിത്യചരിത്രങ്ങൾ കാലത്തിന്റെ തുടർച്ചയും മുന്നേറ്റങ്ങളും ഭാവിയും പ്രദാനം ചെയ്യുന്നുവെന്ന' സുനിൽ പി. ഇളയിടത്തിന്റെ അഭിപ്രായം ഈ അർത്ഥത്തിലാണ് നോക്കിക്കാണേണ്ടത്.

സാഹിത്യചരിത്രരചനകളുടെ പ്രത്യേകതകൾ അതിന്റെ പരികല്പനകളുടെ അടിസ്ഥാനത്തിൽ പുനരാലോചനകൾക്ക് വിധേയമാണ്. നിരന്തരമായ ഗവേഷണങ്ങളും വിചിന്തനങ്ങളും സ്ഥാപത്യവും അവയുടെ ആഖ്യാനനിർമ്മിതിയിൽ അത്യന്താപേക്ഷിത ഘടകങ്ങളായി കടന്നുവരുന്നു. സ്വന്തം ഭാഷയുടെ ഉല്പത്തിചരിത്രത്തിൽ തുടങ്ങുന്ന ഗവേഷണ അനുഭവ ങ്ങളിലാണ് സാഹിത്യചരിത്രരചനകളുടെ പ്രവേശകപാഠങ്ങൾ കീഴടങ്ങി നിൽക്കുന്നത്. നരവംശശാസ്ത്രം, ഭാഷാഭേദവികാസം, സംസ്കാരസങ്കലനം, ജീവിതമുറകൾ, മന:ശാസ്ത്രപരികല്പനകൾ, (അഭിനവ)ദർശനങ്ങളുടെ സ്വീകാര്യതകൾ തുടങ്ങിയ പടവുകളിലൂടെയാണ് സാഹിത്യത്തിന്റെ വാമൊഴി/വരമൊഴി ചരിത്രവഴക്കങ്ങൾ കടന്നുവരുന്നത്. ഭാഷയുടെ ഉല്പത്തി, ഘട്ടവിഭജനം, പരിമിതികൾ, സ്വത്വനിർണ്ണയരീതികൾ, ദർശന കാഴ്ചപ്പാടുകൾ, വീക്ഷണസ്ഥലികൾ, ആവേദക സത്യാന്തരങ്ങൾ, വസ്തുനിഷ്ഠ സമീപനങ്ങൾ, നവീന കാഴ്ചപ്പാടുകൾ, പ്രതിനിധാനവായനകൾ തുടങ്ങിയ അനേകം യുക്തിസഹമായ ചോദ്യാവലികളിൽനിന്നാണ് സാഹിത്യചരിത്രരചനയ്ക്കു പിന്നിലെ പ്രേരണശക്തി കടന്നുവരുന്നത്.

'ഒരു കൃതി എഴുതപ്പെട്ട ഭാഷ, ഭാഷയുടെ ചരിത്രം, ഭാഷാപരമായ പ്രത്യേകതകൾ എന്നിവ തിരിച്ചറിയുക, വ്യത്യസ്ത സാഹിത്യപഠനങ്ങൾക്കിടയിലെ ബന്ധം വിശദീകരിക്കുക, അതിലൂടെ ചരിത്രപാഠങ്ങൾ ആധികാരികമായി സ്വീകരിക്കുകയും നിരസിക്കുകയും ചെയ്യുക, കർമപരിധിയിൽ വരുന്ന കൃതികൾ തിരിച്ചറിയാനും മൂല്യനിർണ്ണയം ചെയ്യാനുമുള്ള വിമർശനബന്ധം നിലനിർത്തുക, സാഹിത്യചരിത്രപരമായ കാഴ്ചപ്പാടിൽ സ്ഥാനപ്പെടുത്തുക, കാലികമായ ആശയങ്ങളുടെ വെളിച്ചത്തിൽ തിരിച്ചറിയുക തുടങ്ങി അനേകം ധർമ്മങ്ങളിലൂടെ രൂപപ്പെടുന്നതാണ് സാഹിത്യചരിത്രത്തിലെ കാനോനകൾ' എന്ന് പി. എസ്. രാധാകൃഷ്ണന്റെ (എതിർദിശകൾ) വിലയിരുത്തലുകൾ സാഹിത്യ ചരിത്രരചന

യുടെ നിർണായകമായ സ്വാധീനതാപാഠങ്ങളെ അടയാളപ്പെടുത്തുന്നു. വ്യക്തികൾ, സംഘങ്ങൾ, കാലഘട്ടം, സാഹിത്യശാഖകൾ, പ്രസ്ഥാന പരികല്പനകൾ, രചനകളുടെ സംക്ഷിപ്തമായ തെരഞ്ഞെടുപ്പുകൾ എല്ലാം തന്നെ സാഹിത്യചരിത്രരചനയുടെ പരികല്പനകളെ മുൻനിർത്തിയുള്ള ആന്തരപാഠങ്ങളാണ്. ഒരു സാഹിത്യകൃതി അതിനുള്ളിൽ തന്നെയുള്ള അനേകം രൂപഭേദങ്ങളായി (sub genre) വഴിപിരിയുന്നുണ്ട്. കവിതാസാഹിത്യ ചരിത്രരചനയെ സംബന്ധിച്ച് ഭാഷയുടെ ഉത്ഭവം, പാട്ട്, മണിപ്രവാളം, നാടോടിപ്പാട്ടുകൾ, ഗാഥ, കിളിപ്പാട്ട്, തുള്ളൽ, വഞ്ചിപ്പാട്ട് എന്നിങ്ങനെങ്ങനെ അനന്തമായി നീളുന്ന ഒരു (വൈജ്ഞാനിക) സാഹിത്യമേഖല കൂടിയാണ്. ഭാഷയും പ്രസ്ഥാനപരികല്പനകളും (നവ)ദർശനവീക്ഷണങ്ങളും ഓരോ കാലഘട്ടത്തിലും വ്യത്യസ്തമായി നിലകൊള്ളുന്നു. അതിനാൽതന്നെ ആദ്യകാല സാഹിത്യമാതൃകകകളെ മുൻനിർത്തിയുള്ള വിവരണവും വിശകലനവും അതിന്റെ ആധികാരികതയെ മുൻനിർത്തിയല്ല പുന:പരിശോധിക്കാൻ കഴിയില്ല. മറിച്ച് പ്രകാശനത്തിന്റെ പുന:പ്രകാശനമെന്ന നിലയിലാണ് ഇതിന്റെ സ്ഥാപത്യം സാഹിത്യചരിത്രകാരൻ ഏറ്റെടുക്കുന്നത്.

ഓർമ്മകൾ, കണ്ടെത്തലുകൾ, ശേഖരണം, ക്രമപ്പെടുത്തൽ, പുനരവതരണം, വ്യാഖ്യാനം എന്നിവ ഉൾക്കൊള്ളുന്ന സജീവമായ വിശകലനമാണ് സാഹിത്യചരിത്രരചനയുടെ ആധാരശില. മുൻകാല സംഭവങ്ങളെ വിവരിക്കാനും പരിശോധിക്കാനും ചോദ്യം ചെയ്യാനും വിശകലനംചെയ്യാനും അവയുടെ കാരണവും ഫലവും അന്വേഷിക്കാനും സാഹിത്യചരിത്രാഖ്യാനം ഉപയോഗിക്കുന്നു. ഒരു അക്കാദമിക് അച്ചടക്കം കൂടിയായി അത് നിർവ്വഹിക്ക പ്പെടുന്നു. സാഹിത്യചരിത്രരചന മാറുന്നു. ഒരു സംഭവത്തെ ഏറ്റവും നന്നായി വിശദീകരിക്കുക, വ്യത്യസ്ത കാരണങ്ങളുടെയും പ്രതിഫലങ്ങളുടെയും പ്രാധാന്യം കണ്ടെത്തുക എന്നിങ്ങനെയുള്ള പരികൽപ്പനകൾ ഓരോ സാഹിത്യചരിത്രരചനകളുടെ വിശദീകരണ പാഠങ്ങൾക്കും നൽകേണ്ടതുണ്ട്. അന്വേഷണം, ഗവേഷണം, വിവരണം, പുന:സ്ഥാപനം, അവയുടെ വിശദാഖ്യാനം തുടങ്ങിയവ സാഹിത്യചരിത്രരചനകളുടെ ഉള്ളെഴുത്തുകളാണ്. 'സാഹിത്യചരിത്രം എന്ന പേരിൽ പ്രകാശിതമായിട്ടുള്ള രചനയിൽ ഏറിയ കൂറും സമൂഹത്തിന്റെ ചരിത്രമോ സാഹിത്യകൃതികൾ ആവിഷ്കരിക്കുന്ന ചിന്തയുടെ ചരിത്രമോ ആണ്. അല്ലെങ്കിൽ ഏതെ

ങ്കിലും കൃതികളുടെ വിലയിരുത്തൽ. ഏറെക്കുറെ കാലാനുക്രമമായി അവതരിപ്പിക്കുകയാണ്' ചെയ്യുന്നതെന്ന് സാഹിത്യചരിത്രരചനയുടെ ന്യൂനതകളെ മുൻനിർത്തി രഘുനാഥൻ ആർ. അഭിപ്രായപ്പെട്ടിട്ടുണ്ട്. ആദ്യവും അവസാനവും രചയിതാവ്/ഗ്രന്ഥകാരൻ പുറത്തു നിലകൊള്ളേണ്ട എടുത്തിടങ്ങളാണ് സാഹിത്യചരിത്രങ്ങൾ. ചരിത്രകാരൻ, ആഖ്യാതാവ്, വ്യക്തിതാത്പര്യങ്ങൾ, സ്വഭിരുചികൾ, ആത്യന്തിക വക്താവ് എന്നിങ്ങനെയുള്ള മുൻധാരണകളെ മാറ്റിനിർത്തിക്കൊണ്ട് നിഷ്പക്ഷവും കലാസ്വാദനപരവും വിമർശന(മൂല്യ) ബോധ്യവും ഒത്തിണങ്ങുന്ന രചനാവൈഭവമാണ് സാഹിത്യചരിത്രരചനയ്ക്ക് ആധാരമായി വർത്തിക്കേണ്ടത്. വൈയക്തികമായി ഓരോ സാഹിത്യകൃതികളും ചരിത്രത്തിന്റെ ഭാഗധേയങ്ങളെ അടയാളപ്പെടുത്തിക്കൊണ്ടാണ് കടന്നുപോകുന്നത്. അതിനാൽതന്നെ അതു മാനവികതയുടെ അനേകം അടരുകളെ പ്രതിനിധീകരിക്കുന്നു. അനുഭവങ്ങളുടെയും അനുഭൂതികളുടെയും അപമാന വീകരണത്തിന്റെയും (de humanisation) ബഹുസ്വരപാഠങ്ങളാണ് സാഹിത്യചരിത്രരചനകൾ വീണ്ടെടുത്തു പുനഃപ്രതിഷ്ഠിക്കുന്നത്. അതിൽ സത്യസന്ധതയും ആധികാരികതയും വസ്തുനിഷ്ഠതയും സവിശേഷ പാഠാനുഭവങ്ങളായി മാറുന്നു

II

പ്രതിനിധാനവായനകൾ സമൂഹത്തിന്റെ ജ്ഞാനമണ്ഡലത്തിലെ നിലവാരബോധത്തെയാണ് അടയാളപ്പെടുത്തുന്നത്. വായനയുടെ രാഷ്ട്രീയവും പാഠത്തിന്റെ ബോധനവും വിമർശനകാഴ്ചപ്പാടുകളും സാഹിത്യചരിത്രരചനയെ ത്വരിതപ്പെടുത്തുന്ന പ്രബോധന ഘടകങ്ങളാണ്. ചരിത്രത്തിന്റെ രൂപപ്പെടൽ എന്നത് ഓരോ കാലത്തിന്റെയും അനുഭവമേഖലകൾ, സാഹചര്യക്രമങ്ങൾ, പ്രത്യയശാസ്ത്രാവലോകനങ്ങൾ, നിക്ഷിപ്ത താൽപര്യങ്ങൾ എന്നിവയെ ഉള്ളടക്കം ചെയ്തുകൊണ്ടാണ് കടന്നുപോകുന്നത്. ചരിത്രം ചിലപ്പോഴൊക്കെ വ്യക്തികളുടെ സങ്കുചിതമായ ഏകാധിപത്യ മനോഭാവത്തിൽ അഭയം പ്രാപിക്കുന്നുണ്ട്. അതു മുൻവിധിയോടുകൂടിയ നിക്ഷിപ്ത താത്പര്യങ്ങളെ മുൻനിർത്തിയാണ് കടന്നുവരുന്നത്. ഇടുങ്ങിയതും സങ്കുചിതമായതുമായ ചിന്തകളിൽ സ്ഥല-കാല-ദേശങ്ങളെ നിർണ്ണയിക്കുന്നതിൽ ഗ്രന്ഥകാരൻ ബോധപൂർവ്വം തന്റെ ഇടപെടലുകൾ രേഖപ്പെടുത്തുകയും ഭാവനാത്മകവും സങ്കല്പലോക(utopia)ത്തിൽ അധിഷ്ഠിതമായി ചരിത്രത്തെ വ്യാഖ്യ

നിക്കുകയും ചെയ്യുന്നു. ചരിത്രകാരൻ തന്റെ രാഷ്ട്രീയേച്ഛകൾക്ക് പ്രാതിനിധ്യം കല്പിക്കുകയും കാഴ്ചപ്പാടുകൾക്ക് ഏകതാനബോധം സൃഷ്ടിച്ചുനൽകുകയും വഴി ചരിത്രപാഠങ്ങൾക്ക് വസ്തുനിഷ്ഠത നഷ്ടപ്പെടുന്നു. ഇത്തരം ചരിത്രപാഠങ്ങളുടെ ബഹുമുഖവായനകൾ വേണ്ടത്ര സ്വീകാര്യത നേടുന്നില്ലെന്നു മാത്രമല്ല പാഠാന്തരവായനയിൽ അതു മറ്റു പ്രതികരണങ്ങൾ അടയാളപ്പെടുത്തുന്നുമില്ല. ഈയൊരു കാഴ്ചപ്പാടാണ് സാഹിത്യചരിത്രരചനയുടെ പ്രതിനിധാനസങ്കല്പത്തെ ചൂഴ്ന്നു നിൽക്കുന്ന ആഖ്യാനമാനം.

സാഹിത്യചരിത്രം എന്നത് നിലനിൽക്കുന്ന കാലത്തോടുള്ള സാഹിത്യ വിമർശനം കൂടിയാണ്. ലക്ഷ്യം ഭൂതകാല വായനയെ ക്രമപ്പെടുത്തുക, പ്രകാശമാനമാക്കുക എന്നതും ധർമ്മമെന്നത് അനുഭവപാഠത്തിന്റെ വ്യത്യസ്ത അടരുകളെ രാഷ്ട്രീയവായനയിൽക്കൂടി സ്വാംശീകരിക്കുക എന്നതുമാണ്. അതിനാൽതന്നെ ഒരു ജനതയുടെ സാംസ്കാരിക ചരിത്രത്തിൽ ഊന്നിനിന്നുകൊണ്ടാണ് സാഹിത്യചരിത്രരചനകൾ സംവാദ ങ്ങൾക്കും സംവേദനങ്ങൾക്കും സാക്ഷ്യം വഹിക്കുന്നത്. ചരിത്രസന്ദർഭങ്ങൾക്ക് ഊന്നൽനൽകികൊണ്ട് അതിന്റെ വ്യവഹാരമണ്ഡലങ്ങളെ വിമർശനവിശകലനത്തിന് വിധേയമാക്കുന്നു. അതിനാൽതന്നെ വായനയുടെ ബോധമണ്ഡലത്തിൽ നിർണ്ണായക സ്വാധീനതാപാഠങ്ങളായി സാഹിത്യചരിത്രരചന മാറുന്നു. സ്വത്വം, സ്വരഭേദങ്ങൾ, പ്രാദേശികമാനങ്ങൾ, ജീവിത മുന്നേറ്റങ്ങൾ, സാങ്കേതികവിദ്യയുടെ അഭിവൃദ്ധികൾ, അപരത്വത്തിലേയ് ക്കുള്ള അഭിനിവേശം, അധിനിവേശസന്ദർഭങ്ങൾ തുടങ്ങിയ ചിന്തകളിലേക്കുള്ള പരിണാമം അതിൽ രേഖപ്പെടുത്തേണ്ടിവരുന്നു. ദേശീയ/ദേശ്യ സങ്കല്പങ്ങളുടെ അതിരുകളെ നിർണ്ണയിക്കുന്നതിൽ സാഹിത്യചരിത്രരചനകൾ വഹിക്കുന്ന പങ്ക് വലുതാണ്. തികച്ചും വ്യക്തി/സ്വത്വ കേന്ദ്രീ കൃതമായി മുന്നേറുന്ന മനുഷ്യചിന്തയുടെ പ്രഭാവലയത്തിൽ ഈ സാഹിത്യചരിത്ര സന്ദർഭങ്ങളെല്ലാം കീഴടങ്ങി നിൽക്കുന്നു.

അനുഭവങ്ങളുടെ ക്രമികമായ ബാഹ്യമുന്നേറ്റങ്ങളിൽ നിന്നാണ് സാഹിത്യചരിത്രം ആരംഭിക്കുന്നത്. അത് വികസിക്കുന്നത് ജീവിതവിമർശനത്തിൽ കൂടിയാണെന്നു മാത്രം. ഭൂതകാലജീവിത്തിൽ പരാമർശിക്കാതെപോയതും പാർശ്വവൽക്കരിക്കപ്പെട്ടതും സ്വത്വനിർണ്ണയം ചെയ്യപ്പെടാത്തതുമായ മനുഷ്യ ജീവിത സന്ദർഭങ്ങളും വിമർശന പാഠങ്ങളുമാണ് മാനവിക/സ്വത്വ(സ്ത്രീ)/പാരിസ്ഥിതിക/പ്രാദേശിക/സാങ്കേതിക/തത്പരവാദങ്ങളൊക്കെയായി സാ

ഹിത്യചരിത്രരചനയുടെ പ്രതിനിധാന സങ്കല്പങ്ങളിൽ സ്ഥാന പ്പെടുന്നത്. അതിനായി പുതിയ രീതിശാസ്ത്രങ്ങൾ/സമീപനങ്ങൾ കൈക്കൊള്ളുകയും ചെയ്യുന്നു. ചരിത്രത്തിന്റെ പുനർവായന, വിമർശനസമീപനങ്ങൾ എന്നിവയാണ് പുതിയ സാഹിത്യചരിത്ര നിർമ്മിതിയുടെ രാഷ്ട്രീയത്തെ നിർണ്ണയിക്കുന്നത്. അതിനാലാണ് 'സാഹിത്യചരിത്രം എന്നത് സാഹിത്യവിമർശനം കൂടിയാണെന്ന്' ഡേവിഡ് പെർക്കിൻസ് (Is Litarary History Possible) നിരീക്ഷിക്കു ന്നത്. ദേശചരിത്രത്തിനോടൊപ്പം മാനവികദർശനങ്ങളും മൂല്യബോ ധ്യങ്ങളും അവ ഉള്ളടക്കം ചെയ്തു വിശദീകരിക്കുന്നു. ഭാഷാ സാഹിത്യത്തിന്റെ പൊതു ഇടങ്ങളെ പുനർനിർമ്മിക്കുന്നതും അതിന്റെ തുടർച്ചകളെ കണ്ടെത്തുന്നതും (ആധുനികമായ) ദേശ-രാഷ്ട്രനിർമ്മിതിയുടെ സാമൂഹിക ജീവിതസന്ദർഭങ്ങളിൽ നിന്നു കൊണ്ടാണ്. സ്ഥലപരമായ തിരശ്ചീനതയിൽ സാഹിത്യത്തിലെ വൈവിധ്യങ്ങളുടെയും വൈരുദ്ധ്യങ്ങളെയും അപഗ്രഥിച്ച് അവയെ ഏകാത്മകമായ ഭാഷാവ്യവഹാരത്തിലേക്ക് ഉള്ളടക്കം ചെയ്തുകൊ ണ്ടാണ് ആഖ്യാതാവ് സാഹിത്യചരിത്രരചനയെ കാലത്തിന്റെ തുടർച്ചയ്ക്ക് അനുരൂപമാക്കുന്നത്. അങ്ങനെ ദേശീയതയുടെ സാംസ് കാരിക അടിത്തറയ്ക്കു യോജിക്കുന്നവിധത്തിൽ ദേശ-ഭാഷാ വ്യവഹാരസങ്കല്പ നിഷ്ഠമായ സ്വത്വപ്രതിനിധാനത്തിന്റെ ഏറ്റവും ഫലപ്രദമായ മാധ്യമമായി സാഹിത്യരചനയെ മാറ്റിപ്പകർത്തുന്നു. രേഖീയവും നൈരന്തര്യവുമായ കാര്യ കാരണബന്ധങ്ങളുടെ തുടർച്ചയായാണ് പ്രതിനിധാനവായനയുടെയും പ്രതിനിധീകരണ പ്രകടനപരതയുടെയും അതിരുകളെ അതു നിശ്ചയിച്ചുറപ്പിക്കുന്ന ത്. ആധികാരികതയുടെ ആഴങ്ങളും സംസ്കാരത്തനിമയുടെ വൈ വിധ്യങ്ങളും വൈരുദ്ധ്യങ്ങളും പ്രകടിപ്പിക്കുന്ന ജീവിതപാഠങ്ങളാ യി അവ പിൽ ക്കാല വായനയിൽ അനുഭവവേദ്യമാകുന്നു. ദേശീ യതയുടെ വ്യാവർത്ത ഘടകങ്ങളിൽ പലതായി ചിതറിക്കിടക്കുന്ന ഭാഷയുടെ ഏകതാന ബോധ്യങ്ങളെ പൊതുസംസ്കാരത്തിന്റെ ഭിന്നശ്രേണികളെ മുൻനിർത്തി വ്യാഖ്യാനിക്കുകയും സമീകരിക്കു കയും ചെയ്യുമ്പോൾ ഭൂതകാലജീവിതത്തെക്കുറിച്ചുള്ള പുതിയ ഉൾ ക്കാഴ്ചകൾക്ക് തെളിമ കൈവരുന്നു.

ഒരു സാഹിത്യകൃതി എന്നതിനുപകരം ഓരോ സാഹിത്യപ്രകൃ തത്തിന്റെയും പ്രഭവസ്ഥാനം അടയാളപ്പെടുത്തിക്കൊണ്ടാണ് സാഹിത്യചരിത്ര രചനകൾ അതിന്റെ നിലനിൽപ്പിന്റെ രാഷ്ട്രീയം രൂപപ്പെടുത്തുന്നത്. ചരിത്രപരമായ ഒരു പ്രാരംഭദശ നിർണയി

ക്കുക, അതിജീവനത്തിന് അനന്തസാധ്യതകൾ ആരായുക, കാലാനന്തര വായന ആവശ്യപ്പെടുക എന്നിങ്ങനെയുള്ള മാനദണ്ഡങ്ങളെ ആധാരമാക്കിയാണ് പ്രതിനിധാനവായനയുടെ ബഹുസ്വരമണ്ഡലം സാഹിത്യചരിത്രരചനകൾ ഒരുക്കിയെടുക്കുന്നത്. അതിനാലാണ്. 'ഒരു സാഹിത്യപാഠവായനയ്ക്കും നിയതമായ പ്രാരംഭസ്ഥാനമില്ല എന്നും ഏതൊരു സാഹിത്യചരിത്രവും നദിയുടെ സ്വച്ഛമായ ഒഴുക്കിനെതിരെ വരയ്ക്കുന്ന രേഖകളാണ്' എന്നും വില്യം വേർഡ്സ്‌വർത്ത് സാഹിത്യചരിത്രരചനയെ മുൻനിർത്തി വിലയിരുത്തലുകൾ നടത്തിയത്. കാരണം മുൻപുള്ള ഒരു കാലഘട്ടത്തിന്റെ ആധികാരിക സന്ദർഭങ്ങൾ പ്രതിനിധാനസങ്കല്പങ്ങൾക്ക് വിഘാതമായി നിലകൊള്ളുന്നു. ചരിത്രപാഠത്തിന്റെ രേഖീയ നിർമ്മിതികളെ ചോദ്യംചെയ്യുന്ന പ്രശ്നസ്ഥലികളാണവ. പലയിടങ്ങളിൽ പലതായി ചിതറിക്കിടക്കുന്ന സാഹിതീയക്രമങ്ങളെ പൊതുവായ ഒരു സംസ്കാരത്തിന്റെ ഭാഗമായി വിലയിരുത്തുമ്പോൾ ചരിത്ര ബോധ്യങ്ങളിലെ തെളിവുകൾക്ക് മങ്ങലുണ്ടാകുന്നു. വസ്തുനിഷ്ഠവും കൃത്യനിഷ്ഠവുമായ അടയാളപ്പെടുത്തലുകളെ അവ പ്രശ്നവൽക്കരിക്കുന്നു. ഭാഷാചരിത്രത്തിൽ കടന്നുവരുന്ന ആഭ്യന്തരപ്രശ്നങ്ങൾ അല്ല മറിച്ച് ഭാഷാസാഹിത്യത്തിൽ ഉൾച്ചേർക്കപ്പെട്ട സാഹിത്യചരിത്രകാരന്റെ രാഷ്ട്രീയ- പ്രത്യയശാസ്ത്ര പരികല്പനകളാണ് സാഹിത്യചരിത്രരചനയുടെ നിർമ്മിതിയുടെ പ്രതിനിധാനപാഠങ്ങളെ നിർണ്ണയിക്കുന്നത്.

ഓരോ കാലഘട്ടത്തിന്റെയും അഭിനവവുമായ ചരിത്രയുക്തികളും ചരിത്രപരതയും നീതീകരണബോധ്യങ്ങളുമാണ് സാഹിത്യചരിത്രരചനകളെ നിയന്ത്രിക്കുന്നത്. രചനയ്ക്കുള്ളിലെ സംഭവബഹുലമായ അനുഭവപരമ്പരകൾക്കും ആഖ്യാനരാഷ്ട്രീയത്തിനും മേൽക്കോയ്മാവാദങ്ങൾക്കും വ്യക്തികേന്ദ്രീകൃതമായ അർത്ഥഗരിമ നൽകിക്കൊണ്ട് സാഹിത്യചരിത്രരചനയുടെ ആഖ്യാനസാരം മേൽക്കൈ നേടിയെടുക്കുന്നു. ഘട്ടംഘട്ടമായി വികസിക്കുന്ന സാഹിത്യചരിത്രരചനയുടെ നിർമ്മിതിയിൽ ആത്യന്തികമായി പ്രതിപ്രവർത്തിക്കുന്നത് ആഖ്യാനകാരന്റെ ലക്ഷ്യോന്മുഖമായ അറിവുകളുടെ ക്രമികമായ അടയാളപ്പെടുത്തലുകളാണ്. പ്രതിജനഭിന്നമായ യുക്തികളും ജഢിലമായ കാഴ്ചപ്പാടുകളും സ്വേച്ഛാപരമായ സ്ഥാനപ്പെടുത്തലുകളും കൃതിപാഠത്തിന്മേലുള്ള ഇഷ്ടാനിഷ്ടങ്ങളും സാഹിത്യചരിത്രരചനയുടെ ആന്തരവായനകളെ നിയന്ത്രിക്കുന്ന ഘടകങ്ങളാണ്. ഓരോ സാഹിത്യകൃതികൾക്കും അതിനുള്ളിൽ

പങ്കുവയ്ക്കപ്പെടുന്ന പ്രതിലോമകരമായ ഒരു ധാർമ്മിക (social Commitment) യുക്തിയുണ്ട്. അതിന്മേലുള്ള അതിർത്തി രേഖകൾക്ക് സാമൂഹിക അസ്തിത്വം നൽകുന്നതിനു പുറമെ കൃതിയെതന്നെ സ്വേച്ഛാപരമായ തുടക്കങ്ങൾക്കും വ്യാഖ്യാനങ്ങൾക്കും വിട്ടു നൽകുമ്പോഴുള്ള ഒരു പ്രശ്നം സാഹിത്യചരിത്രരചനകളെ മുൻനിർത്തി ചൂണ്ടിക്കാണിക്കാൻ കഴിയും. അതിനാൽതന്നെ ആഖ്യാതാവ് നിർദേശിക്കുന്ന ഇത്തരം അതിർവരമ്പുകൾ സാഹിത്യചരിത്രരചനയുടെ ആന്തരികഭദ്രതയ്ക്ക് യോജിക്കുന്നതല്ല എന്ന വാസ്തവം തിരിച്ചറിയേണ്ടതുണ്ട്. 'പഠനത്തിന്റെ അന്തിമദശയിൽ നാം ഉൾക്കൊള്ളുന്ന വിഭജനക്രമം ഉചിതമോ, സ്വീകാര്യമോ അല്ലെന്ന് ബോധ്യപ്പെടാൻവേണ്ടി മാത്രമേ ഇത്തരം വിഭജനക്രമ വായനയെ സ്വീകരിക്കാവൂ' എന്ന് സാഹിത്യചരിത്രവിജ്ഞാനീയകാരനായ ഫിലിപ്പ് ഫോർജെറ്റ് അഭിപ്രായപ്പെടുന്നു. സാഹിത്യത്തിന്റെ ആന്തരികയുക്തികളെയോ സാഹിത്യ പ്രവണതകളെയോ പാഠക്രമങ്ങളെയോ മുൻനിർത്തിയല്ല സാഹിത്യചരിത്രത്തിലെ പ്രതിനിധാനവായനയുടെ രാഷ്ട്രീയത്തെ അടയാളപ്പെടുത്തേണ്ടത്. മറിച്ച് സാഹിത്യചരിത്രരചനയുടെ അടിസ്ഥാനശിലകളെ സാംസ്കാരിക വ്യവഹാരത്തിന്റെ സൂക്ഷ്മരാഷ്ട്രീയംകൊണ്ടാണ് നിർണ്ണയിക്കേണ്ടത്. ചരിത്രയുക്തികളുടെ പിൻബലത്തിൽ ഒരു സാഹിത്യ സന്ദർഭത്തിന്റെയോ മൂലപാഠത്തിന്റെയോ കാലികമായ മുന്നേറ്റങ്ങളുടെയോ നീതിശാസ്ത്രത്തിൽ ഇട കലർത്തികൊണ്ടാണ് സാഹിത്യചരിത്രരചനകൾ പുരോഗതിയുടെ രാഷ്ട്രീയവായനകളെ വീണ്ടെടുക്കേണ്ടത്. നവീനമായ കാഴ്ചപ്പാടുകളിൽ വിലയിരുത്താനാവുന്ന വിധത്തിൽ സത്താപരമായി നിർണ്ണയിക്കപ്പെടുന്ന കാലത്തിന്റെ ചരിത്ര-ദേശീയ-സാംസ്കാരിക-രാഷ്ട്രീയ യുക്തികളെ പുതിയ വീക്ഷണങ്ങൾക്കൊണ്ട് അടയാളപ്പെടുത്തുക എന്നതാണ് ഒരു സാഹിത്യചരിത്രരചനയുടെ മൗലികത. ഒന്നിലധികം വായനകളെ കൃതിയുടെ രാഷ്ട്രീയപാഠത്തിലേയ്ക്ക് ആനയിക്കാനുള്ള ഇടപെടലുകളായി സാഹിത്യചരിത്രരചനകൾ മാറേണ്ടിയിരിക്കുന്നു. സാഹിത്യചരിത്രം എന്നതിനേക്കാൾ സാഹിത്യം ചരിത്രത്തിൽ എന്ന സൂക്ഷ്മവും ആധികാരികവുമായ അടയാളപ്പെടുത്തലായി ഈ സാഹിത്യ ശാഖ മാറേണ്ടിയിരിക്കുന്നു. അല്ലെങ്കിൽ പ്രതിനിധാന സങ്കല്പങ്ങളിൽ പല പ്രകാരങ്ങളുള്ള ഒരു കഥാവതരണ (fiction) രൂപമായി അതു ചരിത്രത്തിൽ മിന്നിമറയുന്നതായി അനുഭവപ്പെട്ടേക്കാം. ഈയൊരു ചിന്ത സാഹിത്യചരിത്ര രചനയെ

ഭാഷാചരിത്രത്തിന്റെയും ദേശചരിത്രത്തിന്റെയും വിമർശനചരിത്രത്തിന്റെയും താവഴിയിലേയ്ക്കുള്ള പ്രവേശകപാഠങ്ങളായി മാത്രം നിലനിർത്തുന്നു. പ്രത്യക്ഷത്തിൽ പ്രശ്നവത്കൃതമായ നിഷ്പക്ഷതയുടെ രാഷ്ട്രീയഭൂപടത്തിലാണ് സാഹിത്യചരിത്രരചനകൾ വാർത്തെടുക്കേണ്ടത്. സത്യസന്ധമായ ആഖ്യാനവും നിഷ്പക്ഷമായ വായനയും നവീനമായ ഉൾക്കാഴ്ചയും ഉള്ളടങ്ങിയ വിലയിരുത്തലുകളാണ് സാഹിത്യചരിത്രരചനയെ കാലാനന്തര വായനയിലേക്ക് നയിക്കുന്ന പ്രേരക ഘടകം.

III

സാഹിത്യപാഠങ്ങളുടെ വിലയിരുത്തലുകളെ പുനർനിർണ്ണയത്തിനു വിധേയമാക്കുന്ന ഔപചാരിക സാഹിത്യചരിത്രരചനകളുടെ ചർച്ചകൾ പരികല്പനങ്ങളുടെ രാഷ്ട്രീയസാംഗത്യങ്ങളെയും പ്രതിനിധാനവായനയുടെ സൂക്ഷ്മബോധനങ്ങളെയും ഉള്ളടക്കം ചെയ്യുന്നു. ജ്ഞാനപദ്ധതികൾക്ക് അനുരൂപമായി ചരിത്രസാഹിത്യത്തിന്റെ പുനർവായനകളും വിമർശനാത്മക സമീപനങ്ങളും ദർശനബോധങ്ങളും നവീനമായ രീതിശാസ്ത്രങ്ങൾകൊണ്ട് വിലയിരുത്താൻ കഴിയണം. സാഹിത്യചരിത്രം സാഹിത്യകൃതികളിൽ നിന്ന് തുടങ്ങുന്നതും സാഹിത്യവായനയിൽ പരിപോഷിപ്പിക്കപ്പെടുന്നതും സാഹിത്യകൃതികളിൽതന്നെ പര്യവസാനിക്കുന്നതുമായ ഒരു പ്രക്രിയയാണ്. സാഹിത്യചരിത്രരചന എന്നത് നിലനിന്ന/നിലകൊള്ളുന്ന ജീവിതനിലപാടുകളുടെ നീതിപാഠങ്ങളെ രൂപപ്പെടുത്തുന്നതിൽ നിർണായകമായ പങ്കുവഹിക്കുന്ന ആഖ്യാനപ്രക്രിയയാണ്. ഒരു സാഹിത്യകൃതി എന്നത് പരിമിതപ്പെട്ട ജീവിതക്കാഴ്ചകളുടെ അനേകം അടുകളുള്ള വ്യാഖ്യാനങ്ങളുടെ പുസ്തകമാണ്. ജീവിതത്തിന്റെ ഇത്തിരിവെട്ടത്തിൽ മാറ്റൊലി കൊള്ളുന്ന മനുഷ്യവംശത്തിന്റെ ഭാഷാലോകബോധം കൂടിയാണ് എന്ന തിരിച്ചറിവ് അതിന്റെ വായനയിലൂടെ സ്വീകാര്യമാകുന്നു. അനന്തമായതും ഏറെക്കുറെ അറിയപ്പെടാത്തതുമായ അനേകം ജീവിതക്കാഴ്ചകളിലേക്കുള്ള ക്ഷണപത്രങ്ങളാണ് സാഹിത്യം. മാനവിക മൂല്യബോധങ്ങളുടെ തിരിച്ചറിയപ്പെടാത്ത അനേകം അടരുകളെ സാഹിത്യം പ്രതിനിധാനം ചെയ്യുന്നു. സാഹിത്യ ചരിത്രവിജ്ഞാനീയത്തിന്റെ വ്യവഹാര/വ്യാകരണപാഠങ്ങൾ വളരെ ശുഷ്കമായ ഒരു ഭാഷാസാഹിത്യമാണ് മലയാളം. എഴുതപ്പെട്ട സാഹിത്യചരിത്രത്തിൽ കേരളവിലാസം അച്ചുകൂടത്തിൽനിന്നും പ്രസിദ്ധീകരിച്ച 168 പുറ

ങ്ങളുള്ള പി ഗോവിന്ദപിള്ളയുടെ മലയാളഭാഷാചരിത്രം(1981) ആണ് പ്രമുഖ കൃതി. ദേശചരിത്രത്തെയും ഭാഷാചരിത്രത്തെയും മുൻനിർത്തിയുള്ള വ്യാഖ്യാനപാഠങ്ങളാണ് ഈ കൃതിയുടെ ഉള്ളടക്കം. എന്നാൽ ഇതുവരെ എഴുതപ്പെട്ടിട്ടുള്ള സാഹിത്യചരിത്രരചനകളിൽ ഒന്നിലും അതിന്റെ സൈദ്ധാന്തികതലങ്ങളെ മുൻനിർത്തിയുള്ള വ്യാഖ്യാനപാഠങ്ങൾ ഒന്നും തന്നെ അടയാളപ്പെട്ടിട്ടില്ല.

ഒരു കൃതി ഭാഷയിൽ തുടങ്ങി ഭാഷയിൽ അവസാനിക്കുന്നതുപോലെ ഒരു സാഹിത്യകൃതിയിൽനിന്ന് തുടങ്ങി സാഹിത്യകൃതികൾ മുന്നോട്ടുവയ്ക്കുന്ന കാലഘട്ടത്തിന്റെ പ്രസക്തി, കൃതി/കൃത്ത് പരിചയം, (പ്രസക്ത)പാഠാവതരണം, വിമർശനരാഷ്ട്രീയം എന്നിങ്ങനെയുള്ള സവിശേഷയുക്തികളെ മാത്രം കണ്ടെത്തുന്ന രചനാവൈഭവമാണ് (മലയാളമുൾപ്പെടെ) മിക്ക ഭാഷകളിലെയും സാഹിത്യചരിത്രരചനകൾക്കുള്ളത്. അതിന്റെ ന്യൂനതയ്ക്ക് കാരണം 'എല്ലാ എഴുത്തുകാരുടെയും ഗ്രന്ഥങ്ങളെയും ഈ സാഹിത്യചരിത്രത്തിൽ പരാമർശിക്കാൻ സാധിച്ചിട്ടില്ല. അതൊരു കുറവാണെന്ന് പറയാം. പ്രായോഗിക വൈഷമ്യങ്ങളാണ് ഇവിടെയും തടസ്സം സൃഷ്ടിച്ചത്. പ്രസിദ്ധീകരണ പുസ്തകങ്ങൾ മുഴുവൻ ശേഖരിച്ചുവെക്കുന്ന ഒരു ലൈബ്രറി സംവിധാനം കേരളത്തിലില്ല. പ്രാദേശികതലത്തിൽ പുതിയ എഴുത്തുകാർ പുസ്തകങ്ങൾ പ്രസിദ്ധീകരിക്കാറുണ്ട്. അവയിൽ പലതും വ്യക്തിപരമായ വിതരണശൃംഖലയിൽ പെടുന്നതിനാൽ പ്രധാന ഗ്രന്ഥശാലകളിലോ പുസ്തകവിൽപനശാലകളിലോ കിട്ടാറില്ല. കേരളസാഹിത്യഅക്കാദമി ശ്രദ്ധാപൂർവ്വം പരിശ്രമിച്ചിട്ടുംപോലും മലയാളത്തിൽ പ്രസിദ്ധീകരിക്കുന്ന എല്ലാ പുസ്തകങ്ങളും അക്കാദമി ഗ്രന്ഥാലയത്തിൽ ശേഖരിച്ചുവെയ്ക്കാൻ സാധിക്കുന്നില്ല. പുസ്തകപ്രസിദ്ധീകരണം സംബന്ധിച്ച് നിയമങ്ങൾ ഉണ്ടായിട്ടും ഇതാണ് അവസ്ഥ' എന്ന എരുമേലി പരമേശ്വരൻപിള്ളയുടെ പ്രസ്താവന കടംകൊള്ളേണ്ടതായി വരും.

വിവരസാങ്കേതികവിദ്യയുടെ ഏറ്റവും വിപുലമായ ലോകത്താണ് മനുഷ്യൻ നിലകൊള്ളുന്നതെങ്കിലും സാഹിത്യചരിത്രരചനയുടെ പരിമിതികളെ വായനയുടെ രാഷ്ട്രീയം കൊണ്ട് തിരിച്ചറിയേണ്ടതുണ്ട്. ചരിത്രത്തിന്റെ ക്രമാനുഗതമായ പാഥേയങ്ങളാണ് സാഹിത്യചരിത്രങ്ങൾ പിൻതുടരുന്നത്. എന്നാൽ വിഭവവൈവിധ്യ സമാഹരണത്തിൽ സാഹിത്യചരിത്രരചനകൾ പരാജയപ്പെടുന്നു. ചരിത്രവും സാഹിത്യവും വഴിമാറുന്നത് ഇത്തരം വ്യത്യസ്തമായ

അനുഭവതലങ്ങളിലൂടെയാണ്. ചരിത്രാനുഭവങ്ങളുടെ നിക്ഷ്പക്ഷമായ വ്യാഖ്യാനരൂപങ്ങളാണ് സാഹിത്യചരിത്രം. അത് പ്രതിനിധാനവായനയുടെ സൂക്ഷ്മരാഷ്ട്രീയത്തെ ക്രമപ്പെടുത്തുന്നു. നവീനമായ അനുഭൂതികളുടെ വ്യാഖ്യാനസ്ഥലമാണത്. അതിനാൽ സാഹിത്യചരിത്രരചനകൾ വായനയുടെ ബഹുസ്വരമണ്ഡലത്തിൽ പരിമിതികൾ ആവശ്യപ്പെടുന്നു.

○○

ദേശചരിത്രവും സാഹിത്യചരിത്രങ്ങളും

ഡോ. ജൈനിമോൾ കെ. വി.

ദേശചരിത്രങ്ങൾ സാഹിത്യത്തെ എത്രമാത്രം സ്വാധീനിച്ചിരുന്നു എന്ന അന്വേഷണം നമ്മുടെ കലയെയും സാഹിത്യത്തെയും കുറിച്ചുള്ള കാഴ്ചപ്പാടുകളെ നിർണയിക്കാൻ അനിവാര്യമാണ്. തെക്കൻ തിരുവിതാംകൂറിന്റെയും വള്ളുവനാടിന്റെയും കടത്തനാടിന്റെയും ഉത്തരമലബാറിന്റെയും ചരിത്രത്തെയും സംസ്കാരത്തെയും രേഖപ്പെടുത്തിയ ധാരാളം കൃതികൾ മലയാളത്തിലുണ്ടായിട്ടുണ്ട്. നമ്മുടെ സാഹിത്യചരിത്രങ്ങൾ കൃതികളിലെ ദേശസാന്നിധ്യത്തെ രേഖപ്പെടുത്തുന്നതിൽ എത്രത്തോളം വിജയിച്ചിട്ടുണ്ട്? ദേശചരിത്രങ്ങളുടെ ഈടിരിപ്പുകളായ വടക്കൻ പാട്ടുകൾക്കും മാപ്പിളപ്പാട്ടുകൾക്കും മറ്റും മലയാള സാഹിത്യ ചരിത്രങ്ങളിൽ അർഹമായ സ്ഥാനം ലഭിച്ചിട്ടുണ്ടോ? എന്നിങ്ങനെയുള്ള അന്വേഷണത്തിന് വലിയ പ്രസക്തിയാണുള്ളത്. ഒറ്റപ്പെട്ട ചില പ്രാചീന മധ്യകാല കൃതികൾ വച്ചാണ് നാം മലയാള സാഹിത്യത്തിന്റെയും മലയാള ഭാഷയുടെയും ചരിത്രം നിർമിച്ചിരിക്കുന്നത് .ഓരോ നൂറ്റാണ്ടിനെയും പ്രതിനിധീകരിക്കാൻ ഒന്നോ രണ്ടോ എഴുത്തുകാരനെ മാത്രമേ നമുക്ക് കണ്ടെത്തുവാൻ കഴിഞ്ഞിട്ടുള്ളൂ .പതിമൂന്നാം നൂറ്റാണ്ടിൽ ഒരു രാമചരിത കർത്താവ് പതിനാലാം നൂറ്റാണ്ടിൽ കണ്ണശ്ശന്മാർ പതിനഞ്ചാം നൂറ്റാണ്ടിൽ ചെറുശ്ശേരി പതിനാറാം നൂറ്റാണ്ടിൽ എഴുത്തച്ഛൻ പൂന്താനം നമ്പൂതിരി എന്നിവർ പതിനേഴാം നൂറ്റാണ്ടിൽ ശൂന്യം പതിനെട്ടാം നൂറ്റാണ്ടിൽ കുഞ്ചൻ നമ്പ്യാർ, ഉണ്ണായി വാര്യർ എന്നിവർ. മലയാളത്തെ സംബന്ധിച്ചിടത്തോളം ആധുനികത തുടങ്ങുന്ന 19 നൂറ്റാണ്ടിലെ ചില സാഹിത്യ ചരിത്രങ്ങൾ പോലും അപൂർണ്ണങ്ങളാണ്. എഴുത്തും വായനയും അറിയാവുന്ന ഒരു ചെറു ന്യൂനപക്ഷം മാത്രമേ കേരളീയ സമൂഹത്തിൽ ഉണ്ടായിരുന്നുള്ളൂ എന്നതും നാടുവാഴിത്ത ഭരണകാലത്ത് എഴുത്തിന് ഒരു ഉപജീവനമാർഗ്ഗം എന്ന നിലയ്ക്കപ്പുറം സ്ഥാനം ഇല്ലായിരുന്നു എന്നതുമായിരുന്നു അന്ന് കൃതികൾ പൊതുസദസ്സിലേക്ക് വരാതി

രുന്നതിന് പ്രധാന കാരണങ്ങൾ എന്ന് ഡോ. കുമാരൻ വയലേരി നിരീക്ഷിക്കുന്നു.(2013:57.) പതിനഞ്ചാം നൂറ്റാണ്ടിൽ എഴുതിയ കൃഷ്ണഗാഥ പത്തൊമ്പതാം നൂറ്റാണ്ട് വരെ ശ്രദ്ധിക്കപ്പെടാതെ പോയതിനുള്ള കാരണവും മറ്റൊന്നുമല്ല. നാടുവാഴിയും ചില അനുചരന്മാരും അല്ലാതെ അക്കാലത്തെ സാഹിത്യരൂപങ്ങൾക്ക് വേണ്ടത്ര ആസ്വാദകരുണ്ടായിരുന്നില്ല എന്നതായിരുന്നു യാഥാർത്ഥ്യം. സാഹിത്യത്തിന് കേരളത്തിൽ വേണ്ടത്ര വേരോട്ടം ഇല്ലാതിരുന്ന കാലത്തെ ഒറ്റപ്പെട്ട കൃതികളാണ് നമ്മുടെ സാഹിത്യചരിത്രങ്ങൾക്കും പഠനങ്ങൾക്കും ഉപാദാനമായി സ്വീകരിച്ചിരുന്നത്. ഈ ലിഖിത സാഹിത്യത്തിന് പുറത്ത് നാടൻ വാങ്മയത്തിന്റെ ഒരു മഹാസാഗരം തന്നെ സാധാരണക്കാർക്കിടയിൽ നിർമ്മിക്കപ്പെടുകയും തലമുറകൾ ഏറ്റെടുക്കുകയും ചെയ്തുകൊണ്ടിരുന്നു (2013:58).

ദേശചരിത്രനിർമ്മിതിയും വടക്കൻ പാട്ട്സാഹിത്യവും

അത്യുത്തര കേരളത്തിൽ ഏറ്റവും കൂടുതൽ പ്രചാരമുണ്ടായ ഒരു ഗാനശാഖയാണ് വടക്കൻ പാട്ട്. കേരളത്തിന്റെ വടക്കൻ പ്രദേശങ്ങളിൽ പാടിവരുന്നതും ആ പ്രദേശങ്ങളിലെ സംഭവങ്ങളെ സൂക്ഷ്മമായി അവതരിപ്പിക്കുന്നത് കൊണ്ടും ആണ് ഈ പേര് വന്നത്. 'ദേശചരിത്രങ്ങളുടെ സമാഹാരം എന്ന നിലയിലാണ് വടക്കൻ പാട്ടുകൾ ഏറെയും ശ്രദ്ധേയമാവുന്നത്. ഒരു കാലഘട്ടത്തിന്റെ ചരിത്രവും സംസ്കാരവും വടക്കൻ പാട്ടുകൾ ഉൾക്കൊള്ളുന്നു ദൂരം പാട്ടുകളിലും തച്ചോളിപ്പാട്ടുകളിലും കടത്തനാടും തുളുനാടും വയനാടും അടങ്ങിയ ഒരു ദേശത്തിന്റെ ചരിത്രപശ്ചാത്തലം നിറയുന്നുണ്ട്. കളരികളുടെ അങ്കങ്ങളുടെ, ദേശവാഴികളുടെ നാട്ടുപ്രമാണിമാരുടെ, മുസ്ലിം പ്രമാണിമാരുടെ കച്ചവടക്കാരുടെ ഒക്കെ ചരിത്രമായി അത് മാറുന്നു. അതോടൊപ്പം ദുഷിച്ചുപോയ സ്ത്രീത്വത്തിന്റെ ചിത്രവും അവതരിപ്പിക്കുന്നുണ്ട്. നാടുനീളെ കളരി സ്ഥാപിച്ച് മെയ്യഭ്യാസികളെ സൃഷ്ടിച്ച ദേശവാഴികൾ അവരെ എങ്ങനെയൊക്കെ പ്രയോജനപ്പെടുത്തിയിരുന്നു എന്നത് വടക്കൻ പാട്ടുകളിൽ കാണാവുന്നതാണ്. നാടുവാഴിയുടെ വിനോദം എന്ന നിലയിൽ നടന്നിരുന്ന ആയുധാഭ്യാസികളുടെ അങ്കം കുലമഹിമ തെളിയിക്കാനും രാജ്യാതിർത്തി വ്യാപിപ്പിക്കാനും ഉപയോഗിച്ചിട്ടുണ്ട്. ഒരു കാലഘട്ടത്തിലെ യുദ്ധരീതികളെക്കുറിച്ചും ആയുധങ്ങളെക്കുറിച്ചും ആയുധ പരിശീലനത്തെക്കുറിച്ചും വടക്കൻ പാട്ടുകൾ അറിവ് നൽകുന്നു. ദേശചരിത്രങ്ങളുടെ പുനരാവിഷ്

കാരങ്ങൾ എന്ന നിലയിലാണ് അവ പ്രസക്തമാകുന്നത്'(2013:70). വടക്കൻ പാട്ടുകളിലെ പ്രധാനപ്പെട്ട ദേശം കടത്തനാടാണ്. ഈ ദേശത്തിന്റെ ചരിത്രം, ഭൂപ്രകൃതി, കാലാവസ്ഥ, ഇവിടം ഭരിച്ചിരുന്ന രാജവംശങ്ങളുടെ ചരിത്രം, ഭരണ വ്യവസ്ഥ, ജാതിവ്യവസ്ഥ, കലാസാംസ്കാരിക കേന്ദ്രങ്ങൾ, തറവാടുകൾ, കളരികൾ, തിറയുത്സവങ്ങൾ, കച്ചവടകേന്ദ്രങ്ങൾ തുടങ്ങി കടത്തനാടൻ ചരിത്രത്തെയും പാരമ്പര്യത്തെയും കുറിച്ചറിയാൻ സാധിക്കുന്ന ഉപാദാനസാമഗ്രികളാണ് വടക്കൻ പാട്ടുകൾ. വടക്കൻപാട്ടുകളെ സമാഹരിക്കുന്നതിൽ ആദ്യം ശ്രദ്ധ പുലർത്തിയത് ഹെർമൻ ഗുണ്ടർട്ട്, വില്യം ലോഗൻ തുടങ്ങിയ വിദേശികളാണ്. വടക്കൻ പാട്ടു പഠനങ്ങൾക്ക് പ്രാധാന്യം കൈവരുന്നത് ബാലഡ്സ് ഓഫ് നോർത്ത് മലബാർ എന്ന കൃതിയോട് കൂടിയാണ്. മലയാളത്തിലെ ആദ്യത്തെ സാഹിത്യചരിത്ര ഗ്രന്ഥമായ പി. ഗോവിന്ദപിള്ളയുടെ മലയാളഭാഷാചരിത്രത്തിൽ വടക്കൻ പാട്ടുകളിൽ പെട്ട തച്ചോളി പാട്ടുകളെ അർഹിക്കുന്ന പ്രാധാന്യത്തോടെ രേഖപ്പെടുത്തിയിട്ടുണ്ട്. ഈ ഗ്രന്ഥത്തിന്റെ അഞ്ച് അധ്യായങ്ങളിൽ നാടൻ പാട്ടുകൾ വിഷയമാക്കുന്നു. തീയാട്ട്, ബ്രാഹ്മണിപ്പാട്ട്, യാത്രകളിപ്പാട്ട്, തച്ചോളിപ്പാട്ട് തുടങ്ങിയ പാട്ടുകളുടെ വരികൾ ഉദ്ധരിക്കുകയും രേഖപ്പെടുത്തുകയും ചെയ്യുന്നു. ഉള്ളൂരിന്റെ കേരളസാഹിത്യചരിത്രത്തിലും വടക്കൻപാട്ടുകളെ ഗൗരവത്തോടെ രേഖപ്പെടുത്തുകയുണ്ടായി. നാടൻ പാട്ടുകൾക്കായി 3 അധ്യായം മാറ്റിവെക്കുകയും നാടൻ പാട്ടുകളെ ശേഖരിക്കുകയും വർഗ്ഗീകരിക്കുകയും സാഹിത്യചരിത്രത്തിൽ ഉൾപ്പെടുത്തുകയും ചെയ്ത ആദ്യത്തെ സാഹിത്യചരിത്രകാരനാണ് ഉള്ളൂർ. ഹൃദയത്തിൽ നിന്ന് പുറപ്പെട്ട് ഹൃദയത്തിൽ അലിഞ്ഞുചേരുന്ന പാട്ടുകൾ എന്നാണ് ഉള്ളൂർ വടക്കൻ പാട്ടുകളെക്കുറിച്ച് അഭിപ്രായപ്പെട്ടത്. സാഹിത്യചരിത്രം പ്രസ്ഥാനങ്ങളിലൂടെ എന്ന ഗ്രന്ഥത്തിൽ ജി. ശങ്കരപ്പിള്ള നാടൻപാട്ടുകളെക്കുറിച്ച് എഴുതിയ ലേഖനം വടക്കൻപാട്ടുകളും കടത്തനാടൻ ജനതയുമായുള്ള ആത്മബന്ധത്തെ തുറന്നുകാട്ടുന്നു. തമിഴിന്റെയോ സംസ്കൃതത്തിന്റെയോ കലർപ്പില്ലാത്ത ശുദ്ധസാഹിത്യശാഖ എന്നാണ് ജി. ശങ്കരപ്പിള്ള നാടൻപാട്ടുകളെക്കുറിച്ച് അഭിപ്രായപ്പെട്ടത്. എരുമേലി പരമേശ്വരൻ പിള്ളയുടെ മലയാളസാഹിത്യം കാലഘട്ടങ്ങളിലൂടെ എന്ന കൃതി, ഡോ. എം ലീലാവതിയുടെ മലയാള കവിതാസാഹിത്യ ചരിത്രം, പി .കെ ഗോപാലകൃഷ്ണന്റെ കേരളത്തിന്റെ സാംസ്കാരിക ചരിത്രം, ഡോ. എം. ആർ. രാഘവവാര്യരുടെ

വടക്കൻപാട്ടുകളുടെ പണിയാല, വടക്കൻ പാട്ടു പഠനങ്ങൾ, ഡോ. എം. വി വിഷ്ണു നമ്പൂതിരിയുടെ ഫോക്‌ലോർ നിഘണ്ടു, വടക്കൻപാട്ടുകൾ-ഒരു പഠനം, പയ്യന്നൂർ ബാലകൃഷ്ണന്റെ വടക്കൻ പാട്ടിലെ വീരാംഗനമാർ, ഡോ. കെ. വി. തോമസിന്റെ വടക്കൻപാട്ടിലെ പഴശ്ശിരാജാവ് തുടങ്ങിയ പുസ്തകങ്ങൾ നാടൻ പാട്ട് സാഹിത്യത്തെയും അവ ഉൾക്കൊള്ളുന്ന നൈതികവും രാഷ്ട്രീയവുമായ സവിശേഷതകളെക്കുറിച്ചും അന്വേഷിച്ച സാഹിത്യചരിത്രങ്ങളാണ്. കടത്തനാട്ടിൽ മാത്രം ഒതുങ്ങിപ്പോകേണ്ടതല്ല വടക്കൻ പാട്ടുകൾ എന്ന നില ഇതോടെ കൈവന്നു. പണ്ഡിതസമൂഹവും വായനക്കാരും ഒരു സവിശേഷ സാഹിത്യശാഖയായി വടക്കൻ പാട്ടുകളെ അംഗീകരിക്കാൻ കാലങ്ങൾ കുറേ കഴിയേണ്ടി വന്നു എന്ന് മാത്രം.

പൊന്നാനിയിലെ മാപ്പിളവസന്തം

മലയാള ഭാഷയ്ക്കും സംസ്കാരത്തിനും വലിയ സംഭാവനകൾ നൽകിയ സാഹിത്യശാഖയാണ് അറബി മലയാളം. എന്നാൽ നമ്മുടെ ബൃഹത്തായ സാഹിത്യചരിത്രഗ്രന്ഥങ്ങൾ ഒന്നും തന്നെ മാപ്പിളപ്പാട്ടുകൾ അറബി മലയാള കാവ്യങ്ങളെയോ ഉൾക്കൊള്ളുന്നവ ആയിരുന്നില്ല. ബൃഹത്തായ സാഹിത്യചരിത്രഗ്രന്ഥങ്ങൾ എല്ലാം ഈ വിജ്ഞാനശാഖയെ തമസ്കരിക്കുകയാണ് ഉണ്ടായത്. അറബിമലയാള സാഹിത്യത്തിലെ ശ്രദ്ധേയമായ കൃതികളുടെ ഉത്ഭവസ്ഥാനം പൊന്നാനിയാണ്. പൊന്നാനിയിലെ ജനജീവിതത്തെയും ആഘോഷങ്ങളെയും വിവരിക്കുന്ന കല്യാണപാട്ടുകൾ പൊന്നാനിയുടെ ഗാനപാരമ്പര്യം വിളിച്ചോതുന്ന കെസ്സു പാട്ടുകൾ, സർക്കീട്ടു പാട്ടുകൾ, കത്തുപാട്ടുകൾ, മൈലാഞ്ചി പാട്ടുകൾ, മാലപ്പാട്ടുകൾ മലബാറിലെ മതപ്രചരണവും മറ്റും വിഷയമാക്കുന്ന ഖിസ്സ പാട്ടുകൾ, മലബാർ ലഹള പോലുള്ള ചരിത്രപ്രധാനമായ കാര്യങ്ങൾ പരാമർശിക്കുന്ന പടപ്പാട്ടുകൾ തുടങ്ങിയ അറബിമലയാളസാഹിത്യത്തിൽപെട്ട കൃതികളിലെല്ലാം പൊന്നാനിയിലെ പ്രാദേശിക മുസ്ലിം സമൂഹങ്ങളുടെ ചരിത്രം കൂടിയാണ് രേഖപ്പെടുത്തിയിട്ടുള്ളത്. മലപ്പുറം പടപ്പാട്ടും, ചേറൂർ പടപ്പാട്ടും പ്രാദേശിക മുസ്ലിം സാമൂഹികതയുടെ ചരിത്രപരതയുമായി ബന്ധപ്പെട്ട വിപുലമായ കാവ്യമാണ്. യുദ്ധചരിത്രം പ്രമേയമാക്കിയ പടപ്പാട്ടുകളിലും മുസ്ലീങ്ങൾ നേരിടേണ്ടിവന്ന യുദ്ധചരിത്രങ്ങളാണ് വിവരിക്കുന്നത്. മലപ്പുറം പടപ്പാട്ടിൽ കേരളത്തിലേക്കുള്ള മുസ്ലിം വ്യാപനത്തിന്റെ ചരിത്രം ഉൾക്കൊള്ളുന്നുണ്ട്. സമ്പന്നമായ കേരളത്തിലെ

മുസ്ലിങ്ങളുടെ എഴുത്തുകളെ തമസ്കരിക്കുന്ന പ്രവണത ചരിത്രകാരന്മാരിൽ കാണാം. പൊന്നാനിയിലെ കൂട്ടുകൃഷി എന്ന ലേഖനത്തിൽ ഉമ്മർ തറമ്മേൽ എഴുതിയത് നോക്കുക: 'നേരിനെ മറയ്ക്കാത്ത കണ്ണുമായി ഭൂമിയിലേക്ക് ഉറ്റുനോക്കിയിരുന്ന പ്രദേശമായിരുന്നു പൊന്നാനി ഉറൂബിന്റെയും ഇടശ്ശേരിയുടെയും ദേശം.' മുഖ്യധാരാ സാഹിത്യചരിത്രങ്ങളായി കണക്കാക്കേണ്ട അറബിമലയാളസാഹിത്യത്തെ നാടൻപാട്ടുകളുടെ വിഭാഗത്തിൽ ഉൾപ്പെടുത്തി തദ്ദേശവൽക്കരിക്കുകയാണ് ചരിത്രകാരന്മാർ ചെയ്തത്. അക്കിത്തം എഴുതിയ പൊന്നാനിക്കളരി, ആലങ്കോട് ലീലാകൃഷ്ണന്റെ നിളയുടെ തീരങ്ങളിലൂടെ എന്നീ കൃതികളിലാണ് പൊന്നാനിയുടെ സാഹിത്യചരിത്രത്തെ രേഖപ്പെടുത്തിയിട്ടുള്ളത്. കുട്ടികൃഷ്ണമാരാർ, ഇ. പി സുമിത്രൻ, ഇ. നാരായണൻ, എം. ആർ. ബി., പ്രേംജി, എൻ. പി. ദാമോദരൻ, വി. ടി., ഇടശ്ശേരി തുടങ്ങിയവരെയാണ് പൊന്നാനിക്കളരിയുടെ ഭാഗമായി എഴുതിച്ചേർത്തിട്ടുള്ളത്. ഭാഷാപിതാവായ എഴുത്തച്ഛനിലാരംഭിച്ച് വള്ളത്തോൾ കമ്പനിയിലൂടെയും പൊന്നാനിക്കളരിയിലൂടെയും പുഷ്ടി പ്രാപിച്ച സാഹിത്യമാണ് മുഖ്യധാരയിൽ ഉൾപ്പെട്ടിട്ടുള്ളത്. വള്ളത്തോൾ കമ്പനി രൂപീകരിച്ചതിനെക്കുറിച്ച് അക്കിത്തം ഇങ്ങനെ എഴുതുന്നു. "വള്ളത്തോൾ നാരായണമേനോനും ഗോപാലമേനോനും കുറ്റിപ്പുറത്തു കേശവൻനായരും കിട്ടുണ്ണിനായരും നാലപ്പാട്ടു നാരായണമേനോനും ബാലാമണിയമ്മയും അമ്മിണിയമ്മയും കമലാദാസും സുവർണയും കെ. സുകുമാരനും കല്ലന്മാർതൊടിയും കുറുവാന്തൊടിയും കെ. എൻ. എഴുത്തച്ഛനും ചെറുളിയും വിദ്വാൻ എ കൃഷ്ണനും മറ്റും മറ്റും മനസ്സിലേക്ക് തള്ളിക്കയറിവരുന്നു. പിന്നെപ്പിന്നെ ആ സഹൃദയസംഗമങ്ങൾക്ക് വള്ളത്തോൾ കമ്പനി എന്നൊരു പേരും വീണു"(1998:9). വള്ളത്തോൾ കമ്പനിയുടെ തുടർച്ചയായാണ് പൊന്നാനിക്കളരി രൂപം കൊള്ളുന്നത്. ജന്മം കൊണ്ട് പൊന്നാനിക്കാരല്ലാത്തവരും പിന്നീട് പൊന്നാനിക്കളരിയുടെ ഭാഗമായി. കവിതകൾ, നാടകങ്ങൾ, നിരൂപണസാഹിത്യം, തുടങ്ങി സാഹിത്യത്തിൻറെ വിവിധ മണ്ഡലങ്ങളിൽ ഇവരെല്ലാം തെളിഞ്ഞു നിന്നു. ധാർമികതയിലും മാനവികതയിലും അധിഷ്ഠിതമായ ഒരു സാഹിത്യലോകം ഇവർ സൃഷ്ടിച്ചു. മതേതരത്വം എന്ന ആശയത്തെ മുറുകെ പിടിച്ചു. കൂട്ടുകൃഷി, പാട്ട ബാക്കി, അടുക്കളയിൽ നിന്ന് അരങ്ങത്തേക്ക്, മറക്കുടക്കുള്ളിലെ മഹാനരകം, ഋതുമതി തുടങ്ങിയ സാമൂഹിക പരിഷ്കരണങ്ങൾക്ക് കാരണമായ നിര

വധി നാടകങ്ങളും പൊന്നാനിയുടെ സാഹിത്യപാരമ്പര്യത്തെ വിളിച്ചോതുന്നു. മുസ്ലിം സൗഹൃദങ്ങൾ പ്രമേയവൽക്കരിക്കുന്ന ധാരാളം കൃതികളും പൊന്നാനിക്കളരിയിൽ നിന്നുണ്ടായി. ഇടശ്ശേരി, ഉറൂബ്, സി. രാധാകൃഷ്ണൻ, കെ. പി. രാമനുണ്ണി തുടങ്ങിയവരുടെ കൃതികളിലെല്ലാം ഹിന്ദു മുസ്ലീം സൗഹാർദ്ദത്തിന്റെ ഊഷ്മളത കാണാം.

ദേശചരിത്രങ്ങളും മലയാളനോവലും

സാഹിത്യചരിത്ര വിജ്ഞാനീയങ്ങളിലെ ദേശവും ചരിത്രവും ഏകപക്ഷീയമായ വീക്ഷണകോണുകളിലൂടെ അവതരിപ്പിക്കപ്പെട്ടപ്പോൾ സാഹിത്യം ദേശകാല പരിണാമങ്ങളെ മറയേതുമില്ലാതെ തുറന്നു കാട്ടി .സാഹിത്യം ചരിത്രവിജ്ഞാനീയത്തിലെ ചരിത്രത്തെക്കാൾ ചരിത്രാത്മകമാണ് എന്ന് സുനിൽ പി ഇളയിടം അഭിപ്രായപ്പെട്ടിട്ടുണ്ട്. (2011: 20). സംഘകാലം മുതൽക്കു തന്നെ ദേശഭാവനയുമായി ബന്ധപ്പെട്ട സാഹിത്യരചനകൾ ഉണ്ടായിട്ടുണ്ട്. സന്ദേശകാവ്യങ്ങളിലും അച്ചീചരിതങ്ങളിലും പാട്ടുകൃതികളിലും എല്ലാം ഇത്തരത്തിൽ ദേശചരിത്രങ്ങൾ കടന്നുവന്നു. നമ്പ്യാരുടെ തുള്ളൽ കൃതികളിൽ അമ്പലപ്പുഴയും തിരുവനന്തപുരവും അവിടുത്തെ ജനജീവിതവുമെല്ലാം വിസ്തരിച്ചു പ്രതിപാദിക്കപ്പെട്ടു. എന്നാൽ ദേശചരിത്രത്തിലൂടെയുള്ള ആഴത്തിലുള്ള സഞ്ചാരം നടത്തിയ സാഹിത്യരൂപം നോവലാണ്. ദേശാതിർത്തികൾ ഭൂഭാഗങ്ങൾ തുടങ്ങി നിരവധി സംവർഗ്ഗങ്ങളുമായി ബന്ധപ്പെട്ട് വാചാലമായി വിന്യസിച്ചിരിക്കുന്ന നിലയിലാണ് നോവലിന്റെ സ്ഥലബോധം.

നോവലുകൾ എഴുത്തുകാരന്റെ ഭാവന മാത്രമല്ല, അത് എഴുതപ്പെട്ട കാലഘട്ടത്തിന്റെ ചരിത്രത്തിലേക്കുള്ള ഉപാദാനങ്ങളും ദിശാസൂചികളുമാണ്. മലയാള നോവൽസാഹിത്യത്തിന്റെ ഏടുകൾ പരിശോധിച്ചാൽ കേരളത്തിന്റെ സാമൂഹിക സാംസ്കാരിക ചരിത്രത്തിന്റെ അടരുകൾ കാണാൻ സാധിക്കും. ദേശചരിത്രവും സ്വാതന്ത്ര്യസമര ചരിത്രവുമൊക്കെ അതിൽ തെളിയുന്നു. ചരിത്രനായകന്മാരെയും ചരിത്രത്തിന്റെ വിധി നിർണയിച്ച വീരസാഹസിക പുരുഷന്മാരെയും കഥാപാത്രങ്ങളാക്കിക്കൊണ്ടുള്ള നോവലുകൾ മലയാളത്തിൽ നിരവധി ഉണ്ടായിട്ടുണ്ട്. തിരുവിതാംകൂറിന്റെ ചരിത്രത്തിലേക്ക് വായനക്കാരെ കൂട്ടിക്കൊണ്ടുപോയ സി. വി. രാമൻപിള്ളയുടെ കൃതികൾ മുതൽ ഓരോ കാലഘട്ടത്തിലും എഴുതപ്പെട്ട നോവലുകളെ പഠനവിധേയമാക്കിയാൽ കേരള സമൂഹരൂപീ

കരണവുമായി ബന്ധപ്പെട്ട് കിടക്കുന്ന ചരിത്രത്തിന്റെ പരിണാമങ്ങൾ കണ്ടെത്താൻ കഴിയും.

പ്രാദേശിക ഭാഷകളിലൂടെയും മിത്തുകളിലൂടെയും നോവലുകളിൽ സന്നിവേശിപ്പിക്കുന്ന ദേശവും ചരിത്രവും എഴുതപ്പെടാതെ പോയ ചരിത്രത്തിന്റെ ഉള്ളറകളിലേക്കുള്ള വഴികൾ തുറന്നുതരുന്നു. തിരുവിതാംകൂറിന്റെ ചരിത്രം തന്നെയാണ് സി.വി.യുടെ ചരിത്ര നോവലുകൾ. ഇതേ കാലഘട്ടത്തിൽ തന്നെയാണ് പോത്തേരി കുഞ്ഞമ്പു സരസ്വതി വിജയം എഴുതുന്നത്. പക്ഷേ 1891-92 കാലഘട്ടത്തിൽ എഴുതപ്പെട്ട ഈ രണ്ട് കൃതികളും വെളിപ്പെടുത്തുന്ന ചരിത്ര ദേശസന്ദർഭങ്ങൾ വ്യത്യസ്തമാണ്. മാർത്താണ്ഡവർമ്മക്ക് ലഭിച്ച പ്രാധാന്യം സരസ്വതി വിജയത്തിന് ലഭിക്കാത്തതിന്റെ കാരണമെന്ത്? അവിടെയാണ് സാഹിത്യചരിത്രങ്ങളുടെയും വിമർശകരുടെയും ഏകപക്ഷീയതയും സവർണപക്ഷപാതിത്വവും തെളിഞ്ഞു കാണുന്നത്. കീഴാളരുടെ ജീവിതകഥ പറയുന്ന സരസ്വതീ വിജയവും തിരുവിതാംകൂർ രാജകുടുംബങ്ങളുടെ കഥ പറയുന്ന മാർത്താണ്ഡവർമ്മയും രണ്ടുതരം ചരിത്രത്തെയാണ് വെളിവാക്കുന്നത്.

നവോത്ഥാനകാല എഴുത്തുകാരിൽ പ്രധാനികളായ തകഴിയും ബഷീറും ദേവും എസ്. കെ. പൊറ്റക്കാടും സമുദായ പരിഷ്കരണങ്ങളിലും മാനവികതയിലും ഊന്നിക്കൊണ്ടുള്ള ദേശചരിത്രങ്ങൾ തങ്ങളുടെ നോവലുകളിലൂടെ ആവിഷ്കരിച്ചു. മുസ്ലിം സ്വത്വത്തെ ദേശത്തിന്റെ ഭാഗധേയവുമായി കൂട്ടിയിണക്കി അവതരിപ്പിക്കുന്നതിൽ ബഷീർ വിജയിച്ചു. തകഴിയുടെയും ബഷീറിന്റെയും ദേശകാല ചരിത്രങ്ങളിൽ നിന്നും വിഭിന്നമായ ഒരു കാലത്തെയാണ് എസ്. കെ പൊറ്റക്കാട് അവതരിപ്പിച്ചത്. 1910 മുതൽ 1933 വരെയുള്ള കാൽ നൂറ്റാണ്ട് കാലത്ത് താൻ ജീവിച്ച കോഴിക്കോട് എന്ന ദേശത്തിന്റെ ഇതിഹാസം അദ്ദേഹം ദേശത്തിന്റെ കഥയിൽ വരച്ചിട്ടു. കോഴിക്കോട് ദേശത്തിന്റെ കഥയിൽ അതിരാണിപ്പാടമായി പുനരവതരിച്ചു. ഉത്തരമലബാറിന്റെ പ്രാദേശിക മുദ്ര പതിഞ്ഞ ഭാഷയാണ് ഈ നോവലിൽ ഉപയോഗിച്ചിട്ടുള്ളത്. വള്ളുവനാടൻ ഭാഷയും നാട്ടുവഴികളും ഗ്രാമഭംഗിയും എം.ടി.യും ഫ്രഞ്ച് അധിനിവേശ ഭൂമികയായ മയ്യഴിയെ മുകുന്ദനും മനോഹരമായി നോവലുകളിൽ സന്നിവേശിപ്പിച്ചു.

പ്രാദേശിക ചരിത്രങ്ങളെയും മിത്തുകളെയുമൊക്കെ നോവലിന്റെ വലിയ ക്യാൻവാസിലേക്ക് പ്രശ്നവത്ക്കരിക്കുകയാണ് പുതിയ

കാല നോവലുകൾ. സ്ഥലകാലങ്ങൾക്ക് അതീതമായ സൈബർ സ്പേസിന്റെ ആഖ്യാന ലോകമാണ് മറ്റൊന്ന്. മുഖ്യധാരയിൽ ഇടം പിടിക്കാതെ പോയ മിത്തുകളെയും നാടോടി വാങ്മയങ്ങളെയും പ്രാദേശികാഖ്യാനത്തിനായി എഴുത്തുകാർ തെരഞ്ഞെടുത്തു. എൻ. പ്രഭാകരന്റെ തീയ്യൂർ, സുഭാഷ് ചന്ദ്രന്റെ തച്ചനക്കര, അംബികാസുതൻ മാങ്ങാടിന്റെ എൻമകജെ, മരക്കാപ്പ്, യു. കെ കുമാരന്റെ തക്ഷൻകുന്ന് തുടങ്ങിയ ചെറിയ ഭൂവിഭാഗങ്ങളുടെയും പ്രാന്തപ്രദേശങ്ങളുടെയും സൂക്ഷ്മാഖ്യാനമായി പുതുനോവലുകൾ മാറി.

സാഹിത്യ ചരിത്രങ്ങളിലെ ദേശവും ചരിത്രവും

മലയാളനോവലിന്റെ ചരിത്രം പല സാഹിത്യ ചരിത്രങ്ങളിലും അടയാളപ്പെടുത്തിയിട്ടുണ്ട്. എം. പി. പോളിന്റെ നോവൽ സാഹിത്യം, ഡോ. കെ. എം. തരകന്റെ മലയാള നോവൽസാഹിത്യ ചരിത്രം, കൽപ്പറ്റ ബാലകൃഷ്ണന്റെ ചരിത്രനോവൽ മലയാളത്തിൽ, ഡോ. ജോർജ് ഇരുമ്പയിത്തിന്റെ മലയാള നോവൽ പത്തൊമ്പതാം നൂറ്റാണ്ടിൽ, തുടങ്ങി ധാരാളം കൃതികൾ നോവൽ സാഹിത്യത്തിന് പ്രാധാന്യം കൊടുത്തുകൊണ്ട് മലയാളത്തിൽ ഉണ്ടായിട്ടുണ്ട്.1978 കേരള സാഹിത്യ അക്കാദമി പ്രസിദ്ധീകരിച്ച മലയാള നോവൽ സാഹിത്യചരിത്രം എന്ന കൃതി 3 ഘട്ടങ്ങളിലായി മലയാള നോവൽ സാഹിത്യത്തിന്റെ വികാസത്തെ രേഖപ്പെടുത്തുന്നു. നോവലിന്റെ വികാസഘട്ടങ്ങളെ കൃത്യമായി പരിശോധിക്കുന്നുവെങ്കിലും അപാകതകൾ ഏറെയുണ്ട്. 1864 മുതൽ 1940 വരെയുള്ള ഘട്ടമായാണ് ആദ്യകാല മലയാള നോവലുകളെ വർഗീകരിച്ചിട്ടുള്ളത്. ആദ്യത്തെ ലക്ഷണമൊത്ത നോവൽ ആയിട്ട് ഇന്ദുലേഖയെ ആണ് രേഖപ്പെടുത്തിയിട്ടുള്ളത്.ആദ്യകാല നോവലുകളെ സാമൂഹിക നോവലുകൾ ചരിത്ര അധ്യായികകൾ അപസർപ്പകകഥകൾ രാഷ്ട്രീയ കഥകൾ എന്നിങ്ങനെ നാല് വിഭാഗങ്ങളായി തിരിക്കുന്നുണ്ട് ഡോ. കെ എം തരകൻ .ഇതിൽ അപസർപ്പക നോവൽ വിഭാഗത്തിന് ചരിത്രകാരൻ ഒട്ടും പ്രാധാന്യം നൽകിയിട്ടില്ല. സാമൂഹിക നോവൽ വിഭാഗത്തിൽ ഇന്ദുലേഖക്ക് നൽകുന്ന പ്രാധാന്യം മറ്റു നോവലുകൾക്കൊന്നും നൽകുന്നില്ല. സാമൂഹിക നോവൽ വിഭാഗത്തിൽ വരുന്ന പരിഷ്കാരപ്പൊതി, സരസ്വതീ വിജയം, അപ്ഫന്റെ മകൾ എന്നീ നോവലുകൾ ഉയർത്തിയ ഉന്നതമായ സാമൂഹിക ബോധത്തിനുംസമുദായ പരിഷ്കരണ ശ്രമങ്ങൾക്കുമൊന്നും ചരിത്രകാരൻ ഒട്ടുംതന്നെ പ്രാധാന്യം കൽപ്പിച്ചിട്ടില്ല.

നോവലുകളുടെ മഹത്വം തീരുമാനിക്കുന്നതിന്റെ മാനദണ്ഡം പലപ്പോഴും ജനപ്രിയതയെ മുൻനിർത്തിയാണെന്ന് കാണാം. മികച്ച സാമൂഹ്യ നോവൽ ആയി ഇന്ദുലേഖയെയും ബഷീറിന്റെ പ്രധാനപ്പെട്ട നോവലുകളായി ബാല്യകാലസഖി, പാത്തുമ്മയുടെ ആട്, ന്റുപ്പൂപ്പാക്കൊരാനേണ്ടാർന്നു എന്നിവയെ പരിഗണിക്കുമ്പോഴുമെല്ലാം ഇത് വ്യക്തമാണ്. എസ്. കെ പൊറ്റക്കാടിന്റെ ദേശത്തിന്റെ കഥ, ഉറൂബിന്റെ നോവലുകൾ തുടങ്ങിയവയെകുറിച്ചൊന്നും വേണ്ടത്ര പരിഗണന നൽകുന്നേ ഇല്ല. അതുപോലെ സ്ത്രീ എഴുത്തുകാരികൾക്ക് നോവൽ സാഹിത്യചരിത്രത്തിൽ പ്രാധാന്യം കിട്ടിയിട്ടുമില്ല.

ചുരുക്കത്തിൽ നോവലിന്റെ വികാസഘട്ടങ്ങളെ ഏറെക്കുറെ സമഗ്രമായി രേഖപ്പെടുത്താൻ ശ്രമിച്ച മലയാള നോവൽസാഹിത്യ ചരിത്രവും ചരിത്രകാരന്റെ സാഹിത്യപക്ഷപാതങ്ങളിൽ നിന്ന് വിമുക്തമല്ലെന്ന് കാണാൻ സാധിക്കും.

ഗ്രന്ഥസൂചി

1. കുമാരൻ വയലേരി, 2013, ഫോക് ലോർ വീക്ഷണവും പ്രസക്തിയും, കേരള ഭാഷാ ഇൻസ്റ്റിറ്റ്യൂട്ട്

2. തരകൻ കെ.എം, 2005, മലയാള നോവൽ സാഹിത്യ ചരിത്രം, കേരളസാഹിത്യഅക്കാദമി, തൃശൂർ

3. ഡോ. ഭരതൻ കെ എം (എഡി,)2017, ബാലഡ്സ് ഓഫ് നോർത്ത് മലബാർ, തുഞ്ചത്തെഴുത്തച്ഛൻ മലയാള സർവകലാശാല

4. മലയാളപ്പച്ച, ലക്കം 10, 2020, സാഹിത്യചരിത്രവിജ്ഞാനീയം അറിവരങ്ങുകളും എതിർഭാവനകളും, മലയാള വിഭാഗം, കെ.കെ.ടി.എം. ഗവ. കോളേജ്

5. രാഘവ വാരിയർ എം ആർ., 1982, വടക്കൻപാട്ടുകളുടെ പണിയാല, വള്ളത്തോൾ വിദ്യാപീഠം, ശുകപുരം

6. സുനിൽ പി. ഇളയിടം, 2011, അജ്ഞാതവുമായുള്ള അഭിമുഖങ്ങൾ, കോട്ടയം, എൻ.ബി.എസ്.

7. ഹസ്കറലി ഇ.സി (എഡി), മാപ്പിള വസന്തം ചരിത്രവും വർത്തമാനവും, 2012, പിയാനോ പബ്ലിക്കേഷൻസ്, കോഴിക്കോട്

ഠഠ

സൗന്ദര്യം

ജനപ്രിയസാഹിത്യചരിത്രം മലയാളത്തിൽ

ഡോ. ജൈനിമോൾ കെ. വി.

ജനസാമാന്യത്തിന്റെ സാഹിത്യമാണ് ജനപ്രിയ സാഹിത്യം. ജനകീയതയാണത് ലക്ഷ്യമിടുന്നത് എന്നതുകൊണ്ട് ജനകീയ സാഹിത്യവുമാണ്. ലക്ഷക്കണക്കിന് ആളുകൾ ജനപ്രിയസാഹിത്യം വായിക്കുന്നു. അങ്ങനെ വരുമ്പോൾ മാറ്റിനിർത്തേണ്ട ഒന്നാണോ ജനപ്രിയ സാഹിത്യം? പൈങ്കിളി എന്നും രണ്ടാംകിട എന്നും അത് പരിഹസിക്കപ്പെടുന്നതിൽ എന്തർത്ഥമാണ് ഉള്ളത്? മലയാള സാഹിത്യചരിത്രത്തിൽ ജനപ്രിയസാഹിത്യത്തിന് അർഹിക്കുന്ന പരിഗണന ലഭിച്ചിട്ടുണ്ടോ എന്നതും പര്യാലോചിക്കേണ്ടതുണ്ട്. മലയാളത്തിലേക്ക് ജനപ്രിയ സാഹിത്യരൂപങ്ങൾ കടന്നുവന്നതിന്റെ കാരണങ്ങളെക്കുറിച്ച് പി. കെ. രാജശേഖരൻ വിശദീകരിക്കുന്നുണ്ട്: സ്വാതന്ത്ര്യസമരത്തിന്റെയും രണ്ടാം ലോകമഹായുദ്ധത്തിന്റെയും തീവ്രതയും പട്ടിണിയും ദാരിദ്ര്യവും അനുഭവിച്ചുകൊണ്ടിരുന്ന പുത്തൻ വായനാസമൂഹത്തിൽ ഒരു സ്വപ്നതൃഷ്ണ നിലനിന്നിരുന്നു. യഥാർത്ഥമായ ആനന്ദലോകത്തിനുവേണ്ടിയുള്ള തൃഷ്ണയെ തൃപ്തിപ്പെടുത്താൻ കേവല വിനോദമൂല്യത്തിൽ ഊന്നുന്ന സാഹിത്യം ആവശ്യമായിരുന്നു. ജീവിത ദുഃഖങ്ങൾക്കും പ്രതിസന്ധികൾക്കും ലളിതമായ പരിഹാരമാർഗ്ഗങ്ങൾ നിർദ്ദേശിക്കുന്ന കിനാവുകളെയും മോഹങ്ങളെയും ഭാവന കൊണ്ട് പൂരിപ്പിക്കുന്ന യഥാർത്ഥമായ ആനന്ദലോകം വാഗ്ദാനം ചെയ്ത ഒരു സാഹിത്യം ഗദ്യത്തിലെ റിയലിസത്തിനും പദ്യത്തിലെ കാല്പനികതക്കും സമാന്തരമായി തന്നെ മലയാള സാഹിത്യത്തിൽ വളരാൻ ആരംഭിച്ചു. ആ സമാന്തര/ബദൽ സാഹിത്യത്തെയാണ് പൈങ്കിളി സാഹിത്യമെന്ന് ഉന്നത സാഹിത്യം പരിഹാസപൂർവം വിളിച്ചത്. യഥാർത്ഥത്തിൽ ഒന്നോ രണ്ടോ എഴുത്തുകാരോ പ്രസാധകരോ ചേർന്നു നിർമ്മിക്കുന്ന ഒരു അഭിരുചിയോ പ്രസ്ഥാനമോ

അല്ല പൈങ്കിളി എന്ന ജനപ്രിയ സാഹിത്യം. ഒരു സമൂഹത്തിലെ രാഷ്ട്രീയ ബോധം, സ്വപ്നതൃഷ്ണ, ആനന്ദവാഞ്ഛതുടങ്ങി ഒട്ടേറെ ഘടകങ്ങളുമായി അതിനു ബന്ധമുണ്ട്. (2014:103)

മലയാളത്തിൽ ജനപ്രിയ സാഹിത്യം പിച്ചവെച്ച് തുടങ്ങുന്നത് ചങ്ങമ്പുഴയുടെ രമണനിലൂടെയാണ്. കടലാസ്സിലെ വേശ്യാലയമെന്നും (നരേന്ദ്രപ്രസാദ്), അഴുക്കുചാൽ സാഹിത്യമെന്നും (തായാട്ട് ശങ്കരൻ) ഇക്കിളി സാഹിത്യമെന്നും (എൻ.കൃഷ്ണപ്പിള്ള) മുദ്രകുത്തിയ ജനപ്രിയസാഹിത്യത്തെ ഇരുകയ്യും നീട്ടി ആദ്യം സ്വീകരിച്ച വിമർശകൻ മുണ്ടശ്ശേരിയാണ്. മലയാളത്തിലെ ബെസ്റ്റ് സെല്ലറായ രമണന് മുണ്ടശ്ശേരി എഴുതിയ അവതാരിക ജനപ്രിയസാഹിത്യത്തിന്റെ ചരിത്രം പരിശോധിക്കുന്നവർ ശ്രദ്ധാപൂർവ്വം വായിക്കേണ്ടതാണ്. പതിപ്പുകളിൽനിന്ന് പതിപ്പുകളിലേക്കുള്ള ഈ കൃതിയുടെ യാത്ര കണ്ട് മുണ്ടശ്ശേരി ഇപ്രകാരം അതിശയിക്കുന്നുണ്ട്: മലയാളത്തിൽ ഇങ്ങനെ ഒരനുഭവമോ? 1112-ൽ ഒന്നാം പതിപ്പ്, 15-ൽ രണ്ടാംപതിപ്പ്, 17-ൽ മൂന്നാംപതിപ്പ്, 18-ൽ നാലാം പതിപ്പ്, 19-ൽ അഞ്ചും, ആറും, ഏഴും എട്ടും, ഒമ്പതും പതിപ്പുകൾ, 20-ൽ പത്ത്, പതിനൊന്ന്, പന്ത്രണ്ട്, പതിമൂന്ന്, പതിന്നാല് - ഇതാ പതിനഞ്ചും പതിപ്പുകൾ; അതോ ആയിരവും രണ്ടായിരവും അയ്യായിരവും പ്രതികൾ വീതം. കേട്ടിട്ടു വിശ്വസിക്കാൻ വിഷമം. (രമണൻ, അവതാരിക). മലയാളം അച്ചടിയുടെ തുടക്കം മുതൽ പത്തൊമ്പതാം നൂറ്റാണ്ടിന്റെ അവസാനം വരെ പ്രസിദ്ധീകരിച്ചിട്ടുള്ള പുസ്തകങ്ങൾ വെറും 977 എണ്ണം മാത്രമാണെന്ന് അറിയുമ്പോഴാണ് മുണ്ടശ്ശേരിയുടെ അന്ധാളിപ്പിന്റെ കാരണം നമുക്ക് ബോധ്യപ്പെടുന്നത്. അന്നത്തെ സാക്ഷരതാ നിരക്ക് 10-12 ശതമാനവും. (2014:8) പ്രമുഖ പ്രസാധകരൊന്നും പ്രസാദിക്കാതിരുന്ന രമണൻ പോലുള്ള മലയാളകവിതയെ സംബന്ധിച്ചിടത്തോളം അത് വളരെ വലിയൊരു കാര്യംതന്നെയാണെന്ന് മുണ്ടശ്ശേരി പറയുന്നു. രമണന്റെ പ്രതികൾ മധുരനാരങ്ങപോലെ വരുന്നതുവരുന്നതങ്ങു വിറ്റഴിയുന്നുവെങ്കിൽ അതിന് തക്കതായ കാരണമുണ്ട്. ഏറ്റവും കൂടുതൽ വിറ്റഴിയുന്ന കൃതികൾ വിമർശകലോകം അംഗീകരിച്ചില്ലെങ്കിലും ആ കൃതികളിൽ അവ പുറപ്പെടുന്ന കാലഘട്ടത്തിന്റെ ആശകളും ആവശ്യങ്ങളും ഉൾക്കൊള്ളുന്നുണ്ടെന്നാണ് മുണ്ടശ്ശേരി നിരീക്ഷിക്കുന്നത്.

ആഭിജാത്യമോ ആഢ്യതയോ നോക്കാതെ ആർക്കും വിദ്യാലയങ്ങളിൽ പ്രവേശിക്കാമെന്നായ കാലത്താണ് മലയാളം വായിക്കാ

നുള്ള കഴിവും കൗതുകവും ന്യൂനപക്ഷത്തിന്റേതെന്ന നിലവിട്ടു ഭൂരിപക്ഷത്തിന്റേതായിത്തീർന്നതെന്ന് രമണന്റെ ജനപ്രിയതയെ മുൻനിർത്തി അദ്ദേഹം കണ്ടെത്തുന്നു. രമണനെ ഒന്നാംകിടസാഹിത്യമായി ആദ്യം വിലയിരുത്തുന്നതും മുണ്ടശ്ശേരി തന്നെ. അതിനുള്ള കാരണങ്ങളും അദ്ദേഹം നിരത്തുന്നുണ്ട്. വർദ്ധിച്ചു വന്ന വായനക്കാർ, പൊതുവായനശാലകളെ കൂടാതെ വീടുകളിൽ വായനയ്ക്കും പുസ്തകത്തിനും വന്ന പ്രാധാന്യം, വായനക്കാരുടെ സാഹിത്യസ്വാദനതൃഷ്ണയെ പരിപോഷിപ്പിക്കുന്ന വിധത്തിൽ വ്യത്യസ്തങ്ങളായ ധാരാളം മലയാളം കൃതികളുടെ കടന്നുവരവ്, തുടങ്ങിയ സാഹചര്യങ്ങളെ ജനപ്രിയ സാഹിത്യം ചുവടുറപ്പിക്കുന്നതിന്റെ ലക്ഷണങ്ങളായി മുണ്ടശ്ശേരി തിരിച്ചറിഞ്ഞു.

അന്നത്തെ ഭൂരിപക്ഷം വായനക്കാരും ഒളിച്ചുവെച്ചോമനിക്കുന്ന കുറേ ജീവിതാനുഭവങ്ങൾ അവരുടെ ഹൃദയങ്ങളെ പെട്ടെന്നു പിടിച്ചടക്കുന്ന ശീലിലും ശൈലിയിലും പ്രതിപാദിക്കുന്ന കാവ്യമായി രമണനെ അദ്ദേഹം പ്രതിഷ്ഠിച്ചു. "ബീച്ചിലും ബാൽക്കണിയിലും ബോട്ടുജെട്ടിയിലും വണ്ടിത്താവളത്തിലും മടപ്പള്ളിയിലും മാളികമച്ചിലും കുടിലിലും വയലിലും ഫാക്ടറിയിലും പടപ്പാളയത്തിലും കുറെനാളായിട്ടു രമണനാണ് ഒന്നാംപാഠം. പ്രസ്തുത ജീവിതമണ്ഡലങ്ങളിൽ നവമായി സാഹിത്യാഭിരുചി തെളിഞ്ഞിട്ടുണ്ടെങ്കിൽ അതു കൊളുത്തിക്കൊടുത്തത് തന്റെ ബാല്യകൃതിയാണെന്നു ശ്രീ ചങ്ങമ്പുഴയ്ക്ക് അഭിമാനിക്കാം." മുണ്ടശ്ശേരി പറയുന്നു. ജനപ്രിയ സാഹിത്യം ഉയർത്തിയ പുതിയ കലാരസികതയുടെ 'ഹരിഃ ശ്രീ' കുറിച്ച കാവ്യമാണ് മുണ്ടശ്ശേരിക്ക് രമണൻ.

ജനപ്രിയ സാഹിത്യത്തിന്റെ ജനുസിൽ ആഗോളതലത്തിൽ വൻപ്രചാരം നേടിയ സാഹിത്യരൂപമാണ് നോവൽ.ചങ്ങമ്പുഴയുടെ രമണനിലൂടെ മലയാളത്തിലെ ജനപ്രിയ സാഹിത്യം പിച്ചവച്ച് തുടങ്ങിയെങ്കിലും സ്ഥാനം ഉറപ്പിക്കുന്നത് നോവലുകളിലൂടെയാണ്. പ്രബുദ്ധരെന്ന് നടിച്ചിരുന്ന നവോത്ഥാനകാല എഴുത്തുകാരിൽ നിന്ന് വായനക്കാർ അകന്നു നിന്നപ്പോൾ തത്സ്ഥാനത്തേക്ക് അവർ മുട്ടത്തുവർക്കിയെ പോലുള്ള നോവലിസ്റ്റുകളെ പ്രതിഷ്ഠിച്ചു. പത്തൊമ്പതാം നൂറ്റാണ്ടിന്റെ അന്ത്യത്തിലും ഇരുപതാം നൂറ്റാണ്ടിന്റെ തുടക്കത്തിലുമായി സംഭവിച്ച അച്ചടിയുടെ വ്യാപനം, സാക്ഷരതയുടെ വളർച്ച, വായനശാലകളുടെ പ്രചാരം, ജനപ്രിയ വാരികകളുടെ കടന്നുവരവ് തുടങ്ങിയവയെല്ലാം സാഹിത്യത്തെ ജനപ്രിയമാക്കിയ കാരണങ്ങളാണ്. എന്നാൽ ജനങ്ങൾ കൂടു

തലായി വായിക്കുന്ന സാഹിത്യകൃതികൾക്ക് കലാപരമായ മേന്മ കൾ ഉണ്ടാകണമെന്നില്ലെന്ന വിമർശനവും തുടക്കകാലം മുതലുണ്ടായി.

സാഹിത്യചരിത്രത്തിൽ ജനപ്രിയസാഹിത്യത്തിനുണ്ടായ തമസ്കരണം

ജനപ്രിയസാഹിത്യത്തിന്റെ ഇഷ്ടപ്പെട്ട സാഹിത്യരൂപം പ്രധാനമായും നോവലുകളാണ്. അതുകൊണ്ട് മലയാള നോവലിന്റെ ചരിത്രത്തെ അടയാളപ്പെടുത്തിയ സാഹിത്യ ചരിത്രങ്ങൾ ജനപ്രിയ സാഹിത്യത്തെ ഏത് രീതിയിലാണ് നോക്കിക്കണ്ടത് എന്ന അന്വേഷണത്തിന് പ്രസക്തിയുണ്ട്. മലയാളത്തിലെ ആദ്യത്തെ സാഹിത്യ ചരിത്രം മുതൽ ഇന്നുവരെയുള്ള എല്ലാ സാഹിത്യചരിത്രങ്ങളും നോവൽ ചരിത്രത്തെ രേഖപ്പെടുത്തിയിട്ടുണ്ട്. എം പി. പോളിന്റെ നോവൽ സാഹിത്യം (1930) ഡോ. കെ എം തരകന്റെ മലയാള നോവൽ സാഹിത്യചരിത്രം (1970) ഡോ. കൽപ്പറ്റ ബാലകൃഷ്ണന്റെ മലയാള സാഹിത്യം (2000) ഡോ. ജോർജ് ഇരുമ്പയത്തിന്റെ മലയാള നോവൽ പത്തൊമ്പതാം നൂറ്റാണ്ടിൽ എന്നീ കൃതികൾ നോവൽസാഹിത്യത്തിന് പ്രാധാന്യം നൽകിക്കൊണ്ട് രചിക്കപ്പെട്ട സാഹിത്യചരിത്രങ്ങളാണ്. ഇവയെല്ലാം മലയാള നോവൽചരിത്രത്തിന്റെ ഒരു പ്രാമാണിക രേഖയായി വർത്തിക്കുന്നു. എന്നാൽ ഈ ഗ്രന്ഥങ്ങളെല്ലാം നിഷ്പക്ഷമായാണോ എഴുതപ്പെട്ടത്? അല്ലെന്നാണ് ഉത്തരം. എഴുത്തുകാരന്റെ പക്ഷപാതിത്വവും താല്പര്യങ്ങളും ഇവയിലെല്ലാം വ്യക്തമായി കാണാനാവും. സാഹിത്യ ചരിത്രങ്ങളുടെ പക്ഷപാതത്വത്തെക്കുറിച്ച് രാധാകൃഷ്ണൻ ഇളയിടത്ത് ഇങ്ങനെ അഭിപ്രായപ്പെടുന്നു: നിർദോഷകരമായ സാഹചര്യത്തിൽ നടക്കുന്ന ഒന്നല്ല ചരിത്രരചന രാഷ്ട്രം, ദേശം, വംശം, ജാതി, വർഗ്ഗം, ലിംഗം എന്നിങ്ങനെ നിരവധി ഘടകങ്ങളാൽ സ്വാധീനിക്കപ്പെടുകയും വിശാലമായ സാമൂഹിക പ്രകടനത്തിൽ നിർവഹിക്കപ്പെടുകയും ചെയ്യുന്ന നിർമ്മിതിയാണത്. (2015:41).

മലയാള നോവൽസാഹിത്യ ചരിത്രത്തിൽ ജനപ്രിയ നോവലുകൾക്ക് രണ്ടാം സ്ഥാനമാണ് ലഭിച്ചത്. മലയാള നോവൽ സാഹിത്യ ചരിത്രം എഴുതിയ കെ. എം. തരകൻ ജനപ്രിയ നോവലുകളെ തരംതിരിക്കുന്നുണ്ട്. സാധാരണക്കാരുടെ അഭിരുചികളെ തൃപ്തിപ്പെടുത്തുന്ന വിധത്തിലുള്ള രചനകൾ മാത്രമാണ് അദ്ദേഹത്തിന്റെ പക്ഷത്തിൽ ജനപ്രിയ സാഹിത്യം. ഗൗരവമായ ചിന്തകൾ അവയിൽ നിന്നും ഉണ്ടായിട്ടില്ലെന്നും അദ്ദേഹം സൂചിപ്പിക്കുന്നുണ്ട്.

ഇത്തരം നോവലുകളുടെ രചയിതാക്കൾക്ക് ആഴത്തിലുള്ള ജീവിത ദർശനവും രചനാ പാടവവും കമ്മിയാണെന്നും കെ. എം തരകൻ കൂട്ടിച്ചേർക്കുന്നു. ജനസമ്മതി നേടിയ മിക്ക നോവലുകളും അനുകരണങ്ങളും ഭാവ ശുഷ്കങ്ങളും യുക്തിപരതയെ അവഗണിക്കുന്നവയും വികാരങ്ങളെ കെട്ടഴിച്ചുവിടുന്നവയുമാണ്. ജീവിതത്തിന്റെ അധ്വാനങ്ങളിൽ നിന്നും ഗുരുതരമായ പ്രശ്നങ്ങളിൽ നിന്നും തെല്ലുനേരത്തേക്ക് രക്ഷപ്പെടാൻ ആശിക്കുന്നവർക്കും ഇത്തരം നീരാട്ട് കൗതുകകരമാണ്. കേവലം രസത്തിനു വേണ്ടി മാത്രം എഴുതപ്പെടുന്ന നോവലുകളെ സാമൂഹികമെന്ന് വിശേഷിപ്പിക്കുന്നത് ശരിയായിരിക്കില്ല എന്ന് അദ്ദേഹം വിശദീകരിക്കുന്നു (2005:197). ആദ്യകാലമലയാള നോവലുകളെ കുറിച്ച് പറയുമ്പോൾ അവയെ സാമൂഹിക നോവലുകൾ റൊമാൻസുകൾ അപസർപ്പക കഥകൾ രാഷ്ട്രീയ കഥകൾ എന്നിങ്ങനെ നാലു വിഭാഗം ആയി ചരിത്രകാരൻ തരം തിരിക്കുന്നുണ്ട്. എന്നാൽ അവയിൽ സാമൂഹിക നോവലുകൾക്കും ചരിത്രനോവലുകൾക്കും മാത്രമാണ് പ്രാധാന്യം കൽപ്പിച്ചിട്ടുള്ളത്. ജനപ്രിയ സാഹിത്യത്തിന്റെ ജനുസ്സിൽ വരുന്ന അപസർപ്പക നോവലുകൾക്ക് യാതൊരു പ്രാധാന്യവും ചരിത്രകാരൻ നൽകുന്നില്ല. അപസർപ്പക നോവലുകളിൽ പരാമർശയോഗ്യമായ കൃതിയായി അപ്പൻ തമ്പുരാന്റെ ഭാസ്കര മേനോനെ മാത്രമാണ് അല്പമെങ്കിലും പറയുന്നത്. പിന്നീടുണ്ടായ അപസർപ്പക നോവലിസ്റ്റുകളുടെയും കൃതികളുടെയും പേരുകൾസാമാന്യമായി പരാമർശിച്ചുപോകുന്നു എന്നു മാത്രം. ജനപ്രിയ നോവലുകളെ സാമാന്യ നോവലുകൾ ജനസമ്മതി നേടിയ നോവലുകൾ എന്ന പേരിലാണ് രേഖപ്പെടുത്തിയിട്ടുള്ളത്. ഇവിടെ മുട്ടത്തുവർക്കിയെ ഇത്തരം നോവലുകളുടെ ആചാര്യനായും അദ്ദേഹത്തിന്റെ നോവലുകളുടെ നിലവാരം ഈ ഗണത്തിൽ വരുന്ന മറ്റു നോവലുകൾ കാണിക്കുന്നില്ലെന്നും വ്യക്തമാക്കുന്നുണ്ട്. കൽപ്പറ്റ ബാലകൃഷ്ണന്റെ 'മലയാള സാഹിത്യ ചരിത്രത്തിൽ' നോവൽ സാഹിത്യചരിത്രത്തിന് ഒരു വലിയ അധ്യായം തന്നെ മാറ്റിവെച്ചിട്ടുണ്ട്. അതിൽ ജനപ്രിയ നോവലിസ്റ്റുകൾ എന്ന ഒരു ചെറിയ ഖണ്ഡികയിൽ ചുരുക്കുന്നു ജനപ്രിയ നോവലുകളുടെ ചരിത്രം. അധ്വാനിക്കുന്നവർക്ക് ഉല്ലാസം നൽകുന്ന നോവലുകൾ എന്നാണ് ജനപ്രിയ നോവലുകളെ കുറിച്ച് അദ്ദേഹം പറയുന്നത്. മുട്ടത്തുവർക്കിയും കാനം ഇ. ജെ. യും ലോഭനീയമായ ശൈലിയിൽ എഴുതിയ നോവലുകൾക്ക് ആഴമോ സങ്കീർണതകളോ ഇല്ലെന്നും വികാ

രവത്തായ ഉദ്വേഗജനകമായ കഥ, കടുത്ത പ്രണയമാധുര്യം, സ്വപ്നങ്ങൾ ഉണർത്തുന്ന വാക്യഭംഗികൾ, ഇതിലൊക്കെയാണ് അവർ ശ്രദ്ധിച്ചതെന്നും എഴുതുന്നു. മൊയ്തു പടിയത്ത്, വല്ലച്ചിറ മാധവൻ, ഏവൂർ സി .കെ മാധവൻ നായർ, പമ്മൻ തുടങ്ങിയവരെയാണ് സാധാരണ വായനക്കാരുടെ പ്രിയപ്പെട്ടവരായി രേഖപ്പെടുത്തിയിട്ടുള്ളത്. എം. ആർ. നാരായണപിള്ള, ബി. ജി കുറുപ്പ്, കോട്ടവിള പുരുഷോത്തമ പണിക്കർ, നീലകണ്ഠൻ പരമാര, കുര്യൻ തൈക്കടവിൽ തുടങ്ങിയവരുടെ കൂടെ കെ. വി. എം. തുടങ്ങിയ പണ്ഡിതന്മാർ വരെ ഇത്തരം നോവലുകൾ എഴുതാൻ മുന്നോട്ടുവന്നത് അന്നത്തെ കാലഘട്ടത്തിന്റെ ആകർഷണം മാത്രമായി കൽപ്പറ്റ ചുരുക്കുന്നു. ജനപ്രിയ നോവൽ വിഭാഗത്തിന്റെ കുത്തക കോട്ടയം പുഷ്പനാഥ്, ബാറ്റൺ ബോസ് തുടങ്ങിയവർ ഏറ്റെടുത്തിരിക്കുന്നു എന്നും കൽപ്പറ്റ സൂചിപ്പിക്കുന്നുണ്ട്. എം. അച്യുതൻ ജനപ്രിയ നോവലുകളെ വിമർശിക്കുക എന്ന ലക്ഷ്യത്തോടെ 'നോവൽവ്യവസായം' എന്ന ഒരു ലേഖനം തന്നെ എഴുതി. കഞ്ചാവും കറുപ്പും കൊടുത്തു മയക്കുന്നത് പോലെ സെക്സ് കൊടുത്ത് മയക്കുകയാണ് ഈ വക നോവലുകൾ. സെക്സിന്റെ ആധിപത്യമുള്ള ഇത്തരം സാഹിത്യത്തെ ഇക്കിളി സാഹിത്യമായി അദ്ദേഹം കണ്ടു. ഇതേ അഭിപ്രായം തന്നെ നരേന്ദ്രപ്രസാദും രേഖപ്പെടുത്തി. 'ജനങ്ങളെ വിദ്യാഭ്യാസം ചെയ്യിക്കാത്ത; അവരുടെ ധർമ്മബോധത്തെ പരിവർത്തിപ്പിക്കാത്ത സാഹിത്യമാണത്. കുറച്ച് സംഭവങ്ങളിൽ അധിഷ്ഠിതമായ വികൃതമായ ആത്മസംതൃപ്തിയിലേക്ക് നയിക്കുന്ന സാഹിത്യമാണത്. സദാചാരത്തിലും പ്രേമത്തെയും ലൈംഗികതയെയും മാത്രം വളർത്തിക്കൊണ്ടുവരുന്ന കടലാസിൽ പ്രത്യക്ഷപ്പെടുന്ന വേശ്യാലയമാണത്. നമ്മുടെ സമൂഹത്തിലെ കുഷ്ഠമാണത്.(1999:154). ഇത്തരത്തിൽ മലയാള വിമർശകലോകത്തിൽ നിന്നും ഏറെക്കാലം ജനപ്രിയ സാഹിത്യം എന്ന പഠനമേഖല തമസ്കരിക്കപ്പെട്ടു. ജനകീയമായി ഏറെ വായിക്കപ്പെടുമ്പോഴും ജനപ്രിയ സാഹിത്യം കലാപരമായി മികച്ചതാവണമെന്നില്ല എന്ന അഭിപ്രായമാണ് ആദ്യകാല മലയാള വിമർശകർക്കുണ്ടായത്.

ജനപ്രിയസാഹിത്യചരിത്രങ്ങൾ മലയാളത്തിൽ

ജനപ്രിയസാഹിത്യത്തിന് പാശ്ചാത്യനാടുകളിൽ അർഹിക്കുന്ന പ്രാധാന്യം ലഭിച്ചിട്ടുണ്ട്. എഡ്ഗർ അലൻ പോ, അഗത ക്രിസ്റ്റി, ആർഥർ കോനൻഡോയിൽ ഹാംസ്റ്റോക്കർ തുടങ്ങിയവരെയൊക്കെ ജനപ്രിയ സാഹിത്യത്തിന്റെ വക്താക്കൾ എന്ന നിലയിലാണ്

പാശ്ചാത്യ സാഹിത്യചരിത്രത്തിൽ അടയാളപ്പെടുത്തുന്നത്. ഈ അവസ്ഥയിലേക്ക് മലയാളം എത്തുന്നത് വളരെ വൈകിയാണ്. 2014 ൽ ശ്രീകുമാർ എ. ജി. എഡിറ്റ് ചെയ്ത് എസ്.പി.സി.എസി.ലൂടെ പുറത്തിറക്കിയ ജനപ്രിയ സാഹിത്യം മലയാളത്തിൽ എന്ന പുസ്തകം ജനപ്രിയസാഹിത്യത്തെക്കുറിച്ച് കഴിഞ്ഞ മുക്കാൽ നൂറ്റാണ്ടു കാലം ഉണ്ടായി വന്നിട്ടുള്ള വ്യത്യസ്ത കാഴ്ചപ്പാടുകളെക്കുറിച്ചുള്ള സമാഹരണമാണ്. മുട്ടത്ത് വർക്കിക്ക് സമർപ്പിച്ച ഈ സാഹിത്യചരിത്രഗ്രന്ഥം ജനപ്രിയ സാഹിത്യത്തിന്റെ രചനാ വഴികളെ സൂക്ഷ്മതയോടെ അടയാളപ്പെടുത്തുന്നു. സാഹിത്യചരിത്രങ്ങളെല്ലാം തമസ്കരിക്കുകയോ അരികുവത്ക്കരിക്കുകയോ ചെയ്ത ജനപ്രിയസാഹിത്യത്തെക്കുറിച്ചുള്ള അറിവുകളെ സംവാദാത്മകവും വിമർശനാത്മകവുമാക്കുന്ന തരത്തിലുള്ള രചനയാണിത്. ഈ സമാഹാരത്തിന്റെ ഒന്നാം ഭാഗത്ത് ജനപ്രിയ സാഹിത്യത്തെക്കുറിച്ചുള്ള സൈദ്ധാന്തിക സമീപനങ്ങളാണ്. രണ്ടാംഭാഗത്ത് മുട്ടത്തുവർക്കിയുടെ ഭാവനാലോകത്തെ വിശദമായി സമീപിക്കുന്നു. മുട്ടത്ത് വർക്കിയുടേതടക്കമുള്ള ജനപ്രിയ സാഹിത്യത്തിന് ഗൗരവകരമായ ദർശനങ്ങളുണ്ട് എന്നല്ല; അതിനും അതിന്റേതായ ഒരു ദർശനം ഉണ്ട് എന്ന് പുസ്തകത്തിൽ എം. ആർ അനിൽകുമാർ ചൂണ്ടിക്കാണിക്കുന്നുണ്ട്.മുഖ്യധാരാമലയാള എഴുത്തുകാരുടെ, വിശേഷിച്ച് എം.ടി. യിലൂടെയും മാധവിക്കുട്ടിയുടെയുമൊക്കെ പ്രതിനിധീകരിക്കപ്പെട്ട സാഹിത്യം അലസ മധ്യവർഗ്ഗ ജീവിതത്തെ പ്രതിനിധീകരിക്കുമ്പോൾ ജനപ്രിയസാഹിത്യത്തിലെ കഥാപാത്രങ്ങൾ ഗാർഹിക വിചാരപ്രധാനരും ക്രിയാത്മകരുമാണെന്ന് അദ്ദേഹം നിരീക്ഷിക്കുന്നു. വായനയെ ഒരു ആഘോഷമാക്കി തീർത്ത ജനപ്രിയ സാഹിത്യത്തിന്റെ ചരിത്രത്തെ അവഗണിക്കാവുന്നതല്ല; അതിനെ ഒരു പ്രസ്ഥാനം ആയി കണക്കാക്കേണ്ടതുണ്ട് എന്നതരത്തിലുള്ള വിലയിരുത്തലുകൾ ജനപ്രിയ സാഹിത്യത്തെക്കുറിച്ചുള്ള മുൻധാരണകളെ പുതുക്കുന്നു. അധ്വാനിക്കുന്നതിന്റെ ആനന്ദവും പ്രണയിക്കുന്നതിന്റെ മാധുര്യവും ആദ്യകാല ജനപ്രിയനോവലുകളുടെ അന്ത:സത്തയായിരുന്നു എന്ന് മുട്ടത്തുവർക്കിയുടെ നോവലുകളെ മുൻനിർത്തി നിരീക്ഷിക്കുന്നു. ജനപ്രിയസാഹിത്യത്തിന്റെ വിവിധ മേഖലകളിൽ ഇടപെട്ടവരുമായുള്ള അഭിമുഖങ്ങൾ പുസ്തകത്തിന്റെ മൂന്നാംഭാഗത്തെ സമഗ്രമാക്കുന്നു.

ബഹുജനങ്ങളാസ്വദിക്കുന്ന സാഹിത്യരൂപങ്ങൾ ഉയർന്നതോ താഴ്ന്നതോ എന്ന് അന്വേഷിക്കുകയല്ല; ബഹുജനങ്ങൾ ആസ്വദി

ക്കുന്ന ജനകീയകല ഉയർന്നു വരുന്നുണ്ടെന്നതിലാണ് നാം സന്തോഷിക്കേണ്ടതെന്ന് ഇ. എം. എസ്സ്. നിരീക്ഷിക്കുന്നുണ്ട്. ജന പ്രിയസാഹിത്യശാഖയെ ആധുനികവരേണ്യബുദ്ധിജീവികൾ നേരിട്ടത് വരേണ്യം/ജനപ്രിയം എന്ന പരികല്പനകളെ അടിസ്ഥാ നപ്പെടുത്തിയാണ്. ആധുനികതയ്ക്കുശേഷം മാത്രമാണ് ജനകീയം/ ജനപ്രിയം എന്ന വിഭജനത്തെ നിരൂപകർ അംഗീകരിക്കുന്നത്. ജനപ്രിയ സാഹിത്യത്തിന് സൈദ്ധാന്തികവഴികൾ തുറന്നുകൊടു ത്ത ഘട്ടമാണത്. തുടങ്ങി ഗൗരവമാർന്ന ചർച്ചകൾ പി. ഗോവിന്ദ പ്പിള്ള മുതൽ പി. കെ. രാജശേഖരൻ വരെയുള്ള എഴുത്തുകാർ വസ്തുനിഷ്ഠമായി വിലയിരുത്തുന്നു. ജനപ്രിയ സാഹിത്യത്തിലു ണ്ടായ കൃതികളെയും രചയിതാക്കളെയും കേവലമായ പരിചയ പ്പെടുത്തലിൽ ഒതുക്കാതെ രചനയുടെ പ്രാധാന്യമനുസരിച്ച് അവ യുടെ ഉള്ളടരിനെ ഇഴപിരിച്ചെടുക്കുമ്പോൾ ഈ പഠനശാഖയെ സംബന്ധിച്ച ആധികാരിക റഫറൻസ് ഗ്രന്ഥമായി ഈ സാഹിത്യ ചരിത്രം മാറുന്നു. അറിയപ്പെടുന്നവരും അല്ലാത്തവരുമായ പരമാ വധി എഴുത്തുകാരെയും അവരുടെ രചനകളെയും ഭാവി തലമുറ യുടെ അറിവിലേക്കായി രേഖപ്പെടുത്തി വയ്ക്കുക എന്നതായിരുന്നു ആദ്യകാല സാഹിത്യ ചരിത്ര രചയിതാക്കളുടെ രീതി. മലയാള സാഹിത്യചരിത്രരചനയുടെ പ്രധാന പോരായ്മയാണിത്. ഇവയെ മറികടന്നുകൊണ്ട് വിമർശനാത്മകമായ ലേഖനങ്ങളെ സമാഹരി ക്കാനായി എന്നതാണ് ഈ സാഹിത്യചരിത്രകൃതിയുടെ പ്രസക്തി. സാഹിത്യ രചനകൾ അതത് കാലത്തോടും സമൂഹത്തോടും ഏത് രീതിയിൽ ബന്ധപ്പെട്ട് നിന്നവെന്നും അവ സാഹിത്യ സാം സ്കാരിക പരിസരത്ത് എന്തെല്ലാം ചലനങ്ങളാണുണ്ടാക്കിയതെ ന്നും വിശകലനം ചെയ്ത് വസ്തുനിഷ്ഠമായി വിലയിരുതാനായി എന്നതും ഈ പുസ്തകത്തിന്റെ മേന്മ തന്നെ. ഇതിൽ മുട്ടത്തു വർ ക്കിയുടെ രചനകളെ ജനപ്രിയ സാഹിത്യത്തിന്റെ ചരിത്രത്തിൽ നായകസ്ഥാനത്ത് നിർത്തുന്നു. ചരിത്രം, മതം, ലിംഗപരത, ആഖ്യാനം, പ്രാദേശികത, കീഴാളത, വായന, വിപണി, പ്രസാ ധനം എന്നീ സങ്കല്പനങ്ങളെ കേന്ദ്രപ്രമേയമായി അവതരിപ്പിക്കു ന്ന ലേഖനങ്ങൾ, അഭിമുഖങ്ങൾ തുടങ്ങിമലയാളത്തിൽ ജനപ്രിയ സാഹിത്യത്തെക്കുറിച്ച് കഴിഞ്ഞ മുക്കാൽ നൂറ്റാണ്ടുകാലം അവത രിപ്പിക്കപ്പെട്ട വ്യത്യസ്ത കാഴ്ചപ്പാടുകൾ തുടങ്ങിയവയുടെ സമാ ഹരണം എന്ന നിലയിൽ ജനപ്രിയ സാഹിത്യത്തെക്കുറിച്ച് പഠി ക്കാനാഗ്രഹിക്കുന്ന വരുംതലമുറയ്ക്ക് പ്രയോജനകരമാകുന്ന

കൃതി കൂടിയാണിത്. സാഹിത്യചരിത്രങ്ങളിൽ രേഖപ്പെടുത്തിയ വിവരങ്ങളെയും നിർമ്മിതമായ ജ്ഞാനത്തെയും പു:നപരിശോധിക്കുകയും തിരുത്തുകയും ചെയ്യേണ്ടുന്നതിന്റെ ആവശ്യകതയിലേക്കാണ് പുസ്തകം വിരൽചൂണ്ടുന്നത്.

മലയാള സാഹിത്യത്തിലെ അദൃശ്യതകളെയും അഭാവങ്ങളെയും തുറന്നുകാട്ടുന്ന ഒരു പുസ്തകം 2017 ൽ കേരള ഭാഷാ ഇൻസ്റ്റിറ്റ്യൂട്ട് പുറത്തിറക്കുകയുണ്ടായി. എതിർദിശകൾ: സാഹിത്യചരിത്രത്തിലെ പക്ഷപാതങ്ങൾ എന്ന പേരിൽ ഡോ. പി. എസ് രാധാകൃഷ്ണൻ എഴുതിയ പുസ്തകത്തിൽ ജനകീയ/ജനപ്രിയ സാഹിത്യത്തിന്റെ സാംസ്കാരിക വിവക്ഷകളാണ് വെളിപ്പെടുത്തുന്നത്. മുട്ടത്ത് വർക്കിയിൽ നിന്നുള്ള തുടക്കങ്ങൾ എന്ന ദീർഘപ്രബന്ധം മുട്ടത്ത് വർക്കിയിൽനിന്നും തുടങ്ങുന്ന ജനപ്രിയസാഹിത്യത്തിന്റെ ഗതിവിഗതികൾ ദീർഘമായി രേഖപ്പെടുത്തുന്നു.വൈവിധ്യത്തിന്റെയും വൈരുദ്ധ്യത്തിന്റെയും നിറവുള്ളതാണ് ജനപ്രിയ സാഹിത്യം എന്നും ശാശ്വത മൂല്യങ്ങളെക്കാൾ മാറുന്നവയോടൊത്താണ് അവയുടെ സഞ്ചാരം എന്നും പി. എസ് രാധാകൃഷ്ണൻ എഴുതുന്നു. ജനസാമാന്യത്തിന് സ്വന്തം ആവശ്യത്തിന് എടുത്ത് ഉപയോഗിക്കാവുന്ന വിലമതിക്കത്തക്ക സാംസ്കാരിക വിഭവമായാണ് അദ്ദേഹം ജനപ്രിയസാഹിത്യത്തെ കണക്കാക്കിയത്.ജനപ്രിയ സാഹിത്യത്തിന്റെവളർച്ചയിൽ ആനുകാലികങ്ങളുടെയും മാസികകളുടെയും പങ്ക്, അപസർപ്പകനോവലുകളുടെ ജനപ്രിയത, മാന്ത്രിക നോവലുകൾ എന്ന ജനപ്രിയ വിഭവം തുടങ്ങിയ കാര്യങ്ങളെക്കുറിച്ച് വിശദമായി ഈ പുസ്തകത്തിൽ രേഖപ്പെടുത്തുന്നു.ജനപ്രിയ സാഹിത്യത്തിന് മുഖ്യധാരയോട് സമാന്തരമായ സംസ്കാരചരിത്രവും സൗന്ദര്യശാസ്ത്രവും ഉണ്ടെന്നും സാംസ്കാരിക പ്രയോഗം എന്ന നിലക്കും ജനുസ്സ് എന്ന നിലക്കും ജനപ്രിയ സാഹിത്യത്തിന് ഇന്ന് കൈവന്ന സ്ഥാനത്തെ കുറിച്ചും ഈ പുസ്തകത്തിൽ ചരിത്രകാരൻ വിലയിരുത്തുന്നു. വൈകിയെങ്കിലും അക്കാദമിക രംഗത്തുണ്ടായി വരുന്ന ഇത്തരം ശ്രമങ്ങൾ ജനപ്രിയ സാഹിത്യത്തിന് സമകാലിക അക്കാദമിക ലോകം നൽകുന്ന അംഗീകാരത്തിന്റെ സൂചനയാണ് നൽകുന്നത്.

അപസർപ്പക നോവലുകളുടെ ജനപ്രിയത

ജനപ്രിയസാഹിത്യചരിത്രത്തിൽ ആഗോളതലത്തിൽ വൻപ്രചാരം നേടിയ സാഹിത്യരൂപമാണ് അപസർപ്പക നോവലുകൾ. ചരിത്ര നോവലുകൾ സാമൂഹ്യ നോവലുകൾ രാഷ്ട്രീയ നോവലു

കൾ എന്നീ നോവൽ വിഭാഗങ്ങൾക്കിടയിൽ സ്ഥലകാലഭേദമെന്യേ ജനങ്ങളെ ആകർഷിക്കുന്ന വിഭാഗമാണിത്. ഫ്രഞ്ചിൽ റോമൻ പോലീസിയർ എന്നും ഇംഗ്ലീഷിൽ ഡിറ്റക്ടീവ് നോവലുകൾ എന്നും അറിയപ്പെടുന്ന അപസർപ്പക നോവലുകൾക്ക് മലയാളത്തിൽ കുറ്റാന്വേഷണ നോവലുകൾ എന്നും പേരുണ്ട്. കൊലപാതകം, അവയുടെ നിഗൂഢത അന്വേഷിച്ചു പോകൽ, കുറ്റം തെളിയിക്കൽ എന്നിവയാണ് ഇവയുടെ പ്രമേയം. നിഗൂഢാത്മകത, ഭാവനാസൃഷ്ടി ഉണർത്തുന്ന അവതരണരീതി എന്നിവ പ്രകടിപ്പിക്കുന്ന കുറ്റാന്വേഷണ നോവലുകളുടെ കടന്നുവരവോടുകൂടി അതുവരെ മേൽക്കൈ നേടിയിരുന്ന ചാരക്കഥകളും ശാസ്ത്ര നോവലുകളും പിന്തള്ളപ്പെട്ടു. ബി. ജി കുറുപ്പ്, സി മാധവൻ പിള്ള, മാത്തൻ തരകൻ, കുഞ്ഞിരാമ പിഷാരടി, എം കുമാർ, നാരായണ പിള്ള തുടങ്ങിയവരാണ് അമ്പതുകളിൽ ജനപ്രിയ സ്വഭാവമുള്ള കുറ്റാന്വേഷണ നോവലുകൾ സൃഷ്ടിച്ചവരിൽ പ്രമുഖർ. 1960 കളിൽ ഉദ്വേഗം നിറഞ്ഞ ഈ വിഭാഗം നോവലുകൾക്ക് വായനക്കാർ ഏറി വന്നു. 1981-ൽ ഷെർലക് ഹോംസ് കൃതികളുടെ പരിഭാഷകൾ ധാരാളം വന്നുതുടങ്ങി. അതോടെ ഹോംസിന്റെ മാതൃകയിലുള്ള കുറ്റാന്വേഷണങ്ങളും ഡ്രാക്കുള മാതൃകയിലുള്ള രക്തരക്ഷസ് കഥകളും പോലുള്ള യഥാർത്ഥ ലോകങ്ങളെ സൃഷ്ടിക്കുന്നതിലായി നോവലിസ്റ്റുകളുടെ ശ്രദ്ധ.അപസർപ്പകനോവലിസ്റ്റുകളിൽ ചരിത്രത്തിൽ ഇടം നേടിയത് കോട്ടയം പുഷ്പനാഥ് ആണ്. മലയാള നോവൽസാഹിത്യ ചരിത്രത്തിൽ കെ. എം തരകൻ കുറ്റാന്വേഷണ നോവലുകളെ പൊതുവേ അംഗീകരിക്കുന്നില്ലെങ്കിലും കോട്ടയം പുഷ്പനാഥിനെ അടയാളപ്പെടുത്തുന്നുണ്ട്.

കോട്ടയം പുഷ്പനാഥിനെ തുടർന്ന് ബാറ്റൺ ബോസ്, തോമസ് അമ്പാട്ട്, മെഴുവേലി ബാബുജി തുടങ്ങിയവരൊക്കെ 80 കളിൽ കോട്ടയത്തുനിന്ന് പ്രസിദ്ധീകരിച്ചിരുന്ന ജനകീയ പ്രസിദ്ധീകരണങ്ങളിലൂടെ നോവലുകൾ എഴുതിയവരാണ്. മാമാങ്കം, മനോരമ, മനശബ്ദം, മംഗളം, മനോരാജ്യം, തരംഗിണി, ചെമ്പകം, പൗരധ്വനി തുടങ്ങിയവയൊക്കെയായിരുന്നു അക്കാലത്തെ ജനപ്രിയ വാരികകൾ. കോട്ടയത്തെ ആദ്യത്തെ സമ്പൂർണ്ണ സാക്ഷരത നേടിയ ജില്ലയാക്കുന്നതിനും മലയാളികളുടെ വായനാശീലത്തെ വളർത്തിയെടുക്കുന്നതിനും കോട്ടയം കേന്ദ്രമാക്കി വളർന്നുവന്ന ഈ ജനപ്രിയ വാരികകൾക്കും അപസർപ്പക നോവലുകൾക്കും കഴിഞ്ഞു എന്നതാണ് ഇതിന്റെ ഗുണപരമായ വശം. ഇന്ന് ജനപ്രിയസാഹിത്യ

ത്തിന്റെ ഉള്ളടക്കത്തിലും ഘടനയിലുമൊക്കെ ആഖ്യാനപരവും പ്രതിനിധാനപരവുമായ മാറ്റങ്ങൾ വന്നിട്ടുണ്ട്. പാശ്ചാത്യരാജ്യങ്ങളിൽ മുഖ്യധാരാ സംസ്കാരമായി തന്നെ ജനപ്രിയസംസ്കാരത്തെ പരിഗണിക്കുന്നു. സാംസ്കാരികപഠനം സാഹിത്യമുൾപ്പെടെയുള്ള വിഷയങ്ങളിൽ ജനപ്രിയതയ്ക്ക് അക്കാദമിക അംഗീകാരം നൽകിത്തുടങ്ങി. മൊബൈൽ ഫോണിന്റെ കടന്നുവരവോടെ വികസിച്ചുവന്ന നവമാധ്യമസംസ്കാരം വിനോദത്തിന് പ്രാധാന്യം കൊടുക്കുകയും ജനങ്ങളുടെ താല്പര്യങ്ങളെ മാറ്റിമറിക്കുകയും ചെയ്തു. സംഗീതം, വിഡിയോഗെയിമുകൾ, വിനോദങ്ങൾ, വാർത്ത തുടങ്ങി ലോകത്തു നടക്കുന്ന സകലസംഭവങ്ങളുടെയും വിവരണങ്ങൾ തത്സമയം അറിയാൻ മൊബൈൽ ഫോണിന്റെ വരവോടെ സാധിച്ചു. വിവിധ സോഷ്യൽ മീഡിയാ പ്ലാറ്റ്ഫോമുകളിലൂടെ ആർക്കും എന്തും എഴുതാം എന്ന സ്ഥിതി വന്നു. ഇത്തരം സങ്കീർണ്ണമായ സാംസ്കാരികചുറ്റുപാടിൽ വായനക്കാരെ തൃപ്തിപ്പെടുത്തുക എന്നത് എഴുത്തുകാർക്കും പ്രസാധകർക്കും ഒരു വെല്ലുവിളി തന്നെയാണ്. ഈ പ്രതിസന്ധിയെ അതിജീവിച്ചുകൊണ്ട് വായനാസമൂഹം സ്വീകരിച്ച അപസർപ്പകനോവലാണ് ടി. പി. രാജീവന്റെ പാലേരിമാണിക്യം ഒരു പാതിരാകൊലപാതകത്തിന്റെ കഥ. ടി.ഡി. രാമകൃഷ്ണന്റെ ഫ്രാൻസിസ് ഇട്ടിക്കോരയാണ് മറ്റൊന്ന്. കുറ്റാന്വേഷണവും ചരിത്രവും പലതലങ്ങളിൽ ഇണക്കിയെടുത്തുകൊണ്ടുള്ള പ്രമേയ രീതി, പുതുമയുള്ള അവതരണം എന്നിവ ഈ നോവലുകളെ വ്യത്യസ്തമാക്കുന്നു. കുന്നംകുളം ആസ്ഥാനമായുള്ള പതിനെട്ടാം കൂറ്റുകാർ എന്ന രഹസ്യവിഭാഗത്തെപ്പറ്റിയുള്ള അന്വേഷണമാണ് ഫ്രാൻസിസ് ഇട്ടിക്കോരയിലുള്ളത്. ഇന്റർനെറ്റിൽ നിന്നും വിക്കിപ്പീഡിയയിൽ നിന്നും കിട്ടുന്ന വിവരങ്ങളൊക്കെ നോവലിസ്റ്റ് ഉപയോഗപ്പെടുത്തുന്നുണ്ട്. ഈ നോവലിനെക്കുറിച്ച് ഹമീദ് അഭിപ്രായപ്പെടുന്നതിങ്ങനെയാണ് :ആഗോള കച്ചവട താല്പര്യങ്ങളും ഹിംസാത്മകതയും വിപണന ലൈംഗികതയും കണക്കിന്റെ ചരിത്രവും കൂട്ടിക്കലർത്തി അതിന് അപസർപ്പണത്തിന്റെ ഒരു ഫ്രെയിം വർക്കും നല്കി ഹൈടെക്കിന്റെ എല്ലാ സാധ്യതകളും ചൂഷണം ചെയ്തു രചിച്ച ഈ നോവൽ മലയാളസാഹിത്യത്തിനെന്നപോലെ മലയാള അപസർപ്പണനോവൽ രംഗത്തും ഒരു തിലകക്കുറിയായി നിലകൊള്ളുന്നു (2015: 273).

മുഖമില്ലാത്ത തൊഴിലാളികളായിരുന്ന കാലത്തു നിന്നും വർത്തമാനകാലം ആവശ്യപ്പെടുന്ന പുതുമകളോടെ അപസർപ്പകനോ

വലിസ്റ്റുകൾ തിരിച്ചുവരവ് നടത്തിയിരിക്കുകയാണ്. ടി.പി. രാജീവൻ, ടി. ഡി. രാമകൃഷ്ണൻ, അൻവർ അബ്ദുള്ള, ശ്രീപാർവ്വതി, മേതിൽ രാധാകൃഷ്ണൻ, ലാജോ ജോസ് തുടങ്ങിയവർ ഈ വിഭാഗം സാഹിത്യത്തെ മുഖ്യധാരയിലേക്കെത്തിച്ചു. ആഖ്യാനരീതിയിലും കുറ്റാന്വേഷണത്തിലും പരീക്ഷണങ്ങൾ നടത്താനുള്ള ശ്രമങ്ങൾ ഇവരുടെ കൃതികളിൽ കാണാം.

ടി. പി. രാജീവൻ മുതൽ ലാജോ ജോസ് വരെയുള്ളവർ അപസർപ്പക നോവൽ വിഭാഗത്തെ പുനർ നിർവചിക്കുകയും വിശാലമാക്കുകയും ചെയ്തു. ചരിത്രവും മിത്തും ഇടകലർന്നുകൊണ്ടുള്ള രചനകൾ, പരമ്പരാഗത ലൊക്കേഷനുകൾക്ക് പുറത്തുള്ള രചനകൾ, വ്യത്യസ്തങ്ങളായ പ്രമേയവും കഥപാത്രങ്ങളെയും അവതരിപ്പിച്ചു കൊണ്ടുള്ള രചനകൾ തുടങ്ങി വൈവിധ്യങ്ങളുടെ സാധ്യതകളാണ് പുതുതലമുറ എഴുത്തുകാർ തേടിയത്. വാസ്തവത്തിൽ ഡിറ്റക്ടീവ് നോവലുകൾ സാഹിത്യത്തിലെ പ്രബലമായ ഒരു വിഭാഗമായിത്തീർന്നി രിക്കുന്നു. അത് പല പല ഴാനറുകളായി വിഭജിക്കപ്പെടുകയും ഓരോന്നിനും അതിന്റേതായ ശൈലി കൈവരുകയും ചെയ്തു.

ആഗോളതലത്തിൽ ഈ പ്രവണത നേരത്തേ വന്നുതുടങ്ങിയിരുന്നു. സാഹിത്യം എന്ന സ്ഥാപനത്തെ ഒന്നുകിൽ പുനർവിശകലനത്തിന് വിധേയമാക്കുകയോ വിനോദത്തിനെ സൈദ്ധാന്തികമായി പുനർനിർവ്വചിക്കുകയോ ചെയ്യാനുള്ള സാഹചര്യം വർത്തമാനകാലം ആവശ്യപ്പെടുന്നുണ്ട്. നോവൽ അല്ലെങ്കിൽ സാഹിത്യം വായനക്കാരന്റെ സാംസ്കാരികമായ ആവശ്യങ്ങളെ തൃപ്തിപ്പെടുത്തുന്നുണ്ടോ എന്നതാണ് പ്രധാനം എന്ന് തന്റെ ഒരു ലേഖനത്തിൽ റൊളാങ് ബാർത്ത് ആവശ്യപ്പെടുന്നുണ്ട്. ടെലിവിഷൻ വെബ് സീരീസുകൾ ആമസോൺ പ്രൈം തുടങ്ങിയ പല പുത്തൻ പ്ലാറ്റ് ഫോമുകളും മലയാളിയുടെ ആസ്വാദനത്തെയും വായനാനിലവാരത്തെയും സ്വാധീനിക്കുന്നുണ്ടിന്ന്. ഇതിവൃത്തത്തിന് പ്രാധാന്യം കൊടുത്തുകൊണ്ടുള്ള പഴഞ്ചൻ രീതിയിൽ നിന്നും മാറി പരീക്ഷണാത്മക മാതൃകകളെ രൂപപ്പെടുത്താനുള്ള ശ്രമങ്ങൾ എന്ന നിലയ്ക്ക് പുതുതലമുറയിലെ ജനപ്രിയ സാഹിത്യം വേറിട്ട് നിൽക്കുന്നു. ജനപ്രിയ സാഹിത്യത്തിന്റെ വൈവിധ്യങ്ങളെ നിർവ്വചിക്കാൻ സാധ്യമല്ലാത്ത വിധം മുന്നോട്ടു പോയിരിക്കുന്നു. ജനസാമാന്യത്തിന്റെ ജീവിതത്തിൽ ജനപ്രിയ സാഹിത്യത്തിന്റെ പ്രസക്തിയെന്തെന്ന് നിരന്തരം ചർച്ച ചെയ്യേണ്ടതുണ്ട്.

ഗ്രന്ഥസൂചി

1. തരകൻ കെ. എം, 2005: മലയാള നോവൽ സാഹിത്യ ചരിത്രം, കേരള സാഹിത്യ അക്കാദമി, തൃശൂർ 2.നരേന്ദ്രപ്രസാദ്, 1999: എന്റെ സാഹിത്യ നിരൂപണങ്ങൾ, ഡി.സി ബുക്സ്, കോട്ടയം.

3. മലയാളപ്പച്ച, 2022: ലക്കം 14 ,വോള്യം 1, അപസർപ്പക സാഹിത്യം കല സമൂഹം രാഷ്ട്രീയം, മലയാളവിഭാഗം, കെ.കെ.ടി.എം. കോളേജ്.

4. രാധാകൃഷ്ണൻ ഇളയിടത്ത്, 2015, പുതപ്രബന്ധം: സാഹിത്യ ചരിത്ര വിജ്ഞാനീയവും സംസ്കാര പഠനവും, ഇൻസൈറ്റ് പബ്ലിക്കേഷൻസ്, കോഴിക്കോട്

5. ശ്രീകുമാർ എ. ജി, 2014, ജനപ്രിയസാഹിത്യം മലയാളത്തിൽ, എസ്.പി.സി.എസ്, കോട്ടയം.

6. ഹമീദ്, 2015, അപസർപ്പക നോവലുകൾ മലയാളത്തിൽ, കേരളസാഹിത്യഅക്കാദമി, തൃശൂർ.

സാഹിത്യചരിത്രങ്ങളും നാടോടിവിജ്ഞാനീയവും

ഡോ. സിബി കുര്യൻ

ഭാഷ, സാഹിത്യം, ചരിത്രം എന്നീ വ്യവഹാരങ്ങൾക്ക് അതതുദേശവുമായി രൂപപ്പെട്ടുവന്ന സാംസ്കാരിക-രാഷ്ട്രീയബന്ധത്തിന്റെ അടിസ്ഥാനത്തിലാണ് സാഹിത്യചരിത്രങ്ങൾ രൂപംകൊണ്ടത്. ഓരോ ദേശത്തെയും ഭാഷാസാഹിത്യങ്ങളുടെ ചരിത്രം ക്രമികമായി രേഖപ്പെടുത്തുക എന്നതായിരുന്നു അവയുടെ പൊതു സ്വഭാവം. ഭാഷാസാഹിത്യങ്ങളുടെ പ്രഥമാങ്കുരങ്ങൾ എന്ന നിലയിൽ അനുഷ്ഠാനങ്ങൾ, കഥാഗാനങ്ങൾ, പഴഞ്ചൊല്ലുകൾ തുടങ്ങിയവയൊക്കെ സാഹിത്യചരിത്രഗ്രന്ഥങ്ങളിൽ സ്ഥാനംപിടിച്ചു. പിന്നീട് ഒരു നാടിന്റെ ഈടുവയ്പുകളെന്ന നിലയിൽ അവ ഫോക്‌ലോർ പഠനപരിധിയിലേക്ക് സംക്രമിച്ചു. ജനകീയ വിജ്ഞാനഘടകങ്ങൾ സംസ്കാരപഠനത്തിന്റെ ഉപാദാനങ്ങളെന്ന നിലയിൽ വിലയിരുത്തപ്പെടാനും നിരവധി പഠനസാധ്യതകളിലേക്ക് പരിവർത്തനപ്പെടാനും നാടോടിവിജ്ഞാനീയം കാരണമായി. ഫോക്‌ലോർ എന്ന പഠനശാഖ രൂപപ്പെട്ടു വരുന്നതിനു മുമ്പുതന്നെ സാഹിത്യചരിത്രത്തിൽ സ്ഥാനംപിടിച്ച നാടോടിജീവിതഘടകങ്ങൾ വിവരണം, വ്യവസ്ഥാപനം എന്നീ സവിശേഷതകൾകൊണ്ട് ഫോക്‌ലോർ വിജ്ഞാനപഠനത്തിന് കളമൊരുക്കി.

സാമൂഹികശാസ്ത്രവിഭാഗത്തിൽ ഉൾപ്പെട്ട വിഷയമാണ് ഫോക്‌ലോർ. ഫോക് എന്ന വാക്ക് ജനസമൂഹം എന്ന അർത്ഥത്തെ കുറിക്കുന്നു. ആ ജനസമൂഹത്തിന്റെ സമാഹൃതജ്ഞാനത്തെയാണ് ലോർ എന്ന പദം സൂചിപ്പിക്കുന്നത്. ജനതയുടെ തദ്ദേശിയജ്ഞാനത്തിന്റെ സഞ്ചയമെന്ന രീതിയിൽ പരിഗണിക്കപ്പെട്ടിരുന്ന ഫോക്‌ലോർ പത്തൊമ്പതാം നൂറ്റാണ്ടോടെ ശാസ്ത്രീയസമീപനങ്ങളുടെ അടിസ്ഥാനത്തിൽ സ്വതന്ത്രവൈജ്ഞാനികശാഖയെന്ന നിലകൈവരിച്ചു. തലമുറകളിലൂടെ കൈമാറിവന്ന പാരമ്പര്യസിദ്ധമായ അറിവാണ് ഫോക്‌ലോർ. അനുഭവങ്ങളിലൂടെ സ്വായത്തമാക്കിയ നാട്ടറിവ് പ്രകൃതിയുമായി ചേർന്നുനിൽക്കുന്നതും നിര

ന്തരമായ പ്രയോഗത്തിലൂടെ വികസിതമാകുന്നതുമാണ്. ജീവിത രീതി, കലാപൈതൃകം, ആചാരാനുഷ്ഠാനങ്ങൾ, വാങ്മയരൂപങ്ങൾ തുടങ്ങി ജനതയുടെ സാംസ്കാരികസമ്പത്തുമുഴുവൻ നാടോടിവിജ്ഞാനീയത്തിൽ ഉൾപ്പെടുന്നു. ഐതിഹ്യങ്ങളും നാടൻപാട്ടുകളും നാടോടിക്കഥകളും ഭക്ഷണശീലവും നാട്ടുചികിത്സയും കൃഷിപാഠങ്ങളുമെല്ലാം ഒന്നുചേർന്നതാണ് ജനതയുടെ ഫോക്‌ലോർ. നാട്ടറിവിൽനിന്ന് ഊർജ്ജം സ്വീകരിച്ചുകൊണ്ടാണ് ആധുനിക കാലത്തെ കലയും സാഹിത്യവും ഉൽപാദനരീതികളും ചികിത്സയുമെല്ലാം വളർന്നുവികസിച്ചത്.

നാടോടിക്കഥകൾ, പാരമ്പര്യങ്ങൾ, ഭാഷ, അറിവ് എന്നിവ ഉൾക്കൊള്ളുന്ന ഫോക്‌ലോർ എന്ന സംജ്ഞ 2003-ലെ യുനെസ്കോ കൺവെൻഷന്റെ തീരുമാനം അനുസരിച്ച് അമൂർത്തമായ സാംസ്കാരിക പൈതൃകം (Intangible Cultural Heritage) എന്ന് പരിവർത്തിതമായി. ഫോക്‌ലോർ സ്ഥാപന സംബന്ധിയായ പദം ആയതിനാൽ ഉപേക്ഷിക്കുകയും അതിനു പകരമായി വിപുലമായ ആശയലോകത്തെ സംവഹിക്കുന്ന പ്രയോഗം എന്ന നിലയിൽ അമൂർത്തമായ സാംസ്കാരിക പൈതൃകം സ്വീകരിക്കുകയുമാണുണ്ടായത്. താഴെപ്പറയുന്ന മേഖലകളിലാണ് അമൂർത്തമായ സാംസ്കാരിക പൈതൃകം പ്രകടമാകുന്നത്.

വാമൊഴി പാരമ്പര്യങ്ങളും അവയുടെ ആവിഷ്കാരങ്ങളും

കലാപരമായ അവതരണങ്ങൾ

സാമൂഹിക ആചാരങ്ങൾ, ആഘോഷങ്ങൾ

പ്രകൃതിയെയും പ്രപഞ്ചത്തെയുംകുറിച്ചുള്ള പരമ്പരാഗതമായ അറിവും അവയുടെ പ്രയോഗങ്ങളും

പരമ്പരാഗത ഉൽപാദനരീതികൾ

ഫോക്‌ലോർ പഠനപരിധിയിൽ ഉൾപ്പെട്ടിരുന്ന ഈ ഘടകങ്ങൾ സാംസ്കാരികപൈതൃകത്തിന്റെ ഭാഗമായി മാറിയതോടെ ഫോക് പഠനങ്ങൾ കാലഹരണപ്പെടുകയും തൽസ്ഥാനത്ത് സാംസ്കാരികപഠനത്തിന്റെ മാനകങ്ങൾ നിലവിൽ വരുകയുംചെയ്തു. ആഗോളവൽക്കരണത്തിന്റെ പശ്ചാത്തലത്തിൽ സാംസ്കാരിക വൈവിധ്യം നിലനിർത്തുന്നതിനുള്ള ഒരു പ്രധാനഘടകമായാണ് അമൂർത്തമായ സാംസ്കാരിക പൈതൃകത്തെ യുനെസ്കൊ പരിഗണിക്കുന്നത്. വ്യത്യസ്ത സമുദായങ്ങളുടെ സാംസ്കാരിക പൈതൃകത്തെക്കുറിച്ചുള്ള ധാരണ അവർ തമ്മിലുള്ള പരസ്പര സാംസ്കാരികസംസർഗ്ഗം സാധ്യമാക്കുന്നു. ഇതര ജനസമൂഹത്തിന്റെ ജീവി

തരീതികളോടുള്ള ആദരവ് വർദ്ധിപ്പിക്കാനും ഇത് സഹായകമാണ്. ഇതിലൂടെ സാംസ്കാരികപ്രകടനം മാത്രമല്ല, ഒരു തലമുറയിൽനിന്ന് അടുത്ത തലമുറയിലേക്ക് കൈമാറ്റം ചെയ്യപ്പെടുന്ന അറിവിന്റെയും കഴിവുകളുടെയും സമ്പത്താണ് യുനെസ്കൊ ലക്ഷ്യംവയ്ക്കുന്നത്. ഈ വിജ്ഞാനക്കൈമാറ്റത്തിന്റെ സാമൂഹികവും സാമ്പത്തികവുമായ മൂല്യം ഒരു രാജ്യത്തെ മുന്നാക്കവിഭാഗങ്ങൾക്കെന്നപോലെ പിന്നാക്കവിഭാഗങ്ങൾക്കും പ്രസക്തമാണ്. വികസിത രാജ്യങ്ങൾക്കെന്നപോലെ വികസ്വരരാജ്യങ്ങൾക്കും ഈ ഘടകങ്ങൾ പ്രധാനമാണ്. ഇത്തരത്തിൽ ഫോക് ലോറിനെക്കുറിച്ചുള്ള സങ്കല്പനങ്ങൾതന്നെ പരിവർത്തിതമായ സമകാലസാഹചര്യത്തിൽ സാഹിത്യചരിത്രങ്ങൾ ഫോക്‌ലോറിനെ എങ്ങനെ അടയാളപ്പെടുത്തി എന്ന അന്വേഷണം കൗതുകകരമാണ്.

സാഹിത്യചരിത്രങ്ങളെ രണ്ടുവിധത്തിലാണ് ഫോക്‌ലോർ ഘടകങ്ങൾ സ്വാധീനിച്ചത്. സാഹിത്യചരിത്രരചനയുടെ ഉപാദാനങ്ങൾ എന്ന നിലയിലും ഭാഷാസാഹിത്യങ്ങളുടെ പ്രഥമാങ്കുരങ്ങൾ എന്ന നിലയിലും. ആദ്യകാല സാഹിത്യചരിത്രങ്ങളിൽ ഭാഷോത്പത്തി വിവരണങ്ങളും സാഹിത്യകാരന്മാരുടെ ജീവചരിത്രങ്ങളും നാടോടിപാരമ്പര്യവുമായി ബന്ധപ്പെട്ട ഐതിഹ്യങ്ങളോട് ഇടകലർന്നാണ് നിലകൊള്ളുന്നത്. പാശ്ചാത്യരെ അപേക്ഷിച്ച് ചരിത്രരചനയിൽ വിമുഖരായിരുന്ന പൗരസ്ത്യർ പിൽക്കാലത്ത് ചരിത്രരചനയിൽ ഏർപ്പെട്ടപ്പോൾ സ്വാഭാവികമായും ജനസഞ്ചയത്തിനിടയിൽ പരമ്പരാഗതമായി നിലനിന്ന വിശ്വാസങ്ങളും മിത്തുകളും ചരിത്രവത്കരിക്കുകയും ചരിത്രമെന്ന നിലയിൽ അവതരിപ്പിക്കുകയും ചെയ്തു. ഏതാണ്ട് ഒരേ കാലഘട്ടത്തിൽ ജീവിച്ചിരുന്ന ഷേക്സ്പിയറിന്റെയും എഴുത്തച്ഛന്റെയും ജീവചരിത്രങ്ങൾ പരിശോധിച്ചാൽ ഇക്കാര്യം വ്യക്തമാകും. സൂക്ഷ്മമായ ജീവിതചിത്രീകരണത്തിന്റെയും ചരിത്രരേഖകളുടെയും പിൻബലത്തിൽ സമീപസ്ഥിതനും ആധുനികനുമായാണ് ഷേക്സ്പിയർ നമുക്ക് അനുഭവപ്പെടുന്നത്. എന്നാൽ പേരുപോലും കൃത്യമായി അറിയില്ലാത്ത, വളരെ പുരാതനനായ ഒരാളായാണ് എഴുത്തച്ഛനെ നാം അറിയുന്നത്. അനേകം ഐതിഹ്യങ്ങളിലൂടെയാണ് അദ്ദേഹം ചരിത്രത്തിൽ അനാവൃതനാകുന്നത്. ഈ വ്യത്യാസം പൗരസ്ത്യദേശത്തെ സാഹിത്യചരിത്ര രചനയെ കൂടുതൽ ഫോക്‌ലോർ പാരമ്പര്യത്തോട് അടുപ്പിക്കുന്നുണ്ട്. ഫോക്‌ലോർ ഘടകങ്ങളുടെ വ്യാഖ്യാനവും വിവരണവുമായിത്തീർന്നിട്ടുണ്ട് ആദ്യകാല സാഹിത്യചരി

ത്രരചനകൾ എല്ലാംതന്നെ. ഈ പൊതുനിരീക്ഷണത്തിന്റെ പശ്ചാത്തലത്തിൽ വേണം മലയാളത്തിലെ സാഹിത്യചരിത്രങ്ങളും നാടോടിവിജ്ഞാനീയവുമായുള്ള ബന്ധം പഠനവിധേയമാക്കാൻ.

സാഹിത്യചരിത്രരചനയുടെ ഉപാദാനം

ചരിത്രരചനയെന്നപോലെ സാഹിത്യചരിത്രരചനയും സാധ്യമാകുന്നത് ഉപാദാന(source)ങ്ങളുടെ വിവേകപൂർണമായ വിനിയോഗത്തിലൂടെയാണ്. ചരിത്രസംബന്ധിയായ ഗവേഷണത്തിന്റെ അടിസ്ഥാന ഘടകങ്ങളാണ് അവ. പ്രാഥമികം(Primary), ദ്വിതീയം (Secondary), ത്രിതീയം(Tertiary) എന്നിങ്ങനെ മൂന്നുതരത്തിലുള്ള ഉപാദാനങ്ങൾ ചരിത്രഗവേഷണത്തിൽ ഉപയോഗപ്പെടുത്തുന്നു. പുരാവൃത്തങ്ങൾ, രാജശാസനങ്ങൾ, ഗവൺമെന്റ് രേഖകൾ, ഉത്തരവുകൾ, കലാസൃഷ്ടികൾ, സാഹിത്യകൃതികൾ, ഡയറിക്കുറിപ്പുകൾ, സ്വകാര്യവിവരണങ്ങൾ എന്നിങ്ങനെ ഭിന്നകാലദേശങ്ങളിൽ വ്യത്യസ്തമായ ഉപാദാനങ്ങൾ ചരിത്രരചനയ്ക്ക് ഉപയുക്തമാക്കുന്നു. ഏതു ഉപാദാനം സ്വീകരിച്ചാലും അവയുടെ ആധികാരികതയും വിശ്വാസ്യതയുമാണ് പ്രധാനം. അതുകൊണ്ടുതന്നെ പുരാവൃത്തങ്ങൾ, പരമ്പരാഗതവിശ്വാസങ്ങൾ, കഥാഗാനങ്ങൾ, പഴഞ്ചൊല്ലുകൾ, ഐതിഹ്യങ്ങൾ തുടങ്ങിയ ഫോക്‌ലോർ ഘടകങ്ങളെ ചരിത്രരചനയ്ക്ക് ഉപയോഗപ്പെടുത്തുമ്പോൾ ത്യാജ്യഗ്രാഹ്യജ്ഞാനത്തോടെ മാത്രമേ ചരിത്രഗവേഷകന് മുമ്പോട്ടുപോകാൻ കഴിയുകയുള്ളു. സാഹിത്യചരിത്രരചനയുടെ പ്രാഥമികഘട്ടത്തിൽ മറ്റ് ഉപാദാനങ്ങളുടെ അപര്യാപ്തതമൂലം ചരിത്രകാരന്മാർ, പിൽക്കാലത്ത് ഫോക്‌ലോർ എന്ന് വ്യവഹരിക്കപ്പെട്ട പ്രാക്തനഘടകങ്ങളെ ധാരാളമായി സ്വീകരിച്ചിട്ടുണ്ട്. അവയെ ഒരു കുറവായിക്കണ്ട് ഭർത്സിക്കുകയല്ല, കാലഘട്ടത്തിന്റെ സവിശേഷതകളായിരുന്നു അവയെന്നു മനസ്സിലാക്കുകയും നവീന വിജ്ഞാനമാതൃകകളാൽ കാലാനുസൃതമായി പുതുക്കുകയാണ് സാഹിത്യവിജ്ഞാനീയത്തിന്റെ പഠനപദ്ധതി.

പി. ഗോവിന്ദപ്പിള്ള, 1881-ൽ പ്രസിദ്ധീകരിച്ച മലയാളഭാഷാചരിത്രമാണ് മലയാളത്തിലെ ആദ്യത്തെ സാഹിത്യചരിത്രഗ്രന്ഥം. ആധുനികതയെന്ന വ്യവഹാരത്തിന്റെ ഭാഗമായി രൂപംകൊണ്ടവയാണ് മലയാളത്തിലെ പുതിയ സാഹിത്യരചനാരീതികളെല്ലാം. അതിന്റെ ഭാഗമായി രൂപപ്പെട്ട മലയാളഭാഷാചരിത്രം പേരു സൂചിപ്പിക്കുന്നതുപോലെ ഭാഷാചരിത്രം മാത്രമല്ല, മലയാളസാഹിത്യത്തിന്റെ അനുക്രമമായ വളർച്ചയെ ഏതാണ്ട് സമഗ്രമായിത്തന്നെ അവതരി

പ്പിക്കുന്ന സാഹിത്യചരിത്രഗ്രന്ഥം തന്നെയാണ്. സാഹിത്യത്തിന്റെ നിർവചനം, കണ്ടെടുക്കൽ, വിവരണം എന്നിവയെല്ലാം ഈ ഗ്രന്ഥം ഉൾക്കൊള്ളുന്നുണ്ട്. ചരിത്രനിർമ്മിതിക്കുള്ള ഉപാദാനമെന്ന നിലയിൽ നാടോടിവിജ്ഞാനീയത്തെ ധാരാളമായി ഉപയോഗപ്പെടുത്തിയിട്ടുണ്ട് ഈ സാഹിത്യചരിത്രഗ്രന്ഥം. മലയാളഭാഷാചരിത്രത്തിന്റെ രീതിശാസ്ത്രപരമായ സമീപനം പിൽക്കാല സാഹിത്യചരിത്രനിർമിതികളെ ആഴത്തിൽ സ്വാധീനിച്ചിട്ടുമുണ്ട്. സ്വാഭാവികമായും മലയാളഭാഷാചരിത്രം മുന്നോട്ടുവച്ച നാടോടിവിജ്ഞാനീയപരമായ സമീപനം പിൽക്കാല സാഹിത്യചരിത്രരചയിതാക്കളും പിൻപറ്റുന്നതായി കാണാം.

മലയാളഭാഷാചരിത്രം എന്നാണ് ഗ്രന്ഥനാമമെങ്കിലും ഇതിൽ ദേശചരിത്രവും സാഹിത്യചരിത്രവും സന്നിഹിതമായിട്ടുണ്ട്. ദേശചരിത്രത്തോട് ബന്ധപ്പെട്ടാണ് ഭാഷാസാഹിത്യചരിത്രങ്ങൾ അവതരിപ്പിച്ചിട്ടുള്ളത്. ദേശചരിത്രവിവരണമാകട്ടെ ഏറെയും ഫോക് ഘടകങ്ങളെ ആസ്പദമാക്കിയാണ് സാധിച്ചിട്ടുള്ളത്. ഐതിഹ്യങ്ങൾ, പുരാവൃത്തങ്ങൾ, കെട്ടുകഥകൾ, കേട്ടുകേൾവികൾ എന്നിവയൊക്കെ ചരിത്രരചനയ്ക്ക് ആകരവസ്തുക്കളായിത്തീരുന്നു. കേരളോൽപത്തി, കേരളമാഹാത്മ്യം തുടങ്ങിയ കൃതികളിൽ പരാമർശിച്ചിട്ടുള്ള ഐതിഹ്യകഥകളെ വസ്തുതാപരമായ ചരിത്രമെന്ന നിലയ്ക്കാണ് ഗോവിന്ദപ്പിള്ള അവതരിപ്പിക്കുന്നത്. 'പൂർവകാലത്തിലെ ആര്യപണ്ഡിതന്മാർ ഇന്ത്യാ രാജ്യത്തിന്നു ഭാരതവർഷമെന്നു പേർ കല്പിച്ചിരിക്കുന്നു. വർഷം എന്ന ശബ്ദത്തിന്റെ അർഥം രാജ്യമെന്നാകുന്നു. ഭരതൻ എന്ന പ്രസിദ്ധനായ ഒരു മഹാരാജാവ് ഈ രാജ്യത്തെ ഭരിച്ചിരുന്നതിനാൽ ഈ നാമധേയം ഉണ്ടാവാൻ സംഗതിവന്നു.' (പി.ഗോവിന്ദപ്പിള്ള, 2017:63) എന്നിങ്ങനെ ഒരു നാടോടിക്കഥയുടെ ചേലിലാണ് ഗോവിന്ദപ്പിള്ള മലയാളഭാഷാചരിത്രം ആരംഭിക്കുന്നത്. തുടർന്നങ്ങോട്ട് നാടോടിപാരമ്പര്യത്തിന്റെ പിൻബലത്തിൽ നാടോടിക്കഥാകഥനമെന്ന നിലയിലാണ് ചരിത്രവസ്തുതകളെ ഗ്രന്ഥകാരൻ സാക്ഷാത്കരിക്കുന്നത്.

ആര്യാഗമനം മുതലുള്ള കാലഘട്ടത്തെ ഐതിഹ്യങ്ങളെ ഉപജീവിച്ചുകൊണ്ടാണ് ഗോവിന്ദപ്പിള്ള വിശദീകരിക്കുന്നത്. പരശുരാമകഥയുമായി ബന്ധപ്പെടുത്തിയാണ് കേരളദേശത്തിന്റെ ഉൽപത്തിയും വിവിധ ജനവിഭാഗങ്ങളുടെ അധിനിവേശവും ചരിത്രകാരൻ വിവരിക്കുന്നത്. ഭരതനുശേഷം ഭാരതം ഭരിച്ചത് യുധിഷ്ഠിരനാണെന്നും അക്കാലത്ത് കേരളം ഭരിച്ചിരുന്നത് പരീക്ഷിത്താണെന്നും

മലയാളഭാഷാചരിത്രകാരൻ രേഖപ്പെടുത്തിയിരിക്കുന്നു. അക്കാലത്ത് തെക്കെ ഇന്ത്യയുടെ ഒരു ഭാഗം സമുദ്രത്തിൽ മുങ്ങിപ്പോയെന്നും പരശുരാമൻ അതിനെ വീണ്ടെടുത്തെന്നും പുരാവൃത്തങ്ങളെ അടിസ്ഥാനമാക്കി സമർത്ഥിക്കുന്നു. ആദ്യത്തെ രണ്ടധ്യായങ്ങളിലെ കാലഗണന യുഗസങ്കൽപ്പത്തെ അടിസ്ഥാനമാക്കിയുള്ളതാണ്. തുടർന്ന് കൊല്ലവർഷംരംഭത്തെയും ഐതിഹ്യങ്ങളോട് ചേർത്തുവച്ചാണ് വിശദീകരിക്കുന്നത്. ഔവാടുതുറ അയ്യിപ്പിള്ള ആശാൻ, കണ്ണശ്ശ രാമപ്പണിക്കർ, ചെറുശ്ശേരി, എഴുത്തച്ഛൻ തുടങ്ങി പ്രശസ്തരും അപ്രശസ്തരുമായ കവികളുടെയെല്ലാം ജനനം, കവിത്വസിദ്ധി എന്നിവയുമായി ബന്ധപ്പെട്ട കാര്യങ്ങൾ ഐതിഹ്യങ്ങളെ ആസ്പദമാക്കിയാണ് ഗ്രന്ഥകാരൻ വിവരിച്ചിട്ടുള്ളത്.

പൂർവ്വമാതൃകകളുടെ അപര്യാപ്തതയിൽ ഫോക് ഘടകങ്ങളെ ഉപജീവിച്ച് ഗോവിന്ദപ്പിള്ള നടത്തിയ ഭാഷാസാഹിത്യനിർമ്മിതിയെ സംബന്ധിച്ച് അനുകൂലപ്രതികൂല നിലപാടുകൾ പിൽക്കാലത്ത് ഉണ്ടായിട്ടുണ്ട്. 'അത്തരത്തിൽ ഒരു പുസ്തകം അതിനുമുമ്പ് ആരും എഴുതിയിരുന്നില്ല. അത്രമാത്രം ക്ലേശസാധ്യമായ സദ്വ്യവസായംകൊണ്ടു മലയാളഭാഷയെ ധന്യമാക്കിയ ഗോവിന്ദപ്പിള്ളയെ ആർക്കും ഒരിക്കലും മറക്കാവുന്നതല്ല. അദ്ദേഹം പണിത അസ്തിവാരത്തിന്മേലാണ് അനന്തരകാലികന്മാർ അവരുടെ സാഹിത്യചരിത്രകുടീരങ്ങൾ പണിയിച്ചിട്ടുള്ളത്. അദ്ദേഹം അക്കാലത്ത് അങ്ങനെ ഒരു പുസ്തകം പ്രസിദ്ധീകരിച്ചിരുന്നില്ലെങ്കിൽ അവരെല്ലാം പലഘട്ടങ്ങളിലും യതൊരെത്തും പിടിയും കിട്ടാതെ നട്ടംതിരിയുമായിരുന്നു' (ഉള്ളൂർ, (നാലാം വാല്യം) 1990:191). ഉള്ളൂരിന്റെ ഈ അഭിപ്രായം യാഥാർത്ഥ്യത്തോട് ചേർന്നുനിൽക്കുന്നു. മലയാളസാഹിത്യചരിത്രരചനയുടെ ആദ്യമാതൃക എന്ന നിലയ്ക്കുവേണം മലയാള ഭാഷാചരിത്രത്തെ പരിഗണിക്കാൻ. ഓരോ വിഷയത്തെയും വ്യക്തികളെയും ആദ്യമായി അവതരിപ്പിക്കേണ്ടിവന്നപ്പോൾ അവയ്ക്ക് സംലഭ്യമായ ഉപാദാനങ്ങളെന്ന നിലയ്ക്കാണ് ഫോക് ഘടകങ്ങളെ അദ്ദേഹം സാഹിത്യചരിത്രത്തിലക്ക് സംവഹിച്ചത്. അപ്പോഴും ആധുനികശാസ്ത്രയുക്തിയെ അദ്ദേഹം കൂട്ടുപിടക്കുന്നുമുണ്ട്. പരശുരാമകഥ പ്രതിപാദിച്ചതിനുശേഷം ഗോവിന്ദപ്പിള്ള അതിനെ പാശ്ചാത്യ ശാസ്ത്രീയയുക്തികൊണ്ട് സാധൂകരിക്കുന്നതു കാണുക. 'കേരളം സമുദ്രത്തിൽ മുങ്ങിയിരുന്നു എന്നുള്ള പുരാണപ്രസിദ്ധിക്ക് അനുസരണമായി ലക്ഷ്യങ്ങൾ വളരെ ഉള്ളതിനാൽ, ഇംഗ്ലീഷ് ശാസ്ത്രജ്ഞന്മാർ അതിനെ സമ്മതിച്ചിരി

ക്കുന്നു. ഇംഗ്ലീഷ് ശാസ്ത്രജ്ഞന്മാരുടെ അഭിപ്രായത്തിൽ ഭൂമിയുടെ അന്തർഭാഗത്തിങ്കൽ ഉള്ള അഗ്നിസംബന്ധമായ ഒരു ശക്തി കൊണ്ട് ഭൂകമ്പം ഉണ്ടായി ചേരരാജാവിന്റെ രാജ്യത്തിൽ ഒരു അംശമായ കേരളം സമുദ്രത്തിന്റെ അടിയിൽ താണുപോയി എന്നും അതുപിന്നീട് അതുപോലെ ഒരു ശക്തിയാൽ ഉയർത്തപ്പെട്ടു എന്നും'(പി.ഗോവിന്ദപ്പിള്ള, 2017:77) ഇത്തരത്തിൽ നിലവിലുള്ള ശാസ്ത്രയുക്തികളാൽ സാധൂകരിച്ചുകൊണ്ടാണ് ഗ്രന്ഥകാരൻ ഫോക് പാരമ്പര്യത്തെ ചരിത്രത്തോട് ചേർത്തുവയ്ക്കുന്നത്. ഒരു പുരാണത്തിൽ കാണുന്നു, ഒരു കിംവദന്തി ഉണ്ട് എന്നിങ്ങനെയുള്ള പ്രയോഗങ്ങളാൽ നാടോടിക്കഥകളെയും പുരാവൃത്തങ്ങളെയും ഫോക്ഘടകങ്ങളായിത്തന്നെ നിലനിർത്താനുള്ള ശ്രമവും ഗോവിന്ദപ്പിള്ള നടത്തുന്നുണ്ട്.

മലയാളഭാഷാചരിത്രം പ്രസിദ്ധീകരിച്ചതിനുശേഷം നാലുപതിറ്റാണ്ടുകഴിഞ്ഞ് 1922 ലാണ് പി.ശങ്കരൻ നമ്പ്യാരുടെ മലയാളസാഹിത്യചരിത്രസംഗ്രഹം രചിക്കപ്പെടുന്നത്. അപ്പോഴേക്കും മലയാളസാഹിത്യരംഗം പാശ്ചാത്യസാഹിത്യ സംസർഗ്ഗത്താലും മാതൃകകളാലും രൂപഭാവതലങ്ങളിൽ അടിമുടി നവീകരിക്കപ്പെട്ടിരുന്നു. ഇംഗ്ലീഷ് ഭാഷാഭിജ്ഞരായ ഒരു തലമുറ മലയാളസാഹിത്യഭാവുകത്വത്തെ പുതിക്കിപ്പണിതുതുടങ്ങി. ചെറുകഥ, നോവൽ തുടങ്ങിയ സാഹിത്യരൂപങ്ങളുമായി മലയാളി പരിചയപ്പെടുന്നതും റൊമാന്റിസിസം, റിയലിസം തുടങ്ങിയ പ്രവണതകൾ നാമ്പെടുക്കുന്നതും ഇക്കാലത്താണ്. ഈ കാലഘട്ടം രൂപപ്പെടുത്തിയ ആധുനികപ്രവണതകളെ സ്വാംശീകരിച്ചുകൊണ്ടാണ് പാശ്ചാത്യസാഹിത്യപ്രസ്ഥാനങ്ങളെക്കുറിച്ച് നല്ല ധാരണയുണ്ടായിരുന്ന ശങ്കരൻനമ്പ്യാർ നവീനരീതിയിലുള്ള സാഹിത്യചരിത്രരചനയ്ക്ക് ഉദ്യുക്തനായത്. തെളിവുകളെ അടിസ്ഥാനമാക്കി ശാസ്ത്രീയവീക്ഷണത്തോടെ മലയാളഭാഷാസാഹിത്യചരിത്രത്തെ സുവ്യക്തവും സുഗ്രാഹ്യവുമായ രീതിയിൽ പ്രതിപാദിക്കുന്ന മലയാളസാഹിത്യചരിത്രസംഗ്രഹം പല നിലകളിലും മലയാളഭാഷാചരിത്രത്തിൽനിന്ന് വ്യതിരിക്തത പുലർത്തുന്നു.

ഫോക് ഘടകങ്ങളായ പുരാവൃത്തങ്ങൾ, ഐതിഹ്യങ്ങൾ എന്നിവയെ സാഹിത്യചരിത്രരചനയുടെ ഉപാദാനങ്ങളായി സ്വീകരിക്കുന്ന ഗോവിന്ദപിള്ളയിൽനിന്ന് വേറിട്ട മാർഗത്തിലൂടെയാണ് ശങ്കരൻ നമ്പ്യാർ സഞ്ചരിക്കുന്നത്. ആമുഖത്തിൽ ഇക്കാര്യം അദ്ദേഹം വ്യക്തമാക്കുന്നുണ്ട്. 'I am afraid it is aboslutely impossible, in the very nature of things, for anyone to write a thoroughly authentic account of the ancient and mediaeval authors and works of Malayalam literature. If at all I have been in any way more correct and precise than Mr. Govinda Pillai of revered memory, it is because I have been able to take advantage of the years of research that have elapsed between him and me. As regards the plant of my work, it is the same as is generally adopted by the renowned writers of English literary history' (പി. ശങ്കരൻ നമ്പ്യാർ, 2017:18). ഇംഗ്ലീഷ് സാഹിത്യചരിത്രരചയിതാക്കളുടെ മാതൃക പിന്തുടർന്നതിനാൽ ഫോക് ഘടകങ്ങളെ ഉപാദാനങ്ങളായി പരിഗണിക്കുന്നില്ല ശങ്കരൻ നമ്പ്യാർ. ചരിത്രവസ്തുതകളെയും സാഹിത്യകൃതികളെയുമാണ് അദ്ദേഹം ആകരവസ്തുക്കളായി സ്വീകരിക്കുന്നത്. എങ്കിലും ഐതിഹ്യകഥകളെ പൂർണ്ണമായും തള്ളിക്കളയുന്നുമില്ല അദ്ദേഹം. എഴുത്തച്ഛനെക്കുറിച്ച് പ്രതിപാദിക്കുന്നിടത്ത് 'ഇദ്ദേഹത്തെ ഒരു ഗന്ധർവാവതാരമെന്നും മറ്റും കല്പിച്ച് ഒട്ടനേകം അത്ഭുതകഥകളെ ഇദ്ദേഹത്തിന്റെ ജീവചരിത്രത്തോട് കൂട്ടിഘടിപ്പിച്ചിട്ടുള്ളത് കേവലം സ്വാഭാവികമെന്നുതന്നെ പറയുവാൻ തോന്നിപ്പോകും'(പി. ശങ്കരൻ നമ്പ്യാർ, 2017:99)എന്നും 'മേല്പത്തൂർ നാരായണഭട്ടതിരിപ്പാടും എഴുത്തച്ഛനും സമകാലീനന്മാരാണെന്നും, അമ്പലപ്പുഴ രാജാവുമായി എഴുത്തച്ഛനെ പരിചയപ്പെടുത്തിയതു ഭട്ടതിരിപ്പാടാണെന്നും, ഒരൈതിഹ്യമുള്ളതു വിശ്വാസനീയമാണെങ്കിൽ, എട്ടാം ശതവർഷത്തിന്റെ ഉത്തരാർദ്ധമാണ് എഴുത്തച്ഛന്റെ ജീവിതകാലമെന്ന് അനുക്തസിദ്ധമത്രേ' (പി. ശങ്കരൻ നമ്പ്യാർ, 2017:100) എന്നും മറ്റും ചില സന്ദർഭങ്ങളിൽ ഗ്രന്ഥകാരൻ പുരാവൃത്തകഥകളെ ഉപജീവിക്കുന്നുമുണ്ട്. എന്നിരുന്നാലും മലയാളസാഹിത്യചരിത്രസംഗ്രഹത്തിന്റെ കാലംമുതലിങ്ങോട്ട് മലയാളസാഹിത്യചരിത്രരചനയുടെ മുഖ്യഉപാദാനമെന്ന നിലയിൽനിന്ന് ഫോക്‌ലോർ ഘടകങ്ങൾ നിഷ്ക്രമിക്കുന്നതായാണ് അനുഭവം.

ഉള്ളൂർ എസ്. പരമേശ്വരയ്യരുടെ കേരളസാഹിത്യചരിത്രം 1953 മുതൽ 1955 വരെയുള്ള കാലഘട്ടത്തിൽ അഞ്ചു വാല്യങ്ങളിലായി പ്രസിദ്ധീകരിച്ചതോടെ മലയാളഭാഷയുടെയും സാഹിത്യത്തിന്റെയും ചരിത്രം വ്യവസ്ഥാപിതമായിത്തീർന്നു. വിപുലവും വിശദവുമായ പഠനങ്ങൾ ഉൾക്കൊള്ളുന്ന ഈ കൃതി പിൽക്കാല സാഹിത്യചരിത്രനിർമ്മിതികളെ ആഴത്തിൽ സ്വാധീനിച്ചു. സാഹിത്യകാരമാരെയും സാഹിത്യരൂപങ്ങളെയും പ്രതിപാദിക്കേണ്ട സന്ദർഭങ്ങ

ളിലൊക്കെ നിലവിലുള്ള ഐതിഹ്യങ്ങളെയും പുരാവൃത്തങ്ങളെയും ചർച്ചയ്ക്കെടുക്കുന്ന രീതിശാസ്ത്രമാണ് ഉള്ളൂർ സ്വീകരിച്ചിരിക്കുന്നത്. പക്ഷേ ഫോക് അംശങ്ങളെ ചരിത്രസത്യമെന്ന നിലയിൽ അവതരിപ്പിക്കുകയല്ല, അവയെ സംബന്ധിച്ച പൂർവപക്ഷങ്ങൾ വിലയിരുത്തി സ്വാഭിപ്രായം വെളിപ്പെടുത്തുന്ന തുറന്നതും സ്വതന്ത്രവുമായ നിലപാടാണ് ഗ്രന്ഥകാരൻ സ്വീകരിച്ചത്.

കഥകളിയുടെ ഉൽപത്തിയെ സംബന്ധിച്ച് പ്രതിപാദിക്കുന്ന സന്ദർഭത്തിൽ രാമനാട്ടത്തിന്റെ ആഗമനത്തെപ്പറ്റിയുള്ള പരമ്പരാഗതമായ കഥ താഴെക്കാണുന്ന വിധത്തിൽ സംഗ്രഹിക്കാം എന്ന മുഖവുരയോടെ ഐതിഹ്യകഥ വിവരിക്കുന്നു. ഒപ്പംതന്നെ 'ഈ ഐതിഹ്യത്തിനു വളരെ പഴക്കമുണ്ട്. സർവാധികാര്യക്കാർ 1056-ൽ പ്രസിദ്ധീകരിച്ച മലയാളഭാഷാചരിത്രം ഒന്നാം പതിപ്പിൽത്തന്നെ അതു സംക്ഷേപിച്ചിട്ടുണ്ട്.' (ഉള്ളൂർ, (മൂന്നാം വാല്യം), 1990: 107) എന്നിങ്ങനെ പൂർവികരുടെ അഭിപ്രായത്തെ മാനിച്ചുകൊണ്ടുകൂടിയാണ് ഉള്ളൂർ നാടോടിഘടകങ്ങളെ പുനർപഠനത്തിന് വിധേയമാക്കുന്നത്. ചെറുശ്ശേരിയെക്കുറിച്ചുള്ള ചർച്ചയിൽ പൂർവ്വപക്ഷങ്ങളെല്ലാം വിശദമാക്കിയതിനുശേഷം 'എന്റെ അഭിപ്രായം:- ഈ വിഷയത്തിൽ ലഭിച്ചിടത്തോളമുള്ള രേഖകളെപ്പറ്റി കൂലങ്കഷമായി വിവേചനം ചെയ്തതിൽ എനിക്കു താഴെ സംക്ഷേപിക്കുന്ന അഭിപ്രായമാണ് തോന്നുന്നത്.' (ഉള്ളൂർ, (രണ്ടാം വാല്യം), 1990:142) എന്നിങ്ങനെ സ്വമതം സ്ഥാപിക്കുന്ന രചനാമാർഗമാണ് ഉള്ളൂർ സ്വീകരിച്ചിട്ടുള്ളത്. ഫോക് ഉപാദാനങ്ങളുടെ കാര്യത്തിൽ സാഹചര്യത്തിനിണങ്ങുന്ന വിധത്തിൽ ചില പുരാവൃത്തങ്ങളെ സ്വീകരിക്കുകയും മറ്റുള്ളവയെ അവഗണിക്കുകയും ചെയ്യുന്നതുകാണാം. ഫോക് ഘടകങ്ങളെ പ്രാഥമിക ഉപാദാനങ്ങളായി പരിഗണിക്കുമ്പോൾ തന്നെ അവയെ നിഷ്കൃഷ്ടമായ വിലയിരുത്തലിനു വിധേയമാക്കിക്കൊണ്ട് ഭാവനാംശം നിറഞ്ഞുനിൽക്കുന്നവയെ തള്ളാനും ചരിത്രത്തോടിണങ്ങുന്നവയെ കൊള്ളാനും ഗ്രന്ഥകർത്താവ് ശ്രദ്ധിച്ചിട്ടുണ്ട്.

കേരളക്കരയിൽ നിലനിന്ന ഫോക് ഘടകങ്ങളുടെ മൗഖികപാരമ്പര്യത്തെ സന്ദർഭോചിതമായി അവതരിപ്പിക്കാനും അവലോകനം ചെയ്യാനും തയ്യാറായ ഉള്ളൂരിന്റെ സാഹിത്യചരിത്രം പ്രസിദ്ധീകൃതമായതിനുശേഷം ഐതിഹ്യകഥകൾ, പുരാവൃത്തങ്ങൾ, കെട്ടുകഥകൾ തുടങ്ങിയവയുടെ ചരിത്രപരത നഷ്ടമായി. ഉള്ളൂരിനെപ്പോലുള്ള ഒരു പണ്ഡിതശ്രേഷ്ഠൻ അവയെ വിലയിരുത്തി തീർപ്പുകൽ

പ്പിച്ചതും ആധുനിക സാഹിത്യചരിത്രരചനാ യുക്തിയിൽ അവയുടെ പ്രസക്തി നഷ്ടമായതുമായതും ഇതിന് കാരണമായിരിക്കാം. പക്ഷേ പല നാടോടികഥകളും കേരളദേശത്തിന്റെ ഫോക് പാരമ്പര്യത്തിന്റെ ഇടുവയ്പുകളെന്ന നിലയിൽ പിന്നീടും സാഹിത്യചരിത്രങ്ങളിൽ നിലനിന്നുപോരുന്നുണ്ട്. കഥകളി, തുള്ളൽ പോലെയുള്ള കലാരൂപങ്ങളുടെ പാരമ്പര്യവും പ്രൗഢിയും ഉദ്ഘോഷിക്കാനും ചെറുശ്ശേരി, എഴുത്തച്ഛൻ തുടങ്ങിയ കവിവര്യന്മാരുടെ അനിതരസാധാരണമായ കവിത്വസിദ്ധി ഉദ്ഗാനംചെയ്യാനും ഉപയുക്തമായ ഉപാധി എന്ന നിലയ്ക്കാണ് ഐതിഹ്യകഥകൾ ഇന്നും നിലനിൽക്കുന്നത്. അവയൊക്കെ നാടോടിക്കഥകളാണെന്ന ബോദ്ധ്യത്തോടെതന്നെ അവയെക്കുറിച്ച് പറയാൻ സാഹിത്യപ്രേമികളും എഴുതാൻ സാഹിത്യരചയിതാക്കളും ഇപ്പോഴും തയ്യാറാകുന്നു എന്നത് ഫോക്‌ലോർ ഘടകങ്ങൾ ഒരു ജനതയുടെ സംസ്കാരവും പാരമ്പര്യവും എത്രത്തോളം ഉൾക്കൊള്ളുന്നു എന്നതിന് നിദർശനമാണ്.

നാടോടിവിജ്ഞാനീയ പ്രതിപാദനം

ജനതയുടെ സാമൂഹികജീവിതത്തിന്റെയും സാംസ്കാരികപാരമ്പര്യത്തിന്റെയും ഈടുവയ്പുകളാണ് നാടോടിഗാനങ്ങൾ, അനുഷ്ഠാനങ്ങൾ, പഴഞ്ചൊല്ലുകൾ, പുരാവൃത്തങ്ങൾ തുടങ്ങിയ പ്രാക്തനഘടകങ്ങൾ. ഇവയുടെ കാലാനുസൃതമായ വിപുലനമാണ് പിൽക്കാല സാഹിത്യനിർമ്മിതികൾ എല്ലാംതന്നെ. സ്വാഭാവികമായും സാഹിത്യത്തിന്റെ ചരിത്രസംബന്ധിയായ ആലോചനകളെല്ലാം ആദ്യം സ്പർശിക്കുന്നത് ഈ ജനജീവിതപ്പഴമയിൽതന്നെ. ശാസ്ത്രസാങ്കേതിക നേട്ടങ്ങളുടെ അനന്തരഫലമായി പരിഷ്ക്കാരത്തിന്റെ അത്യുച്ചകോടിയിൽ എത്തിച്ചേർന്നപ്പോഴും സ്വാസ്ഥ്യം കൈവരിക്കാൻ കഴിയാതെവന്ന മനുഷ്യന്റെ അന്വേഷണതൃഷ്ണ ചെന്നുതറച്ചതും തന്റെ പൂർവ്വികരുടെ പ്രൗഢമായ പാരമ്പര്യധാരയിൽ തന്നെയായിരുന്നു. പാരമ്പര്യത്തെക്കുറിച്ചും സംസ്കൃതിയെക്കുറിച്ചുമുള്ള മനുഷ്യന്റെ അന്വേഷണം വിപുലവും ക്രമീകൃതവുമായ രൂപം കൈവരിച്ചതോടെ നാടോടിവിജ്ഞാനീയമെന്ന പഠനശാഖ രൂപമെടുത്തു. അതുകൊണ്ടുതന്നെ സാഹിത്യചരിത്രപഠനങ്ങളുടെയെല്ലാം പ്രാരംഭരംഗം നാടോടിവിജ്ഞാനീയവുമായി ഇഴചേർന്നുനിൽക്കുന്നു. നാടോടിവിജ്ഞാനിയം എന്ന പേരിലല്ലെങ്കിലും ജനതയുടെ കലാപ്രകടനങ്ങളുടെ ആദ്യാങ്കുരങ്ങളെന്ന നിലയിൽ നാടോടികലാരൂപങ്ങൾ സാഹിത്യചരിത്രഗ്രന്ഥങ്ങളിൽ

പ്രാമുഖ്യംനേടി. മലയാളത്തിലെ പ്രഥമ സാഹിത്യചരിത്രഗ്രന്ഥമായ പി.ഗോവിന്ദപ്പിള്ളയുടെ മലയാളഭാഷാചരിത്രം മുതൽ 2008-ൽ പുറത്തിറങ്ങിയ പന്മന രാമചന്ദ്രൻനായർ എഡിറ്റുചെയ്ത സമ്പൂർണ്ണ മലയാളസാഹിത്യചരിത്രം വരെയുള്ള എല്ലാ സാഹിത്യചരിത്രങ്ങളും നാടോടികലാപാരമ്പര്യത്തെ ഉൾക്കൊണ്ടിട്ടുണ്ട്. സാഹിത്യചരിത്രങ്ങളെന്ന നിലയിൽ അവയെല്ലാം സാഹിത്യവുമായി നേരിട്ടു ബന്ധംപുലർത്തുന്ന നാടോടിഗാനങ്ങളെയും അവയോട് ഇണങ്ങിനിൽക്കുന്ന ആചാരാനുഷ്ഠാനങ്ങളെയും മാത്രമേ മുഖ്യമായും പ്രതിപാദനവിഷയമായി സ്വീകരിച്ചിട്ടുള്ളു. മലയാളപദ്യം എന്ന തലക്കെട്ടിനു താഴെയാണ് ഗോവിന്ദപ്പിള്ള നാടോടിപ്പാട്ടുകളെക്കുറിച്ച് പറഞ്ഞുതുടങ്ങുന്നത്. അവയ്ക്ക് ഭാഷയോടും സാഹിത്യത്തോടുമുള്ള ബന്ധംതന്നെയാണ് അവയെ ഭാഷാചരിത്രത്തിൽ ഉൾപ്പെടുത്തിയതിന്റെ അടിസ്ഥാനം. 'സാധാരണയായി ജനസമുദായത്തിന്റേയും ഭാഷയുടേയും ആരംഭത്തിൽ പദ്യംതന്നെ പ്രമാണം എന്നു സർവജന സമ്മതമാകുന്നു. പദ്യങ്ങളുടെ രീതി കർണാനന്ദമാകുന്നതുകൊണ്ടും ഗ്രഹണ ധാരണാദികൾക്ക് എളുപ്പമുള്ളതുകൊണ്ടും അവയിൽ അധികം സന്തോഷവും ശ്രദ്ധയും ജനിക്കുന്നു. ഈ ക്രമം അനുസരിച്ചുതന്നെ മലയാളഭാഷയിൽ ആദ്യം ഉത്ഭവിച്ചത് പദ്യങ്ങളാകുന്നു' (പി.ഗോവിന്ദപ്പിള്ള, 2017:97). എന്നുള്ള ഗോവിന്ദപ്പിള്ളയുടെ നിലപാടുതന്നെയാണ് പദ്യങ്ങളെ-പാട്ടുകളെ - സാഹിത്യചരിത്രങ്ങളുടെ ഭാഗമാക്കിത്തീർക്കുന്നത്. സാഹിത്യത്തിന്റെ ആദ്യാങ്കുരങ്ങളെന്ന നിലയിൽ തന്നെയാണ് പിൽക്കാല സാഹിത്യചരിത്രങ്ങളും പാട്ടുശാഖയെ അഭിമുഖീകരിച്ചിട്ടുള്ളത്.

മറ്റു പലതിലുമെന്നപോലെ പരശുരാമനോട് ബന്ധപ്പെടുത്തിയാണെങ്കിലും ഭദ്രകാളീക്ഷേത്രങ്ങളിലും കാവുകളിലും നടക്കുന്ന തീയാട്ട്, കളമെഴുത്ത്, പാട്ട് എന്നിവയെക്കുറിച്ച് മലയാളഭാഷാചരിത്രകാരൻ പ്രതിപാദിക്കുന്നുണ്ട്. എഴുതിവയ്ക്കുന്ന നടപ്പില്ലാതിരുന്നതിനാൽ ഈ പാട്ടുകൾക്ക് കാലക്രമംകൊണ്ട് വളരെ ഭേദം വന്നിട്ടുണ്ട് എന്ന ഗ്രന്ഥകാരന്റെ നിരീക്ഷണം നാടോടിവിജ്ഞാനീയത്തിന്റെ മാനകങ്ങളായ അജ്ഞാത കർത്തൃത്വം, പരിവർത്തനവിധേയത്വം തുടങ്ങിയവയെ തന്നെയാണ് സൂചിപ്പിക്കുന്നത്. ചാക്യാർകൂത്ത്, കൂടിയാട്ടം, യാത്രക്കളി, ബ്രാഹ്മണിപ്പാട്ട്, മുടിയേറ്റ്, സർപ്പപ്പാട്ട്, കൃഷിപ്പാട്ട് തുടങ്ങിയവയെക്കുറിച്ച് ഉദാഹരണങ്ങൾ എടുത്തുകാട്ടി വിശദമായി വിവരക്കുന്നുണ്ട് ഗ്രന്ഥകാരൻ. ഒപ്പംതന്നെ പഴ

ഞ്ചൊല്ലുകൾ, ഐതിഹ്യങ്ങൾ, പുരാവൃത്തങ്ങൾ എന്നീ ഫോക് ഘടകങ്ങളെക്കുറിച്ചുള്ള സവിസ്തരപ്രതിപാദനവും ഈ ഗ്രന്ഥം ഉൾക്കൊള്ളുന്നുണ്ട്.

നാടൻപാട്ടുകളെയും അവയോട് ഇണങ്ങിനിൽക്കുന്ന കലാരൂപങ്ങളെയും ഭാഷാസാഹിത്യപഠനത്തിന്റെ ഭാഗമെന്ന രീതിയിൽ ഉൾക്കൊള്ളുന്ന രീതിശാസ്ത്രമാണ് ആദ്യകാല സാഹിത്യചരിത്രങ്ങളെല്ലാം പ്രകടിപ്പിച്ചത്. 'ആദികാലങ്ങളിൽ കവിതയ്ക്കും പ്രഹർഷബഹിഃസ്രവണരൂപമായ നാദികൾക്കും പരസ്പരസംബന്ധം ദൃഢമായിരുന്നിരിക്കണമെന്നും, മതവിശ്വാസസംബന്ധങ്ങളായ കർമ്മങ്ങൾക്കു പദവിന്യാസാനുഗുണങ്ങളായ രീതികളിൽ പ്രായേണ പ്രാഥമികമനുഷ്യൻ പാട്ടുകൾ നിർമ്മിക്കുകയും പാടുകയും ചെയ്തിരുന്നു എന്നും' (പി.ശങ്കരൻ നമ്പ്യാർ, 2017:43) ഉള്ള പി.ശങ്കരൻ നമ്പ്യാരുടെ അഭിപ്രായം സാഹിത്യചരിത്രകാരന്മാരുടെ പൊതുനിലപാടായിരുന്നു. അതുകൊണ്ടുതന്നെ നാടോടിപ്പാട്ടുകളും അവയുടെ ആവിഷ്ക്കാരങ്ങളായ നാടൻകലാരൂപങ്ങളും ഉൾക്കൊള്ളുന്ന ഫോക് ലോർ ഘടകങ്ങൾ സാഹിത്യചരിത്രങ്ങളുടെ ഉള്ളടക്കത്തെ സമ്പന്നമാക്കി.

വാമൊഴി പാരമ്പര്യമുൾക്കൊള്ളുന്ന നാടൻപാട്ടുകളുടെ വിഭാഗത്തിൽതന്നെയാണ് രാമചരിതം, രാമകഥപ്പാട്ട്, കണ്ണശകൃതികൾ തുടങ്ങിയ ലിഖിത സാഹിത്യരൂപങ്ങളെയും ആദ്യകാല സാഹിത്യചരിത്രകാരന്മാർ ഉൾപ്പെടുത്തിയിരുന്നത്. പദ്യസാഹിത്യചരിത്രകാരനായ ടി. എം. ചുമ്മാർ പ്രാചീനകാലം എന്ന ഒന്നാമദ്ധ്യായത്തിൽ പ്രാരംഭകൃതികൾ എന്ന തലക്കെട്ടിനുതാഴെ ഭദ്രകാളിപ്പാട്ട്, സർപ്പപ്പാട്ട്, വേലൻപാട്ട് എന്നിവയോടൊപ്പമാണ് രാമചരിതത്തെക്കുറിച്ച് പ്രതിപാദിച്ചിരിക്കുന്നത്. സാഹിത്യചരിത്രകാരന്റെ ദൃഷ്ടിയിൽ വേലൻപാട്ടും രാമചരിതവും ഒരേനിലയിലുള്ള പ്രാരംഭകൃതികൾ മാത്രമായിരുന്നു. അവയുടെ സാഹിത്യപരതയിലാണ് സാഹിത്യചരിത്രകാരന്റെ ഊന്നൽ. എന്നാൽ ഈ നിലയ്ക്കുമാറ്റം വരുന്നത് ഉള്ളൂരിന്റെ കേരളസാഹിത്യചരിത്രം പ്രസിദ്ധീകൃതമായതോടെയാണ്. നാടോടിപ്പാട്ടുകളുടെ പഠനത്തിനുവേണ്ടി മൂന്നദ്ധ്യായങ്ങൾ മാറ്റിവച്ച അദ്ദേഹം അവയെ വിഷയാധിഷ്ഠിതമായി തരംതിരിച്ച് വിശദപഠനത്തിന് വിധേയമാക്കുന്നു. അതേസമയം ലിഖിതഗ്രന്ഥങ്ങളായ രാമചരിതം, നിരണംകൃതികൾ തുടങ്ങിയവയെ ഭാഷാകൃതികൾ എന്ന് വേർതിരിച്ചു പഠിക്കുന്നു. ലീലാതിലകകാരൻ പട്ട് എന്ന പദം ഇപ്പോൾ സർവ്വസാധാരണമായി മലയാളത്തിൽ

ഉപയോഗിക്കുന്ന അർത്ഥത്തിലല്ല ഇവിടെ പ്രയോഗം. ഒരു പ്രസ്ഥാനമെന്ന നിലയിൽ ഈ പദം പ്രയോഗിക്കുമ്പോൾ അതിനു പരിമിതമായ ഒരു അർത്ഥം ലഭിക്കുന്നു' (കെ.എം. ജോർജ്, 1989:152). എന്നിങ്ങനെ കെ. എം. ജോർജ് പാട്ടുപ്രസ്ഥാനത്തെ സ്ഥിതപ്പെടുത്തിക്കൊണ്ട് രാമചരിതാദി ലിഖിതസാഹിത്യത്തെ ജനകീയപാട്ടുശാഖയുടെ നാടോടിവിജ്ഞാനീയ പാരമ്പര്യത്തിൽനിന്ന് അടർത്തിമാറ്റുന്നു. അതോടെ നാടോടിഗാനശാഖയും അവയുമായി ബന്ധപ്പെട്ട നാടോടികലാരൂപങ്ങളും ഫോക് ലോർ ഘടകങ്ങളെന്ന നിലയിൽതന്നെ സാഹിത്യചരിത്രങ്ങളിൽ സ്ഥാനംപിടിച്ചു, നാടോടിവിജ്ഞാനീയം എന്ന പേരിലല്ലെങ്കിലും. ഡോ. എം.ലീലാവതി (മലയാളകവിതാ സാഹിത്യചരിത്രം), ഡോ. പി.വി. വേലായുധൻ പിള്ള (മലയാള സാഹിത്യചരിത്രം) എന്നിവർ ലിഖിതരൂപത്തിന്റെ അഭാവത്തിൽ നാടോടിഗാനങ്ങളെ തങ്ങളുടെ സാഹിത്യചരിത്രങ്ങളിൽ ഉൾപ്പെടുത്തുന്നില്ല എന്നതും ശ്രദ്ധേയമാണ്. 'രാമചരിതത്തേക്കാൾ മുൻപ് മലയാളത്തിൽ പാട്ടുകൾ ധാരാളമുണ്ടായിരിക്കാനിടയുണ്ടെങ്കിലും അകനാനൂറ്, പുറനാനൂറ് മുതലായവയെപ്പോലെ, അപ്രകാരമുള്ള പാട്ടുകളുടെ ഒരു സമാഹാരം നമുക്കില്ല എന്നു ചുരുക്കം. തന്നിമിത്തം സാഹിത്യചരിതകാരന്മാരിൽ പലരും പഴയ നാടൻപാട്ടുകളെപ്പറ്റിയുള്ള ചർച്ചയോടുകൂടിയാണ് ആരംഭിക്കുന്നതെങ്കിലും ആ രീതി ഇവിടെ സ്വീകരിക്കുന്നില്ല. രാമചരിതത്തോടുകൂടിത്തന്നെ ആരംഭിക്കട്ടെ' (എം. ലീലാവതി, 1991:21) എന്ന ലീലാവതിയുടെ പ്രസ്താവന സാഹിത്യചരിത്രവും നാടോടിവിജ്ഞാനീയവും രണ്ടു സ്വതന്ത്രവിജ്ഞാനശാഖകളായി വേർപിരിഞ്ഞുകഴിഞ്ഞു എന്ന വസ്തുതയെയാണ് സൂചിപ്പിക്കുന്നത്.

എരുമേലി പരമേശ്വരൻപിള്ളയുടെ മലയാളസാഹിത്യം കാലഘട്ടങ്ങളിലൂടെ എന്ന ഗ്രന്ഥം 1996-ൽ പ്രസിദ്ധീകരിച്ചപ്പോൾ രണ്ടാമധ്യായം പാട്ടുഭാഷാസാഹിത്യവും മൂന്നാമധ്യായം മണിപ്രവാളസാഹിത്യവുമായിരുന്നു. എന്നാൽ ഈ ഗ്രന്ഥത്തിന്റെ 2013-ൽ പുറത്തിറങ്ങിയ പതിപ്പിൽ മേൽപറഞ്ഞ അധ്യായങ്ങൾക്ക് ഇടയിൽ ഫോക്‌ലോർ- നാടൻപാട്ടുകൾ, മാപ്പിളപ്പാട്ടുകൾ എന്നൊരു അധ്യായം പുതുതായി ചേർത്തിരിക്കുന്നു. ഫോക് ലോറിനെ സ്വതന്ത്രശാഖയായി പരിഗണിച്ച് സാഹിത്യചരിത്രത്തിൽനിന്ന് മാറ്റിനിർത്തുകയും പിന്നീട് സ്വതന്ത്രശാഖയായിത്തന്നെ അവയെ സാഹിത്യചരിത്രത്തിലേക്ക് പുനരാനയിക്കുകയുംചെയ്ത ഈ കൗതുകം സാഹിത്യവിജ്ഞാനീയപഠനത്തിന്റെ പ്രസക്തി വ്യക്ത

മാക്കുന്നു. പന്മന രാമചന്ദ്രൻ നായർ എഡിറ്റുചെയ്ത സമ്പൂർണ്ണ മലയാളസാഹിത്യചരിത്രത്തിൽ നാടൻപാട്ടുകൾ എന്ന പേരിൽ ചേർത്തിട്ടുള്ള രണ്ട് അധ്യായങ്ങളുടെയും പഠനരീതി നവീന ഫോക് ലോർ സങ്കേതങ്ങൾക്ക് അനുസൃതമാണ്. അവയിലൊരു പഠനം നിർവഹിച്ചിട്ടുള്ളത് പ്രശസ്ത ഫോക് ലോർ പണ്ഡിതനായ ഡോ. എം. വി. വിഷ്ണുനമ്പൂതിരിയാണ്. 'സമൂഹത്തിന്റെ തിരിച്ചറിവിന് നാടോടിവിജ്ഞാനം പലപ്പോഴും സഹായകമാണ്. ഫോക് ലോറിന്റെ ചില 'ഗണ'ങ്ങൾ നിശ്ചിത ജാതികളുടെയോ വിഭാഗങ്ങളുടെയോ സ്വന്തമായ ധനമത്രേ.' (പന്മന രാമചന്ദ്രൻ നായർ, 2010:535) എന്ന വ്യക്തമായ ധാരണയോടെ നാടോടിവിജ്ഞാനീയതത്ത്വങ്ങൾ അടിസ്ഥാനമാക്കിയാണ് അദ്ദേഹം പഠനം നിർവഹിച്ചിട്ടുള്ളത്.

പാശ്ചാത്യദേശത്ത് വ്യവസ്ഥാപിതമായിത്തീർന്ന ഫോക് ലോർ പഠനശാഖ ഇരുപതാംനൂറ്റാണ്ടിന്റെ ഉത്തരാർദ്ധത്തോടെ കേരളത്തിലെ സാംസ്കാരികപഠനമേഖലയിൽ സ്വാധീനം ചെലുത്തിത്തുടങ്ങി. വിപുലമായ നാടോടിക്കലാപരമ്പര്യത്തെ സംവഹിക്കുന്ന കേരളദേശത്ത് നാടോടിവിജ്ഞാനീയപഠനം ദ്രുതഗതിയിൽ വളർച്ചനേടി. പല സർവകലാശാലകളും ഫോക് ലോർ പഠന വകുപ്പുകൾ ആരംഭിക്കുകയോ നിലവിലുള്ള പാഠ്യപദ്ധതിയോട് ഫോക് ലോറിനെ കൂടിച്ചേർക്കുകയോ ചെയ്തു. ഇതോടനുബന്ധിച്ച് ഫോക് ലോർ സംബന്ധിയായ നിരവധി ഗ്രന്ഥങ്ങൾ മലയാളത്തിൽ രചിക്കപ്പെട്ടു. ഫോക് ലോർ (ഡോ. രാഘവൻ പയ്യനാട്), നാടോടിവിജ്ഞാനീയം (ഡോ. എം. വി. വിഷ്ണുനമ്പൂതിരി), ഫോക്‌ലോർ പഠനങ്ങൾ(പി. കെ. ശിവശങ്കരപ്പിള്ള), ഫോക്‌ലോർ സംസ്കാരം (ഡോ. പി. സോമൻ), ഫോക് ലോർ സിദ്ധാന്തങ്ങൾ (ഡോ. സി. ആർ. രാജഗോപാലൻ), ഫോക് ലോർ സമീപനങ്ങളും സാധ്യതകളും (ഡോ. എ. എം. ശ്രീധരൻ) എന്നിവ അവയിൽ പ്രധാനപ്പെട്ടവയാണ്. കേരള ഫോക്‌ലോർ അക്കാദമി പ്രസിദ്ധീകരിച്ച ഫോക് ലോറിന്റെ കൈവഴികൾ എന്ന ഗ്രന്ഥപരമ്പരയും ഈ മേഖലയിലെ ശ്രദ്ധേയമായ സംഭാവനയാണ്.

ഫോക്‌ലോർ സംബന്ധിയായ കൃതികളെ പ്രത്യക്ഷത്തിൽ സാഹിത്യചരിത്രത്തിന്റെ ഭാഗമെന്ന് ഗണിക്കാൻ കഴിയുകയില്ല. അവ സ്വതന്ത്രസ്വരൂപം പുലർത്തുന്നവയാണ്. സാഹിത്യചരിത്രരചനയിൽ ഗണാധിഷ്ഠിതമെന്ന ഒരു പഠനരീതിയുണ്ട്. നോവൽ, കഥ, കവിത എന്നിങ്ങനെ ഓരോ വിഭാഗങ്ങളെ പ്രത്യേകമെടുത്ത് പഠനവിധേയമാക്കുകയാണ് അതിന്റെ രീതിശാസ്ത്രം. ഈ മാന

കംവച്ചു പരിശോധിച്ചാൽ സാഹിത്യത്തിന്റെ ആദ്യാങ്കുരങ്ങളായ നാടോടിപാരമ്പര്യത്തെ സംവഹിക്കുന്ന ഫോക് ലോർ പഠനങ്ങൾ ചില അംശങ്ങളിലെങ്കിലും സാഹിത്യചരിത്രരചനയുടെ സവിശേഷതകൾ പ്രകടിപ്പിക്കുന്നതായി കണ്ടെത്താം. നാടോടിപാരമ്പര്യത്തിന്റെ കാലാനുസൃതമായ പരിണതിയാണ് മനുഷ്യകുലത്തിന്റെ ഏറ്റവും നവീനമായ കലയും സാഹിത്യവും എന്നതിനാൽ ഇവയിൽ ഒന്നിനെക്കുറിച്ചുള്ള പഠനം മറ്റൊന്നിലേക്ക് സംക്രമിക്കുക സ്വാഭാവികമാണ്. അന്തർവൈജ്ഞാനിക പഠനം ഏറെ പ്രസക്തമായിരിക്കുന്ന ഇക്കാലത്ത് വിശേഷിച്ചും.

സഹായകഗ്രന്ഥങ്ങൾ

1. ഉള്ളൂർ എസ്. പരമേശ്വരയ്യർ, 1990. കേരളസാഹിത്യചരിത്രം (അഞ്ച് വാല്യങ്ങൾ), തിരുവനന്തപുരം: പ്രസിദ്ധീകരണവകുപ്പ്, കേരളസർവകലാശാല.
2. കൃഷ്ണപിഷാരടി ആറ്റൂർ, 2017. ഭാഷാസാഹിത്യചരിത്രം ഭാഗം 1, തിരൂർ: തുഞ്ചത്തെഴുത്തച്ഛൻ മലയാളസർവകലാശാല.
3. ഗോവിന്ദപ്പിള്ള, പി., 2017. മലയാളഭാഷാചരിത്രം, തിരൂർ: തുഞ്ചത്തെഴുത്തച്ഛൻ മലയാളസർവകലാശാല.
4. ചുമ്മാർ, ടി.എം., 1982. പദ്യസാഹിത്യ ചരിത്രം (ആറാം പതിപ്പ്), കോട്ടയം: സാഹിത്യപ്രവർത്തക സഹകരണസംഘം.
5. ജോർജ് കെ.എം. ഡോ.. (ജന. എഡി.), 1989. സാഹിത്യചരിത്രം പ്രസ്ഥാനങ്ങളിലൂടെ (നാലാം പതിപ്പ്), കോട്ടയം: സാഹിത്യപ്രവർത്തക സഹകരണസംഘം.
6. പരമേശ്വരൻപിള്ള, എരുമേലി, 2013. മലയാളസാഹിത്യം കാലഘട്ടങ്ങളിലൂടെ(ആറാം പതിപ്പ്), കോട്ടയം: കറന്റ് ബുക്സ്.
7. രാഘവൻ പയ്യനാട്, (ഡോ.), 2006. ഫോക് ലോർ (നാലാം പതിപ്പ്), തിരുവനന്തപുരം: കേരള ഭാഷാ ഇൻസ്റ്റിറ്റ്യൂട്ട്.
8. രാമചന്ദ്രൻനായർ, പന്മന(എഡി.), 2010. സമ്പൂർണ്ണ മലയാളസാഹിത്യചരിത്രം (രണ്ടാം പതിപ്പ്), കോട്ടയം: കറന്റ് ബുക്സ്.
9. ലീലാവതി എം. (ഡോ.), 1991. മലയാള കവിതാസാഹിത്യചരിത്രം (മൂന്നാം പതിപ്പ്), തൃശൂർ: കേരള സാഹിത്യ അക്കാദമി.
10. വിഷ്ണുനമ്പൂതിരി, എം. വി.(ഡോ.), 2007. നാടോടിവിജ്ഞാനീയം (നാലാം പതിപ്പ്), കോട്ടയം: ഡി.സി. ബുക്സ്.
11. ശങ്കരൻ നമ്പ്യാർ, പി., 2017. മലയാളസാഹിത്യചരിത്രസംഗ്രഹം, തിരൂർ: തുഞ്ചത്തെഴുത്തച്ഛൻ മലയാളസർവകലാശാല.

പച്ചമലയാളപ്രസ്ഥാനവും സാഹിത്യചരിത്രങ്ങളും

ഡോ. സുവർണ്ണനീ ദേവി ഇ.

പത്തൊമ്പതാം നൂറ്റാണ്ടിന്റെ ഉത്തരാർദ്ധം മുതൽ ഇരുപതാം നൂറ്റാണ്ടിന്റെ പ്രാരംഭഘട്ടംവരെയുള്ള കാലയളവിൽ മലയാളകവിതാസാഹിത്യത്തിന് അഭൂതപൂർവ്വമായ വികാസപരിണാമങ്ങൾ സംഭവിക്കുകയുണ്ടായി. കവിതയുടെ ഗുണകരമായ മാറ്റങ്ങൾക്ക് മുന്നിട്ടിറങ്ങിയത് കൊടുങ്ങല്ലൂർ കളരിയിലെ ഒരു സംഘം കവികളാണ്. വെണ്മണി അച്ഛൻ നമ്പൂതിരി (പരമേശ്വരൻ നമ്പൂതിരി), വെണ്മണി മകൻ നമ്പൂതിരി (കാദംബരൻ നമ്പൂതിരി), കൊടുങ്ങല്ലൂർ കുഞ്ഞിക്കുട്ടൻ തമ്പുരാൻ എന്നിവരായിരുന്നു കൊടുങ്ങല്ലൂർ കളരിയിലെ അതികായന്മാർ. ഭാഷാസാഹിത്യപരിവർത്തനങ്ങൾക്ക് വഴിതെളിച്ച ഈ കാവ്യകളരിയിൽനിന്നുമാണ് വെണ്മണി പ്രസ്ഥാനം ഉടലെടുക്കുന്നത്. സംസ്കൃത വിഭക്ത്യന്തങ്ങളും പ്രസിദ്ധിവികലങ്ങളും ആയ പദങ്ങളെ ഉപേക്ഷിച്ചുകൊണ്ടും ശ്ലേഷം, പ്രസാദം, മാധുര്യം, പദസൗകുമാര്യം, അർത്ഥവ്യക്തി തുടങ്ങിയ കാവ്യഗുണങ്ങളിൽ അധിഷ്ഠിതമായ രചന; സർവ്വവ്യാപിയായ രസസ്ഫൂർത്തി, വൈദർഭീ രീതി തുടങ്ങിയവയിലുള്ള ശ്രദ്ധ, വൃത്താനുപ്രാസ-അന്ത്യപ്രാസദീക്ഷ എന്നിവയായിരുന്നു വെണ്മണിപ്രസ്ഥാനം മുന്നോട്ടുവച്ച കാവ്യപരിഷ്കാരങ്ങൾ. പൂന്തോട്ടത്ത് അച്ഛൻ നമ്പൂതിരി, കോട്ടപ്പടിക്കൽ ഗോദവർമ്മൻ നമ്പൂതിരി, വെണ്മണി അച്ഛൻ മ്പൂതിരി, വെണ്മണി മകൻ നമ്പൂതിരി എന്നിവരാണ് ഈ സാഹിതീപരിവർത്തനപ്രസ്ഥാനത്തിന്റെ മുൻനിര നേതാക്കൾ. വെണ്മണി പ്രസ്ഥാനത്തിൽ രചിക്കപ്പെട്ട കാവ്യങ്ങളിൽ കാവ്യദോഷങ്ങളുടെ കാര്യത്തിലുണ്ടായ അശ്രദ്ധ കാവ്യരസ്യതയ്ക്ക് മങ്ങലേല്പിക്കുകയുണ്ടായി. മാത്രവുമല്ല, സംസ്കൃത ഛന്ദസ്സുകളിൽ നിബദ്ധങ്ങളായ മണിപ്രവാള ശ്ലോകങ്ങളിൽ ശൃംഗാരരസം അതിരുകടക്കുകയും ചെയ്തിരുന്നു. ഇങ്ങനെ ചില ന്യൂനതകൾ വന്നുചേർന്നിട്ടുണ്ടെങ്കിലും മലയാളഭാഷയെ അതിന്റെ നൈസർഗികമായ സൗന്ദര്യത്തിൽ അവതരിപ്പിക്കുവാൻ വെണ്മണിപ്രസ്ഥാനം സഹായകമാവുകയും

ഭാഷാകവിതയുടെ വളർച്ചയ്ക്ക് അനുഗ്രഹമായ മാറുകയും ചെയ്തു. 1835-ൽ ആരംഭിച്ച് 1875-ാമാണ്ടോടെ ലബ്ധപ്രതിഷ്ഠ നേടുകയും ഇരുപതാം നൂറ്റാണ്ടിന്റെ ആദ്യശതകത്തോടെ വെണ്മണിപ്രസ്ഥാനം നാമാവശേഷമാവുകയും ചെയ്തതായി മഹാകവി ഉള്ളൂർ കേരളസാഹിത്യചരിത്രത്തിൽ രേഖപ്പെടുത്തിയിരിക്കുന്നു.

കൊടുങ്ങല്ലൂർ കളരിൽ വളർന്നു പന്തലിച്ച് ഭാഷാകവിതയുടെ രൂപഭാവങ്ങളെ അടിമുടി മാറ്റിയ വെണ്മണിപ്രസ്ഥാനത്തിന്റെ ഉപശാഖയായി വളർന്നുവന്ന മറ്റൊരു കവിതാപ്രസ്ഥാനമാണ് പച്ചമലയാളം. വെണ്മണി പ്രസ്ഥാനത്തിലെ പ്രമുഖ കവികൾതന്നെയാണ് പച്ചമലയാളപ്രസ്ഥാനത്തിനും കൊടിപിടിച്ചത്. കൊടുങ്ങല്ലൂർ കുഞ്ഞിക്കുട്ടൻ തമ്പുരാന്റെ പ്രേരണയും പ്രോത്സാഹനവും പ്രവർത്തനവും വഴിയാണ് പച്ചമലയാളപ്രസ്ഥാനം ഉത്ഭവിക്കുന്നത്. പച്ചനിറം, പാകമാകാത്തത്, വേവിക്കാത്തത് തുടങ്ങിയ പ്രസിദ്ധങ്ങളായ അർത്ഥങ്ങളോടുകൂടിയ പച്ച എന്ന പദം പച്ചമലയാളം എന്ന് സമാസിച്ചുപറയുമ്പോൾ തനി മലയാളം, ശുദ്ധമലയാളം എന്നിങ്ങനെയുള്ള അർത്ഥങ്ങൾ പ്രദാനം ചെയ്യുന്നു. ഫലത്തിൽ അന്യഭാഷാപദങ്ങൾ ഒട്ടും കലരാത്ത ഭാഷയെന്ന് അർത്ഥമാക്കുന്നു. പ്രചുരപ്രചാരം നേടിയ സംസ്കൃതപദങ്ങൾകൂടി പൂർണ്ണമായി വർജ്ജിച്ചുകൊണ്ട് മലയാളപദങ്ങൾ മാത്രം സ്വീകരിച്ചുകൊണ്ടെഴുതുന്ന സമ്പ്രദായമാണ് പച്ചമലയാളപ്രസ്ഥാനം അവതരിപ്പിക്കുന്നത്.

ഉത്ഭവവും പ്രമുഖ കൃതികളും

വെണ്മണി പ്രസ്ഥാനത്തിന്റെ പ്രാരംഭകാലത്ത് സംസ്കൃതപദവർജ്യങ്ങളായ ശ്ലോകരചന നിലനിന്നിരുന്നു. ഇതിന്റെ വികസിതരൂപമാണ് പച്ചമലയാളപ്രസ്ഥാനം. ഒരിക്കൽ മലയാളസാഹിത്യത്തിലെ പ്രശസ്ത നിരൂപകനും പത്രാധിപരും ആയിരുന്ന സി. പി. അച്യുതമേനോനും കൊടുങ്ങല്ലൂർ കുഞ്ഞിക്കുട്ടൻ തമ്പുരാനും തമ്മിലുണ്ടായ തർക്കമാണ് പച്ചമലയാളപ്രസ്ഥാനത്തിന് തുടക്കമിട്ടത്. സംസ്കൃതപദങ്ങളെ പാടേ വർജ്ജിച്ച് ചില ഒറ്റ ശ്ലോകങ്ങളോ മറ്റോ രചിക്കാമെന്നല്ലാതെ ഒരു കാവ്യം മുഴുവനായി എഴുതുവാൻ സാധ്യമല്ല എന്നതായിരുന്നു സി.പി. അച്യുതമേനോന്റെ അഭിപ്രായം. എന്നാൽ കൊടുങ്ങല്ലൂർ കുഞ്ഞിക്കുട്ടൻ തമ്പുരാൻ ഈ പ്രസ്താവന ശരിയല്ലെന്നു പറയുകയും സ്വയം അത്തരത്തിലൊരു കൃതി രചിച്ചുകൊണ്ട് തന്റെ വാദം തെളിയിക്കുകയും ചെയ്തു. നല്ല ഭാഷ എന്നു പേരിട്ട ഈ കൃതി സി. പി. അച്യുതമേനോൻ പത്രാധിപരായിട്ടുള്ള വിദ്യാവിനോദിനി എന്ന മാസികയിൽ

പ്രസിദ്ധപ്പെടുത്തി. ഇങ്ങനെ ഭാഷാകവിതാരചനാസമ്പ്രദായത്തിൽ മറ്റൊരു കാവ്യരചനാസമ്പ്രദായം രൂപപ്പെട്ടു. ഇതേത്തുടർന്ന് അനുകരണവാസനയുള്ളവരായ ഒരു കൂട്ടം കവികൾ കുഞ്ഞിക്കുട്ടൻ തമ്പുരാന്റെ ചുവടുപിടിച്ച് ഒട്ടനവധി പച്ചമലയാളകൃതികൾ രചിച്ചു. പച്ചമലയാളകൃതികൾ ഏറ്റവും ആദ്യത്തെ കാവ്യമായ കൊടുങ്ങല്ലൂർ കുഞ്ഞിക്കുട്ടൻ തമ്പുരാന്റെ നല്ല മലയാളം അവതരിപ്പിക്കുന്നത് അന്ന് നാട്ടിൽ പ്രചാരം നേടിയതോ കല്പിതമായതോ ആയ കഥയാണ്. വ്യഭിചാരം. മോഷണം, കുറ്റാന്വേഷണം, കുറ്റവാളിയെ കണ്ടെത്തൽ എന്നിവയാണ് കാവ്യത്തിന്റെ വർണ്ണ്യവിഷയങ്ങൾ. കുഞ്ഞിക്കുട്ടൻ തമ്പുരാന്റെ മറ്റൊരു കൃതിയായ ‘ഒടി’ ഒടിവിദ്യ എന്ന ആഭിചാരപ്രയോഗത്തെ പ്രമേയമാക്കി രചിച്ചിരിക്കുന്നു. പന്തളം കേരളവർമ്മ രചിച്ച തങ്കമ്മ ഏറ്റവും ലളിതമായ പച്ചമലയാളകൃതി എന്ന് അറിയപ്പെട്ടു. അദ്ദേഹത്തിന്റെ മറ്റൊരു കൃതിയാണ് നാണിക്കുട്ടി. ഒരു നേർച്ച, തങ്കമ്മ (രണ്ടാം ഭാഗം) എന്നിവ മഹാകവി ഉള്ളൂരിന്റെ പച്ചമലയാള കൃതികളാണ്. മദിരാശി കടൽക്കര, നല്ല ഭാഷ എന്നിവ ഒടുവിൽ കുഞ്ഞികൃഷ്ണമേനോൻ രചിച്ചവയാണ്.

പച്ചമലയാള കവികളിൽ നെടുനായകസ്ഥാനം നേടിയ കുണ്ടൂർ നാരായണമേനോൻ നാലു പച്ചമലയാള കൃതികൾ രചിച്ചു. കോമപ്പൻ, കണ്ണൻ, പാക്കനാർ, കൊച്ചി ചെറിയ ശക്തൻ തമ്പുരാൻ എന്നിവയാണ് കുണ്ടൂരിന്റെ പച്ചമലയാള കൃതികൾ. നല്ല ഭാഷ തിരിയാണെങ്കിൽ കോമപ്പൻ അതിൽനിന്നു കൊളുത്തിയ പന്തമാണ് എന്നാണ് മഹാകവി ഉള്ളൂർ അഭിപ്രായപ്പെടുന്നത്. ശ്രീനാരായണഗുരുദേവൻ രചിച്ച അറിവ്, ജാതിലക്ഷണം എന്നിവയും പ്രസിദ്ധങ്ങളായ പച്ചമലയാള കൃതികളാണ്.

പച്ചമലയാളകൃതികളുടെ സവിശേഷതകൾ

വെണ്മണിക്കവിതയുടെ ചുവടുപിടിച്ചു വളർന്നതായതിനാൽ വെണ്മണിപ്രസ്ഥാനത്തിന് സ്വീകാര്യമായ കാവ്യഘടകങ്ങൾ തന്നെയാണ് പച്ചമലയാളസാഹിത്യത്തിനും ആധാരശിലയാകുന്നത്. ഭാഷാപരമായ ലാളിത്യമാണ് അവയിൽ ഏറ്റവും പ്രധാനപ്പെട്ടത്. വെണ്മണിസാഹിത്യത്തിൽനിന്നു വ്യത്യസ്തമായി ഇതിവൃത്തസ്വീകരണത്തിൽ പുരാണേതിഹാസവൃത്താന്തങ്ങളെ തീർത്തും ഉപേക്ഷിച്ച് കേരളീയമായ അന്തരീക്ഷവും ജീവിതവും നിലനിർത്തുന്നതോടൊപ്പം വർത്തമാനകാല സംഭവങ്ങളും ഐതിഹ്യങ്ങളും കാവ്യപ്രമേയങ്ങളായി. ശൃംഗാരരസപ്രാചുര്യം ഒട്ടുമിക്ക പച്ചമല

യാള സാഹിത്യത്തിലും പ്രകടമാണ്. മിക്കവാറും പച്ചമലയാള കൃതികളിലും സ്ത്രീയുടെ അംഗപ്രത്യംഗവർണ്ണനയും സംഭോഗ ശൃംഗാരവർണ്ണനയും ഇഷ്ടദേവതാസ്തുതിയിൽതന്നെ കാണാവുന്നതാണ്. കുണ്ടൂർ നാരായണമേനോന്റെ തത്ത്വചിന്താപരമായ പാക്കനാർ പോലും ഇതിൽനിന്നും ഭിന്നമല്ല. ഈ കൃതിയിൽ നമ്പൂതിരിസ്ത്രീയുടെ അംഗോപാംഗവർണ്ണനയും സംഭോഗശൃംഗാരവർണ്ണനയും കാണാവുന്നതാണ്. വെണ്മണിക്കവിതകളിൽ കാണപ്പെടുന്ന നർമ്മബോധവും ഫലിതവാസനയും പച്ചമലയാളകൃതികളിൽ കാണാൻ സാധിക്കുകയില്ല. കാവ്യപ്രമേയസ്വീകരണത്തിൽ പുതുമ വരുത്തി എന്നതൊഴിച്ചാൽ വെണ്മണിക്കവിതപോലെ കാവ്യം കേവലം വിനോദോപാധിമാത്രമാണെന്നുള്ള പരികല്പന തന്നെയാണ് പച്ചമലയാള കൃതികളും പ്രകടമാക്കുന്നത്.

ന്യൂനതകൾ

സാഹിത്യസംവേദനത്തിനായുള്ള നൂതനമാർഗ്ഗങ്ങളെയോ സംവേദനത്തിലുള്ള പ്രതിബന്ധങ്ങളുടെ പരിഹാരങ്ങളെയോ ആവിഷ്കരിക്കുവാനായാണ് സാധാരണനിലയ്ക്ക് സാഹിത്യപ്രസ്ഥാനങ്ങൾ രൂപം കൊണ്ടിട്ടുള്ളത്. എന്നാൽ പച്ചമലയാളമെന്ന പ്രസ്ഥാനമാകട്ടെ ഒരു ചെറിയ വാഗ്വാദത്തിൽ നിന്നുമാണ് ആരംഭിച്ചത്. സംസ്കൃതപദങ്ങൾ ഉപേക്ഷിച്ചുകൊണ്ടെഴുതപ്പെട്ട ഈ കാവ്യങ്ങൾക്ക് ഇതര കാവ്യങ്ങളിൽനിന്നും ഒരു തരത്തിലുള്ള മേന്മയും അവകാശപ്പെടാനുമില്ല. കുണ്ടൂരിന്റെ കൃതികളൊഴികെ മറ്റെല്ലാ കവികളുടെയും അവർതന്നെ രചിച്ച പച്ചമലയാളമല്ലാത്ത സാഹിത്യസൃഷ്ടികൾതന്നെയാണ് മികവുറ്റതായി നിലകൊള്ളുന്നത്. സംസകൃതഭാഷയുടെ അഭാവം പച്ചമലയാളത്തിൽ പദദാരിദ്ര്യത്തിനിടയാക്കിയപ്പോൾ ആ വിടവു നികത്താൻ തമിഴ് പദങ്ങളും സ്വീകാര്യമായില്ല. ആശയാവിഷ്കരണത്തിനായി തീരെ നിവൃത്തിയില്ലാതെ വരുമ്പോൾ പ്രാദേശികചുവയുള്ള ഗ്രാമ്യപദങ്ങളും വർഗ്ഗീകരണ സമ്പ്രദായങ്ങളും സ്വീകരിച്ചു. മലയാളഭാഷ സംസ്കൃതത്തിന്റെയോ തമിഴിന്റെയോ സ്വാധീനത്തിലാണ് എന്നുതന്നെയാണ് ഭാഷയുടെ ഉത്പത്തിയേയും വികാസത്തെയുംകുറിച്ചുള്ള ഭിന്നവാദഗതികൾ. ഇതിൽനിന്നു ഭിന്നമായിട്ടൊരു മലയാളഭാഷയെപ്പറ്റി എവിടെയും പരാമർശവുമില്ല. സംസകൃതത്തെ ഒഴിവാക്കിയാൽ പദദാരിദ്ര്യവും ഒപ്പം ആശയദാരിദ്ര്യവും വന്നുചേരുകയും ചെയ്യും. ഈ നിലയ്ക്ക് പച്ചമലയാളം വികലമായ ഭാഷയായിത്തീരുന്നു. പദദാരിദ്ര്യത്തിൽനിന്നും രക്ഷനേടാൻ പദങ്ങളുടെ പ്രസി

ദ്ധമായ അർത്ഥത്തെ അവഗണിക്കുകയും അപ്രസിദ്ധമായ അർത്ഥം സ്വീകരിക്കുകയും ചെയ്തതിനാൽ പലപ്പോഴും അർത്ഥക്ലിഷ്ടത വന്നുചേർന്നു.

കലയെ കേവലം വിനോദോപാധി മാത്രമായി കണ്ടുകൊണ്ട് അഴിഞ്ഞ ശൃംഗാരവും പരത്തിപ്പറച്ചിലും ചർവ്വിതചർവ്വണവും ശബ്ദാഡംബരത്വവും പ്രാസഭ്രമവും വർത്തമാനകാലത്തിൽനിന്നുള്ള ഒഴിഞ്ഞുമാറ്റവുമൊക്കെ എപ്രകാരമാണോ വെണ്മണിക്കവിതയെ നാശോന്മുഖമാക്കിയത് ഇതേ കാരണങ്ങൾതന്നെ പച്ചമലയാളസാഹിത്യത്തിനും വിനയായി.

മലയാളഭാഷയുടെ സ്വതസിദ്ധമായ സൗന്ദര്യം അനാവരണം ചെയ്യുക എന്നതല്ലാതെ സംസ്കൃതഭാഷയോടുള്ള അവഗണനയായിരുന്നില്ല പച്ചമലയാളപ്രസ്ഥാനം. പച്ചമലയാളത്തെ സാഹിത്യത്തിലേയ്ക്ക് സ്വീകരിക്കുമ്പോൾ അത് ഭാവാവിഷ്കാരത്തിന് വിലങ്ങുതടിയാകുമെന്നാണ് സി. പി. അച്യുതമേനോനും അഭിപ്രായപ്പെട്ടത്. ഇങ്ങനെയൊക്കെയാണെങ്കിലും കാവ്യഭാഷയും കാവ്യസ്വരൂപവും ഒരളവിൽ കേരളീയമാകുവാൻ പച്ചമലയാളപ്രസ്ഥാനം സഹായകമായിട്ടുണ്ട്.

പച്ചമലയാളപ്രസ്ഥാനം സാഹിത്യചരിത്രങ്ങളിൽ

മലയാളഭാഷാസ്നേഹികളായ ഒരുകൂട്ടം പ്രമുഖ കവികളുടെ ബുദ്ധിയിലുടലെടുത്ത നൂതന സാഹിത്യപ്രവണതയായ ഈ പ്രസ്ഥാനം വെണ്മണി പ്രസ്ഥാനത്തിന്റെ ഉപശാഖയെന്നരീതിയിൽ നാമമാത്രമായി മാത്രം സാഹിത്യചരിത്രങ്ങളിൽ പരാമർശിക്കപ്പെടുന്നു. മഹാകവി ഉള്ളൂർ കേരള സാഹിത്യചരിത്രത്തിൽ (വാല്യം IV) കൊടുങ്ങല്ലൂർ കുഞ്ഞിക്കുട്ടൻ തമ്പുരാന്റെ ഈ പുതിയ സംരംഭത്തെ പ്രതിപാദിക്കുന്നതിങ്ങനെയാണ്. "സി. പി. അച്യുതമേനോനുമായി ഉണ്ടായ ഒരു വാദത്തിൽ ജയിക്കുവാനായി അദ്ദേഹം നിർമ്മിച്ച നല്ല മലയാളം എന്ന കൃതിയാണ് പച്ചമലയാളപ്രസ്ഥാനത്തിന് തുടക്കം കുറിച്ചത്. കേവലം സാഹിത്യവിനോദമെന്ന തലത്തിലാണ് തമ്പുരാൻ ഇതിനെ ഉൾപ്പെടുത്തിയത്. മറിച്ച് സംസ്കൃതപദങ്ങളെ ഭാഷാകവിതയിൽനിന്നും ബഹിഷ്ക്കരിക്കണമെന്ന് ആഗ്രഹിച്ചിരുന്നില്ല. ഈ വസ്തുത മനസ്സിലാക്കാതെ ചില നിരൂപന്മാർ ഉണക്കമലയാളം എന്ന് അധിക്ഷേപിക്കുന്നു."

ഡോ. എം. ലീലാവതിയുടെ മലയാള കവിതാസാഹിത്യചരിത്രത്തിൽ പച്ചമലയാളപ്രസ്ഥാനം ഇപ്രകാരം പ്രതിപാദിക്കുന്നു. "കൊടുങ്ങല്ലൂർ കുഞ്ഞിക്കുട്ടൻ തമ്പുരാൻ ഉദ്ഘാടനം ചെയ്ത പച്ചമലയാ

ളപ്രസ്ഥാനം ഒരു വാതുവയ്പിൽനിന്നാണുദയം കൊണ്ടത്. സംസ്കൃതപദങ്ങളില്ലാതെ കവിതയെഴുതുവാൻ പറ്റില്ലെന്ന് സി. പി. അച്യുതമേനോൻ വാദിച്ചു. സാധിക്കുമെന്ന് സ്ഥാപിക്കുവാനാണ് തമ്പുരാൻ നല്ല ഭാഷ രചിച്ചത്. പ്രസിദ്ധങ്ങളായ സംസ്കൃപദങ്ങൾപോലും ഉപേക്ഷിക്കുക എന്ന വ്രതം ഉപവാസം പോലെയാണെന്ന് തമ്പുരാനറിയാമായിരുന്നു. ഇടയ്ക്കൊക്കെ അതു കൈക്കൊള്ളുന്നത് കരുത്തു വർദ്ധിപ്പിക്കാനുതകും. നിത്യവ്രതമാക്കിയാൽ വൃഥാ ക്ലേശവും ശോഷണവും തന്നെ ഫലം." (മലയാളകവിതാസാഹിത്യ ചരിത്രം, ഉത്തരാസൗരയൂഥം - വെണ്മണി പ്രസ്ഥാനം, പേജ് 151).

കേരളത്തിന്റെ നവോത്ഥാനകാലഘട്ടത്തിൽ രൂപംകൊണ്ട വെണ്മണിപ്രസ്ഥാനത്തിന്റെ ഉപശാഖയായി വികസിച്ചുവന്ന പച്ചമലയാളപ്രസ്ഥാനത്തിന് മലയാളസാഹിത്യചരിത്രത്തിൽ കാര്യമായി മുദ്രപതിപ്പിക്കുവാൻ സാധിച്ചില്ല. ഭാഷയിലും ആശയത്തിലും ഇതിവൃത്തസ്വീകരണത്തിലും ലാളിത്യവും ഗ്രാമ്യപ്രയോഗങ്ങളും ചുറ്റുപാടുമുള്ള ജീവിതങ്ങളും മറ്റുമായി മാറ്റം വരുത്തിയെങ്കിലും വർണ്ണനാവ്യവസ്ഥ സംസ്കൃതത്തിന്റേതുതന്നെയായിരുന്നു. ഭാഷയിലെന്നപോലെ പ്രമേയത്തിലും സംസ്കൃതത്തെ ഒഴിവാക്കിയെന്നതു ശ്രദ്ധേയമാണ്. കേരളീയമായ അന്തരീക്ഷവും കേരളീയ ജീവിതത്തിന്റെ ചില വശങ്ങളും ഐതിഹ്യങ്ങളും ആഭിചാരങ്ങളുമാണ് പച്ചമലയാളസാഹിത്യത്തിന് പ്രമേയമായത്. ഇങ്ങനെ സംസ്കൃതസാഹിത്യത്തിൽ വേരൂന്നിയ മുഖ്യധാരാ കവിതകളുടെ വർണ്ണനാസങ്കേതങ്ങളെയാണ് സ്വീകരിച്ചതെങ്കിലും പ്രമേയസ്വീകരണത്തിൽ നിസ്സാരതയുടെയും നാടോടിത്തത്തിന്റെയും ഭാവങ്ങളാണ് പച്ചമലയാളകൃതികൾ ഭൂരിഭാഗവും പകർന്നു നൽകിയത്. എന്നാൽ ശ്രീനാരായണഗുരുവിന്റെയും മറ്റും കൃതികൾ ഇതിൽനിന്നും വേറിട്ടുനിൽക്കുന്നവയും ഗൗരവപൂർവ്വമായ വിഷയങ്ങളെ ആവിഷ്കരിക്കുന്നവയുമാകുന്നു.

സാഹിത്യചരിത്രങ്ങൾ പൊതുവ പരാജയപ്പെട്ട പരീക്ഷണമായാണ് പച്ചമലയാളപ്രസ്ഥാനത്തെ നിരീക്ഷിക്കുന്നത്. എന്നിരുന്നാലും കേരളത്തിന്റെ നവോത്ഥാനകാലഘട്ടത്തിൽ രൂപംകൊണ്ട ഈ പ്രസ്ഥാനം ആ കാലയളവിലെ കവിതയിൽ മലയാളത്തിന്റെ കടന്നുകയറ്റത്തിന് കളമൊരുക്കിയിട്ടുണ്ടെന്ന നിസ്സംശയം പറയാം. അല്പകാലസ്ഥിതമായിരുന്നെങ്കിലും ഭാഷാനിഷ്ഠമായ ചിന്തകളിലും പരിവർത്തനോന്മുഖ പ്രവർത്തനങ്ങളിലും നിർണ്ണായക

മായ പങ്കുവഹിക്കുവാൻ പച്ചമലയാളപ്രസ്ഥാനത്തിന് സാധിച്ചിട്ടുണ്ട്.

ഗ്രന്ഥസൂചി

1. പ്രശോഭൻ, കെ., പച്ചമലയാളം കൃതികളും പഠനവും, കേരള ഭാഷാ ഇൻസ്റ്റിറ്റ്യൂട്ട്, തിരുവനന്തപുരം.
2. പ്രസാദ്, സി. ആർ., ഭാഷയും ഭാവനയും പ്രതിരോധത്തിന്റെ അടയാളങ്ങൾ, കേരളഭാഷാ ഇൻസ്റ്റിറ്റ്യൂട്ട്, തിരുവനന്തപുരം.
3. ലീലാവതി, എം., മലയാളസാഹിത്യചരിത്രം, കേരളാസാഹിത്യ അക്കാദമി, തൃശ്ശൂർ.
4. ഉള്ളൂർ, കേരളസാഹിത്യചരിത്രം, Vol. IV.

മലയാളത്തിലെ നോവൽ സാഹിത്യചരിത്രങ്ങൾ

നിഷമോൾ തങ്കപ്പൻ

മനുഷ്യ ജീവിതം അതിന്റെ എല്ലാ ശക്തി വിശേഷണങ്ങളോടും കൂടി ആവിഷ്കരിക്കാൻ കഴിയുന്ന സാഹിത്യമാണ് നോവൽ സാഹിത്യം. കഥാപാത്രങ്ങളുടെ അനുഭവങ്ങളും അനുഭൂതികളും ചിന്തകളും വികാരങ്ങളും എല്ലാം വളരെ സൂക്ഷ്മമായി ആവിഷ്കരിക്കുന്ന സാഹിത്യരൂപം കൂടിയാണിത്

'സാഹിത്യ ചരിത്രം എന്നത് കേവലം സ്ഥിതി വിവരക്കണക്കല്ല സംസ്കാരത്തിന്റെ ദർശനമാകുന്നുവെന്നും വിഷയത്തെ ആഴത്തിലും പരപ്പിലും ദഹിക്കാതെ വിശദീകരണമോ വിലയിരുത്തലോ സാധ്യമല്ല,സാഹിത്യ ചരിത്രകാരൻ പ്രസിദ്ധീകൃതങ്ങളായ കൃതികളുടെ മേന്മ വിവേചിച്ചറിയണം തുടർന്ന് സാംസ്കാരികതലത്തിൽ നിർത്തി അവയെ പരിശോധിക്കുകയും വേണം.' എന്ന് മലയാള നോവൽ സാഹിത്യ ചരിത്രത്തിന്റെ ആമുഖത്തിൽ കെ. എം. തരകൻ പറയുന്നു.

കെഎം തരകന്റെ മലയാള നോവൽ സാഹിത്യ ചരിത്രം, കെ.പി അപ്പന്റെ മാറുന്ന മലയാള നോവൽ,പി. കെ രാജശേഖരന്റെ അന്ധനായ ദൈവം മലയാള നോവലിന്റെ 100 വർഷങ്ങൾ എന്നീ നോവൽ സാഹിത്യ ചരിത്രങ്ങളാണ് ഈ പ്രബന്ധ രചനയ്ക്ക് ആധാരം. ആദ്യകാല നോവലുകളായ ഇന്ദുലേഖയും മാർത്താണ്ഡവർമ്മയും പുല്ലേലി കുഞ്ചുവും സരസ്വതിയും വിജയവും തുടങ്ങി, ആധുനിക നോവൽ കാലഘട്ടം വരെ ചർച്ചചെയ്യപ്പെടുന്നു ഈ സാഹിത്യ ചരിത്രഗ്രന്ഥങ്ങളിൽ. സാഹിത്യ ചരിത്രത്തെ മുഖ്യമായും സാംസ്കാരികചരിത്രമായി കാണുവാൻ ശ്രമിക്കുന്നതാണ് കെ എം തരകന്റെ മലയാള നോവൽ സാഹിത്യ ചരിത്രം.

കെപി അപ്പന്റെ മാറുന്ന മലയാള നോവൽ എന്ന സാഹിത്യ ചരിത്രഗ്രന്ഥത്തിൽ മാറിക്കൊണ്ടിരിക്കുന്ന നോവൽ സാഹിത്യം ആഴത്തിൽ ചർച്ച ചെയ്യുന്നു.

കഴിഞ്ഞ ശതകത്തിൽ മലയാളി കടന്നുപോരുകയും ആർജിക്കുകയും ചെയ്ത എല്ലാ സാംസ്കാരിക വിശേഷങ്ങളും സാമൂഹിക അനുഭവങ്ങളും മാറ്റിമറിക്കപ്പെടുകയും പുനരെഴുഴുതുകയും ചെയ്ത നോവലിന്റെ 100 വർഷത്തെ ചരിത്രം വിലയിരുത്തുകയാണ് അന്ധനായ ദൈവം മലയാള നോവലിന്റെ 100 വർഷങ്ങൾ എന്ന പുസ്തകത്തിൽ പി. കെ. രാജശേഖരൻ.

മലയാള നോവൽ സാഹിത്യ ചരിത്രം - കെ.എം. തരകൻ

സാഹിത്യചരിത്രത്തെ മുഖ്യമായും സാംസ്കാരിക ചരിത്രമായി കാണുവാൻ ശ്രമിക്കുന്നതാണ് കെ.എം തരകന്റെ മലയാള നോവൽ സാഹിത്യ ചരിത്രം.

ശബ്ദവും അർത്ഥവും ഭാവവും ദർശനവും എല്ലാം സുപ്രധാനമാണെങ്കിലും എല്ലാത്തിന്റെയും ആത്യന്തികമായ ആധാരം സംസ്കാരമാകുന്നു എന്നും,സാഹിത്യ ഗ്രന്ഥങ്ങൾ മനുഷ്യ ജീവിതത്തിൽ പ്രസക്തമാകുന്നത് തന്നെ അത് സംസ്കാരത്തിന്റെ പ്രാണനാണെന്നത് കൊണ്ടാണ് എന്നും മലയാള നോവൽ സാഹിത്യ ചരിത്രത്തിൽ പറയുന്നു.

മലയാള നോവൽ സാഹിത്യ ചരിത്രം അഞ്ച് ഭാഗങ്ങളായി തിരിച്ചിരിക്കുന്നു. ഭാഗം ഒന്നിൽ കഥകൾ, നോവല്ലകളും റൊമാൻസുകളും,മിത്തുകൾ,പാശ്ചാത്യ സാഹിത്യത്തിലെ ആദ്യത്തെ നോവലുകൾ, മിഷനറിമാരും അച്ചടിശാലകളും, ആഖ്യാനരീതിയുടെ വൈവിധ്യം,നോവലിസ്റ്റിന്റെ ജീവിത വീക്ഷണം, നോവലിന്റെ വിവിധ ശാഖകൾ മലയാളം നോവൽ സാഹിത്യത്തിന്റെ മൂന്ന് ഘട്ടങ്ങൾ ഇവയെക്കുറിച്ച് വിശദീകരിക്കുന്നു.

ഭാഗം രണ്ടിൽ മലയാളത്തിലെ ആദ്യകാല നോവലുകൾ, സാമൂഹിക നോവലുകൾ, റൊമാൻസുകൾ ഉൾപ്പെടെയുള്ള ചരിത്ര ആഖ്യായികകൾ, അപസർപ്പക കഥകൾ, രാഷ്ട്രീയ കഥകൾ എന്നിങ്ങനെ നാല് ആയി തിരിക്കുന്നു ഘാതകവധം, പുല്ലേലി കുഞ്ചു, കുന്ദലത എന്നിവയ്ക്ക് ശേഷം ഉണ്ടായ നോവലുകളെ ഈ വിഭജന ക്രമം അനുസരിച്ച് പഠിക്കുന്നു. ഒ.ചന്തുമേനോന്റെ ഇന്ദുലേഖയും, ശാരദയും. സിവി യുടെ പ്രേമാമൃതവും ആദ്യകാലത്തെ സാമൂഹിക നോവലുകളിൽ പെടുന്നതാണ്. ആദ്യകാല ചരിത്ര ആഖ്യായികകളിൽ പെടുന്നവയാണ് മാർത്താണ്ഡവർമ്മ, ധർമ്മരാജ, രാമരാജ ബഹുദൂർ. കേരളവർമ്മ വലിയകോയി തമ്പുരാന്റെ അക്ബർ, അപ്പൻ തമ്പുരാന്റെ ഭൂതരായർ തുടങ്ങിയ നോവലുകൾ. ഭാസ്കരമേനോൻ രചിച്ച ഒരു ദുർമരണമാണ് ആദ്യത്തെ അപസർ

പ്പക നോവൽ. പ്രഥമഘട്ടത്തിലെ നാലാമത്തെ വകുപ്പിൽ പെടുത്തിയ രാഷ്ട്രീയ നോവലുകളുടെ പ്രോത്ഘാടകൻ കെ.നാരായണ ഗുരുക്കളാണ് അദ്ദേഹത്തിന്റെ പാറപ്പുറം, ഉദയഭാനു എന്നീ കൃതികളാണ് ആദ്യത്തെ രാഷ്ട്രീയ നോവലുകളായി പരിഗണിക്കപ്പെടുന്നത്. ഈ നാല് വിഭാഗങ്ങളെക്കുറിച്ചും അവയിൽപ്പെട്ട നോവലുകളെ കുറിച്ചും വിശദമായ ഒരു പഠനം കെ.എം തരകൻ രണ്ടാം ഭാഗത്തിൽ നടത്തിയിരിക്കുന്നു. ഭാഗം മൂന്നിൽ നോവലിന്റെ വളർച്ച പാശ്ചാത്യ സാഹിത്യത്തിൽ എന്ന വിഷയത്തെ മുൻനിർത്തി ചെറുകഥയിൽ നിന്ന് നോവലിലേക്ക് ഉള്ള വളർച്ച, നോവലിന്റെ രാഷ്ട്രീയ പശ്ചാത്തലം, കേശവദേവിന്റെ കൃതികളും ജീവിത ദർശനവും,തകഴിയുടെ സംഭാവനകൾ ഇവ ചർച്ച ചെയ്യുമ്പോൾ ഭാഗം നാലിൽ നോവലിലെ നൂതന വിഭജനക്രമത്തെക്കുറിച്ചും ആധുനികതയുടെ സ്വഭാവ സവിശേഷതകളെക്കുറിച്ചും ചർച്ച ചെയ്യുന്നു. ഭാഗം അഞ്ചിൽ നോവൽ വികാസം വിമർശനത്തിൽ കൂടി കേസരി, എടമരം, എംപി പോൾ, കുട്ടികൃഷ്ണ മാരാര്, എൻ കൃഷ്ണ പിള്ള, മുണ്ടശ്ശേരി എന്നിവരുടെ നോവൽ വിമർശനങ്ങളും നോവലിലെ ജീവിത വിമർശനങ്ങളും മനശാസ്ത്ര നിഷ്ഠമായ നോവലുകളും കാമു, സാർത്ര് എന്നിവയുടെ ദർശനങ്ങളും ചർച്ച ചെയ്യുന്നു.

നോവൽ സാഹിത്യത്തിന്റെ തുടക്കം

കെഎം തരകന്റെ മലയാള നോവൽ സാഹിത്യ ചരിത്രം ആരംഭിക്കുന്നത് നോവലിന്റെ മുന്നോടി എന്ന ശീർഷകത്തോടുകൂടിയാണ്. രസപ്രദ കഥകൾ ഔപദേശിക കഥകൾ ആധ്യാത്മികഥകൾ എന്നിങ്ങനെ പല തരത്തിൽപ്പെട്ട കഥകളെക്കുറിച്ച് ഇവിടെ വിവരിക്കുന്നു. നോവലിന്റെ സ്വഭാവം ഗ്രഹിക്കുന്നതിന് പാശ്ചാത്യ സാഹിത്യത്തിലെ അതിന്റെ ചരിത്രം പരിശോധിക്കേണ്ടതുണ്ട് മലയാളത്തിലെ ആദ്യത്തെ ലക്ഷണമൊത്ത നോവൽ പ്രത്യക്ഷപ്പെട്ടത് പത്തൊമ്പതാം നൂറ്റാണ്ടിന്റെ അന്ത്യ ദശകത്തിലാണ് ആണ്. അതുവരേക്കുമുള്ള പാശ്ചാത്യൻ നോവൽ വികാസ ചരിത്രത്തിലേക്ക് കണ്ണയിച്ചിട്ടാണ് മലയാള നോവൽ സാഹിത്യ ചരിത്രത്തിലേക്ക് കെ. എം തരകൻ കടക്കുന്നത്. നോവലുകളും റൊമാൻസുകളും മിത്തുകളും ആണ് പാശ്ചാത്യ സാഹിത്യത്തിൽ നോവലിന്റെ ആദിമ രൂപങ്ങളായി തീർന്നത്.

ലോക സാഹിത്യത്തിലെ ആദ്യത്തെ നോവൽ എ.ഡി ആയിരാമാണ്ടിൽ ജപ്പാൻകാരിയായ മുറാസാക്കി രചിച്ച ഗഞ്ചിയുടെ കഥയും

ഇംഗ്ലീഷ് സാഹിത്യത്തിലെ ആദ്യത്തെ നോവൽ റിച്ചാർഡ്സ് കത്തുകളുടെ രൂപത്തിൽ എഴുതിയ പമീലയും ആണെന്ന് അവകാശപ്പെടുന്നു.

കാലഘട്ട വിഭജനം

മലയാള നോവൽ സാഹിത്യ ചരിത്രത്തെ മൂന്ന് ഘട്ടങ്ങളായിട്ട് തിരിച്ചിരിക്കുന്നു

പ്രഥമഘട്ടം - 1864 മുതൽ 1940 വരെയുള്ള കാലം.

ദ്വിതീയഘട്ടം –1940 മുതൽ 1963 വരെ

തൃതീയ ഘട്ടം– 1963 മുതൽ ഇതുവരെ ഉള്ളത്.

ഈ മൂന്ന് വിഭജന ക്രമങ്ങൾ നോവലിന്റെ പ്രസിദ്ധീകരണ വർഷത്തെ മാത്രം ആധാരമാക്കിയുള്ള ചരിത്രരചനാരീതിയെ നിരാകരിച്ചുകൊണ്ടുള്ളതാണ് ശ്രദ്ധിക്കേണ്ടത് വ്യത്യസ്തങ്ങളായ മൂന്ന് ഘട്ടങ്ങളുടെ സവിശേഷതകളാണ് 1940കളിൽ നോവൽ രംഗത്ത് സ്വന്തം മുദ്ര പതിപ്പിച്ച നോവലിസ്റ്റുകൾ 1963ന് ശേഷവും ശക്തിയുള്ള നോവലുകൾ രചിച്ചിട്ടുണ്ട് പക്ഷേ അവ വിഭജന അടിസ്ഥാനത്തിൽ ദ്വിതീയ ഘട്ടത്തിലെ കൃതികൾ തന്നെയാണ്. വീക്ഷണത്തിലും അവതരണരീതിയിലും എല്ലാം ഇവിടെ സ്വീകരിച്ചിരിക്കുന്ന ഘട്ട വിഭജന ക്രമം നമ്മുടെ സമൂഹ വികാസ ചരിത്രത്തിന് തികച്ചും അനുരോധം ആകുന്നു.

നാലു തരം നോവലുകൾ

മലയാളത്തിലെ ആദ്യകാല നോവലുകളെ സാമൂഹിക നോവലുകൾ, റൊമാൻസുകൾഉൾപ്പെടെയുള്ള ചരിത്ര ആഖ്യായികകൾ, അപസർപ്പക നോവൽ രാഷ്ട്രീയ കഥകൾ എന്നിങ്ങനെ പ്രധാനമായി നാല് വകുപ്പുകൾ ആയി തിരിച്ചിരിക്കുന്നു. അതോടൊപ്പം മലയാളത്തിൽ ആദ്യം പ്രത്യക്ഷപ്പെട്ട ഘാതകവധം, പുല്ലേലികുഞ്ചു, കുന്ദലത എന്നീ നോവലുകളെ കുറിച്ച് പരാമർശിക്കുന്നു. കുന്ദലതയ്ക്ക് ശേഷമുണ്ടായ നോവലുകളെ മുൻ നിർദ്ദേശിച്ച വിഭജന ക്രമം അനുസരിച്ച് പഠിച്ചിരിക്കുന്നു. നോവലിന്റെ പ്രഥമഘട്ടത്തിൽ വരുന്നതാണ് ഭാഷാ സാഹിത്യത്തിൽ സാമൂഹ്യ നോവലുകളുടെ അമരത്ത് അജയമായി നിലയുറപ്പിച്ചിരിക്കുന്ന ഇന്ദുലേഖ. ഇന്ദുലേഖയുടെ ശില്പ വൈദഗ്ധ്യത്തെ ഗ്രഹിക്കാവുന്ന രീതിയിൽ അപഗ്രഥിച്ചിരിക്കുന്നു. ഇന്ദുലേഖക്കു ശേഷം ചന്തുമേനോൻ എഴുതിയ ശാരദയെ തീഷ്ണഭാവങ്ങളുടെ ആലേഖനം എന്നാണ് വിലയിരുത്തുന്നത്. ഹാസ്യത്തിന്റെ ഭിന്നമുഖങ്ങൾ, ശുഭാപ്തി വിശ്വാസം, മനുഷ്യപ്രേമം, സാമൂഹികബോധം, മനുഷ്യഹൃദയ ജ്ഞാനം,

ശൈലിയും സംഭാഷണവും ഇങ്ങനെ ഒ. ചന്തുമേനോന്റെ നോവൽ സങ്കല്പം എല്ലാം വിദഗ്ദമായി അവതരിപ്പിച്ചിരിക്കുന്നു. പ്രഥമഘട്ടത്തിലെ രണ്ടാമത്തെ വകുപ്പിൽ പെടുത്താവുന്ന ചരിത്ര ആഖ്യായികയിലാണ് സി.വി രാമൻപിള്ളയുടെ നോവലുകൾ ഉൾപ്പെടുത്തുന്നത് മാർത്താണ്ഡവർമ്മ, ധർമ്മരാജ, രാമരാജ ബഹദൂർ തുടങ്ങിയ സി.വി. നോവലുകളെ കുറിച്ച് ചർച്ച ചെയ്തുകൊണ്ട് ചന്തുമേനോന്റെ നോവൽ സങ്കല്പത്തിൽ നിന്ന് വിഭിന്നമായിരുന്നു സി. വി. രാമൻപിള്ളയുടെത് എന്നും, ചന്തുമേനോന്റെ ശൈലി ലളിതവും സിവിയുടേത് പ്രൗഢവുമാണ് എന്നും കെ.എം. തരകൻ വിലയിരുത്തുന്നു. 1854 മുതൽ 1940 വരെയുള്ള നോവൽ സാഹിത്യത്തിലെ പ്രഥമഘട്ടത്തിൽ ചന്തുമേനോനും സി വി രാമൻ പിള്ളയ്ക്കും സമാനമായ പ്രതിഭാ ശക്തി പ്രദർശിപ്പിച്ച വേറൊരു നോവലിസ്റ്റിനെ കണ്ടെത്തുക സാധ്യമല്ലെന്ന് പറഞ്ഞുകൊണ്ട് തന്നെ ചരിത്രപരമായ പ്രാധാന്യം സിദ്ധിച്ചിട്ടുള്ള കേരളവർമ്മയുടെ അക്ബർ, അപ്പൻ തമ്പുരാന്റെ ഭൂതരായർ, ഭാസ്കരമേനോന്റെ ഒരു ദുർമരണം എന്നീ നോവലുകളെയും അദ്ദേഹം പരിചയപ്പെടുത്തുന്നു. പ്രഥമഘട്ടത്തിലെ നാലാമത്തെ വകുപ്പിൽ പെടുത്തിയ രാഷ്ട്രീയ നോവലുകളുടെ പ്രോദ്ഘാടകൻ കെ.നാരായണഗുരുക്കളാണ് അദ്ദേഹത്തിന്റെ പാറപ്പുറം, ഉദയഭാനു എന്നീ കൃതികൾ സാഹിത്യ ഗുണം തികഞ്ഞവ ആയിരുന്നില്ലെങ്കിലും ശക്തമായ സാമൂഹിക രാഷ്ട്രീയ വിമർശനങ്ങൾ ആയിരുന്നു എന്ന് വിലയിരുത്തപ്പെടുന്നു. രചനയുടെ മനോഹാരിത കൊണ്ട് വായനക്കാർക്ക് പ്രിയങ്കരമായി തീർന്ന നോവലുകളായ സി. ചാത്തുനായരുടെ മീനാക്ഷി,കണ്ണൻ മേനോന്റെ സ്നേഹലത,മൂർക്കോത്ത് കുമാരന്റെ വെള്ളിക്കൈ, കൊച്ചീപ്പൻ തരകന്റെ ബാലികാ സദനം, കാരാട്ട് അച്യുതമേനോന്റെ സരസകൃതിയായ വിരുതൻ ശങ്കു തുടങ്ങിയവയും ചർച്ച ചെയ്യപ്പെടുന്നു.

വിവർത്തിത കൃതികൾ

പ്രഥമഘട്ടത്തിൽ ചന്തുമേനോന്റെയും സി.വി.യുടെയും കൃതികൾ കഴിഞ്ഞാൽ നോവൽ സാഹിത്യത്തെ സമ്പുഷ്ടമാക്കിയത് വിവർത്തന കൃതികളാണ്. ബങ്കിംചന്ദ്രന്റെ ദുർഗേശനന്ദിനി, ടാഗോറിന്റെ കൃതികൾ, ഇംഗ്ലീഷ് നോവലിസ്റ്റ് വാൾട്ടർ സ്കോട്ടിന്റെ ഐവാനോ, സ്വിഫ്റ്റിന്റെ ഗള്ളിവർ ട്രാവൽസ്, ഹാരിയറ്റ് ബീച്ചറിന്റെ സെലസ്, ഒലിവർ ഗോൾഡ് സ്മിത്തിന്റെ വികാർ ഓഫ് വേക്ക് ഫീൽഡ്, ഹാർഡിയുടെ മേയർ ഓഫ് കാസ്റ്റർ ബ്രിഡ്ജ് എന്നിവ

യുടെ വിവർത്തനങ്ങൾ ഭാഷയെ സമ്പന്നമാക്കിയതായി പറയുന്നു. വിക്ടർ യൂഗോവിന്റെ ല മിറാബിലയുടെ തർജ്ജമയായ പാവങ്ങളും ബൽസാക്കിന്റെ യൂജിനീ ഗ്രാണ്ടറ്റിന്റെ തർജ്ജമയായ സാന്ധിലയുമാണ് 1932 നോട് അടുപ്പിച്ച് മലയാള സാഹിത്യരംഗത്ത് ശക്തമായ ചലനം ഉണ്ടാക്കിയ മറ്റു വിവർത്തന നോവലുകൾ. പ്രഥമഘട്ടത്തിന്റെ ഉത്തരഭാഗത്തു വരുന്ന ദശകമാണ് 1930-ൽ ആരംഭിക്കുന്നത് സർഗാത്മക പ്രക്രിയയെ വിപ്ലവീര്യത്തിന്റെ ഊഷ്മാവ് നൽകി ത്വരിതപ്പെടുത്തിയ ഈ ദശകത്തെപ്പറ്റി രണ്ടാംഘട്ടത്തെ കുറിച്ചുള്ള ചർച്ചയിൽ പരാമർശിക്കുകയാണ് വേണ്ടത് കാരണം രണ്ടാം ഘട്ടത്തിന്റെ ഗർഭ ഗൃഹം ആയിരുന്നു 1930 മുതൽ 1940 വരെയുള്ള പതിറ്റാണ്ട്.

മലയാളം നോവൽ സാഹിത്യ ചരിത്രം ഭാഗം മൂന്നിൽ പാശ്ചാത്യസാഹിത്യത്തിൽ നോവലിന്റെ വളർച്ച, ഗാന്ധിസവും മാർക്സിസവും ഫ്രോയിഡിന്റെ മനോവിജ്ഞാനീയവും സാഹിത്യത്തിൽ ചെലുത്തിയസ്വാധീനം, രൂപഭദ്രത വാദത്തിന്റെ പിറവി. നോവലിന്റെ വളർച്ച പാശ്ചാത്യ സാഹിത്യത്തിൽ, ഗാന്ധിജി ജ്വലിപ്പിച്ച സ്വാതന്ത്ര്യ ആവേശം, സാമൂഹിക നീതിക്കായുള്ള മാർക്സിസ്റ്റ് ആഹ്വാനം, ജീവസാഹിത്യപ്രസ്ഥാനത്തിന്റെ രൂപ ഭദ്രതാവാദം, പുരോഗമന സാഹിത്യം, ചെറുകഥകളുടെ ഉദയം, ചെറുകഥകളിലെ റിയലിസം, റൊമാന്റിസത്തിന്റെ പ്രേരണ, ചെറുകഥയിൽ നിന്ന് നോവലിലേക്ക് ഉത്തരവാദിത്വവും പ്രക്ഷോഭണവും സ്വാതന്ത്ര്യസമ്പാദനവും, പഞ്ചവത്സര പദ്ധതിയിൽ കൂടിയുള്ള മുന്നേറ്റം, സാമൂഹിക രാഷ്ട്രീയ രംഗങ്ങളിലെ ചലനങ്ങൾ സാഹിത്യത്തിൽ എങ്ങനെ പ്രതിഫലിക്കും എന്നത്. 1930-ൽ എം.പി. പോളിന്റെ നോവൽസാഹിത്യം പ്രസിദ്ധീകൃതമായത് ഇങ്ങനെ. രണ്ടാം കാലഘട്ടത്തിൽ നമ്മുടെ നോവൽ സാഹിത്യത്ത സമ്പന്നമാക്കിയ കേശവദേവ് മുതൽ എംടി വരെയുള്ളവരെ ഇവിടെ പരാമർശിക്കുന്നു.

കേശവദേവിന്റെ ഭ്രാന്താലയം,ഓടയിൽ നിന്ന്, അയൽക്കാർ, തകഴിയുടെ നുരയും പതയും, ശിവശങ്കരപ്പിള്ളയുടെ തോട്ടിയുടെ മകൻ, രണ്ടിടങ്ങഴി, ഏണിപ്പടികൾ. ബഷീറിന്റെ പ്രേമലേഖനം, മതിലുകൾ, ശബ്ദങ്ങൾ, ബാല്യകാലസഖി, എന്റെ ഉപ്പുപ്പാക്ക് ഒരു ആന ഉണ്ടായിരുന്നു, പാത്തുമ്മയുടെ ആട് എന്നീ നോവലുകൾ പഠനവിധേയമാക്കുന്നു. രണ്ടാംഘട്ടത്തിലെ മഹാകാഥികത്രയത്തിന് സമാനരായി എസ്.കെ. പൊറ്റക്കാട്, പി.സി കുട്ടികൃഷ്ണൻ എന്നിവരെയും കെ.എം. തരകൻ കാണുന്നു. എസ്.കെ. പൊറ്റക്കാ

ടിന്റെ തെരുവിന്റെ കഥയും ദേശത്തിന്റെ കഥയും പ്രസിദ്ധമായത് 1960-നു ശേഷമാണ് എങ്കിലും നമ്മുടെ സാഹിത്യത്തിലെ രണ്ടാം ഘട്ടത്തിലെ പ്രവണതകളാണ് ഇവയിൽ പ്രതിഫലിക്കുന്നത്. ദേശങ്ങളുടെ ചിത്രകാരൻ എന്നാണ് എസ്.കെ പൊറ്റക്കാടിനെ നോവൽ സാഹിത്യചരിത്രത്തിൽ വിശേഷിപ്പിച്ചിരിക്കുന്നത്. നാടൻ പ്രേമം, തെരുവിന്റെ കഥ, ഒരു ദേശത്തിന്റെ കഥ എന്നിങ്ങനെ എസ്.കെയുടെ പ്രസിദ്ധ കൃതികളെയെല്ലാം കുറിച്ച് ഒരു പഠനം നടത്തിയിരിക്കുന്നു.മലയാള നോവൽ പരിപക്വത ആർജ്ജിച്ചത് ഉറൂബ് എന്ന തൂലികാനാമം സ്വീകരിച്ച പി.സി. കുട്ടികൃഷ്ണന്റെ നോവലുകളിൽ ആണെന്നും സാമൂഹിക ജീവിതത്തെ മാത്രമല്ല വ്യക്തിജീവിതത്തെയും സൂക്ഷ്മ പഠനത്തിന് വിധേയമാക്കിയ എഴുത്തുകാരനാണ് ഉറൂബ് എന്നും പറഞ്ഞു കൊണ്ട് ഉമ്മാച്ചു, സുന്ദരികളും സുന്ദരന്മാരും, എന്നീ നോവലുകളെ കുറിച്ച് വിശദമായ പഠനം നടത്തിയിരിക്കുന്നു. ദ്വിതീയ ഘട്ടത്തിൽ ദേവ്, തകഴി, ബഷീർ, പൊറ്റക്കാട്, ഉറൂബ് എന്നിവരോടൊപ്പം കൈനിക്കര പത്മനാഭപിള്ള, ജോസഫ് മുണ്ടശ്ശേരി, നാഗവള്ളി ആർ.എസ് കുറുപ്പ്, വെട്ടൂർ രാമൻ നായർ, ചെറുകാട്, എൻ. കെ. കൃഷ്ണപിള്ള, കെ. ദാമോദരൻ എന്നിവരുടെ നോവൽ പഠനങ്ങൾ ഉണ്ട്. കൈനിക്കരയുടെ ഒഴുക്കുകൾ, വെട്ടൂർ രാമൻനായരുടെ ജീവിക്കാൻ മറന്നു പോയ സ്ത്രീ, മുണ്ടശ്ശേരിയുടെ കൊന്തയിൽ നിന്ന് കുരിശിലേക്ക്, പ്രൊഫസർ, പാറപ്പുറത്ത് വിതച്ച വിതച്ച വിത്ത്, ചെറുകാടിന്റെ മണ്ണിന്റെ മാറിൽ എന്നീ നോവലുകളെ കുറിച്ചും പറയുന്നു.

ഉറൂബിനു ശേഷം എം. ടി. വാസുദേവൻ നായരുടെ കാലം വരെ മലയാള നോവലിനെ തിരിച്ചുവിട്ടത് കോവിലനും, പാറപ്പുറത്തും എം. പി. മുഹമ്മദും, കെ. സുരേന്ദ്രനും, പോഞ്ഞിക്കര റാഫിയും ആകുന്നു 1955 മുതൽ രണ്ട് ദശകാലത്തേക്ക് മലയാള നോവലിന്റെ സുവർണ്ണദശ തന്നെയായിരുന്നു എന്ന് ചരിത്രകാരൻ രേഖപ്പെടുത്തുന്നു. ജനകീയ നോവലുകൾ അത്ഭുത പൂർവ്വമായ പ്രചാരം നേടിയെടുത്തതും ഈ കാലയളവിൽ ആണ് രണ്ടാംഘട്ടത്തിലെ നോവലുകളെ പൊതുവേ നാല് വകുപ്പുകളിൽ പെടുത്തുന്നു സമൂഹപ്രധാനം, വ്യക്തിപ്രധാനം, മനശാസ്ത്രപരം, ജനകീയം എന്നിങ്ങനെ. ഇവയിൽ സമൂഹപ്രധാനമായ കൃതികളിൽ വ്യക്തിക്കും വ്യക്തിപ്രധാനമായ കൃതികളിൽ സമൂഹത്തിനും ഈ രണ്ടു വകുപ്പിലും പെട്ട കൃതികളിൽ മനശാസ്ത്രപരമായ വിശകലത്തിനും സ്ഥാനം ലഭിക്കുന്നതായി കാണാം. കെ. സുരേന്ദ്രന്റെയും

റാഫിയുടെയും നോവലുകളിലാണ് മനോവിജ്ഞാനീയ പഠനത്തിന്റെ പ്രസക്തി വ്യക്തമാകുന്നത് അവയെയും കോവിലൻ തൊട്ടുള്ള നോവലിസ്റ്റുകളുടെ കൃതികളെയും പരിശോധിക്കുന്നു.

രണ്ടാം ഘട്ടത്തിലെ നോവലിന്റെ പൊതുസ്വഭാവങ്ങൾ

പൊതുവേ പ്രസാദാത്മകം എന്ന് വിശേഷിപ്പിക്കാവുന്ന പുതിയ കാലഘട്ടത്തിലെ അധികം കൃതികളിലും ദുരന്ത ഭാവം അത് തീവ്രമായി പ്രത്യക്ഷപ്പെടുന്നുണ്ട്. രണ്ടാംഘട്ടത്തിലെ നോവലിന്റെ പൊതുസ്വഭാവങ്ങൾ,നോവൽ സങ്കല്പത്തിനു വന്ന വികാസം, വിവിധ തരത്തിലുള്ള നോവലുകൾ എന്നിവയെ കുറിച്ച് ഇവിടെ ചർച്ച ചെയ്യുന്നു. ശക്തവും സുന്ദരവുമായ നോവലുകൾ മലയാളത്തിന് സമ്മാനിച്ച ഇ. എം. കോവൂരും കെ. സുരേന്ദ്രനും ദ്വിതീയ ഘട്ടത്തിൽ ഉൾപ്പെട്ട കരുത്തരായ നോവലിസ്റ്റുകളായി പരിഗണിക്കുന്നു. മലയാള നോവലിനെ ആഖ്യാന ഘട്ടത്തിൽ നിന്നും വിശകലന ഘട്ടത്തിലേക്ക് കൊണ്ടുവരികയും മലയാളത്തിൽ മനോനിഷ്ഠമായ നോവലിന് തുടക്കമിടുകയും ചെയ്തത് പോഞ്ഞിക്കര റാഫിയാണ്. റാഫിയുടെ സ്വർഗ്ഗ ദൂതൻ മലയാളത്തിലെ ആദ്യത്തെ ബോധധാരനോവലാണ്. അതുപോലെ കെ സുരേന്ദ്രന്റെ കാട്ടുകുരങ്ങ്, താളം, സീമ, മരണം ദുർബലം എന്നീ നോവലുകളെ വിലയിരുത്തി കൊണ്ട് ദുരഭിമാനത്തിനും ആത്മത്യാഗ സന്നദ്ധതയ്ക്കും മധ്യേകിടന്ന് ഞെരിയുന്ന മനുഷ്യനിലെ ഭാവ സംഘർഷം പകർത്തുന്നതിൽ ഇത്രത്തോളം വിജയിച്ച മറ്റൊരു നോവലിസ്റ്റ് മലയാളത്തിൽ ഇല്ല എന്ന് എഴുതുന്നു. കോവിലന്റെ താഴ്വാരങ്ങൾ, തോറ്റങ്ങൾ പാറപ്പുറത്തിന്റെ നിണമണിഞ്ഞ കാൽപാടുകൾ. അതുപോലെ പുതിയ ഘട്ടത്തിന്റെ ചൈതന്യം ഉൾക്കൊണ്ട നോവലിസ്റ്റുകൾ ആയ എം. പി. മുഹമ്മദ്, മലയാറ്റൂർ രാമകൃഷ്ണൻ എന്നിവരുടെ കൃതികളെക്കുറിച്ചും പറയുന്നു. 1920 മുതൽ 1940 വരെയുള്ള ഘട്ടത്തിൽ 403 നോവലുകളും നാല്പതുകളിൽ 250 നോവലുകളും ഇറങ്ങിയപ്പോൾ അൻപതുകളിൽ മാത്രം പ്രസിദ്ധീകരിച്ച നോവലുകളുടെ എണ്ണം 974. 1970-നകം നമ്മുടെ നോവലുകളുടെ ആദ്യ സംഖ്യ 3031 വർദ്ധിച്ചു 1401 നോവലുകൾ ഇറങ്ങിയതാണ് ഇത് വ്യക്തമാക്കുന്നത്. മുട്ടത്ത് വർക്കിയുടെ ഇണപ്രാവുകൾ, മറിയക്കുട്ടി, പാടാത്ത പൈങ്കിളി. വിവേകാനന്ദന്റെ കള്ളിച്ചെല്ലമ്മ, യക്ഷിപറമ്പ്, കള്ള് വാർഡ് നമ്പർ സെവൻ തുടങ്ങിയവ ജനപ്രീതി ആർജിച്ച നോവലുകൾ ആണ്. കോവിലനെ പോലെ പട്ടാള കഥകളുടെ നോവലിസ്റ്റ് ആണ് നന്ദനാർ. ജി.എൻ. പണിക്കരുടെ മാന്യയായ

ഭാര്യ, ഇനി യാത്ര പറഞ്ഞിടട്ടെ, മനസ്സേ നീ സാക്ഷി തുടങ്ങിയ നോവലുകൾ പ്രശസ്തങ്ങളാണ് എസ് കെ മാരാർ സാമൂഹ്യവിമർശനപരമായി എഴുതിയ കുങ്കുമരേഖ, ശരപ്പൊളി മാല വൈക്കം ചന്ദ്രശേഖരൻ നായരുടെ പഞ്ചവൻ കാട്, അഗ്നിപരീക്ഷ,നീലക്കടമ്പ് തുടങ്ങിയ നോവലുകൾ പ്രസിദ്ധങ്ങളാണ്. സി. എ. കിട്ടുണ്ണി, കെ. ബാലകൃഷ്ണൻ, ആനി തയ്യിൽ കാനം ഇ.ജെ തുടങ്ങിയ നോവലിസ്റ്റുകളെ കുറിച്ചും ചർച്ചചെയ്യുന്നുണ്ട്. ദ്വിതിയഘട്ടത്തിന്റെ അവസാനം നോവൽ എന്ന സാഹിത്യരൂപം വായനക്കാരുടെ ഹൃദയത്തിൽ ഗാഢമായി വേരൂന്നി കഴിഞ്ഞു. ഉൽകൃഷ്ടങ്ങളായ നിരവധി നോവലുകളുടെ വിവർത്തനങ്ങൾ ഇക്കാലത്ത് മലയാള സാഹിത്യത്തെ പരിപ്പോഷിപ്പിച്ചു. സാമാന്യ നോവലുകളുടെ പൊതുസ്വഭാവത്തെക്കുറിച്ച് ഈ ഘട്ടത്തിൽ പറയുന്നു. ജനസമ്മതി നേടിയ നോവലിസ്റ്റുകളുടെ തലപ്പത്താണ് മുട്ടത്ത് വർക്കി നിലകൊള്ളുന്നത് ജനസമ്മതി നേടിയ നമ്മുടെ മിക്ക നോവലുകളും അനുകരണങ്ങളും ഭാവ ശുഷ്കങ്ങളും യുക്തിപരതയെ അവഗണിക്കുന്നതിയും വികാരങ്ങളെ കെട്ടഴിച്ചു വിടുന്നവയും ആണെന്ന് ജീവിതത്തിന്റെ ഉപരിപ്ലവ തലങ്ങളിൽ നീരാടുന്നതിനാണ് അവയ്ക്ക് കൗതുകം എന്നും ചിന്തയുടെ ഉയർന്ന മണ്ഡലങ്ങളിലേക്ക് ഉയരുവാൻ താല്പര്യമില്ലാത്തവർക്ക് മാത്രമല്ല,ജീവിതത്തിന്റെ അധ്വാനങ്ങളിൽ നിന്നും ഗുരുതരമായ പ്രശ്നങ്ങളിൽ നിന്നും തെല്ലുനേരത്തേക്ക് രക്ഷപ്പെടാൻ ആശിക്കുന്നവർക്ക് ഇത്തരം നീരാട്ടം കൗതുകകരമാണ് എന്ന് അദ്ദേഹം പറയുന്നു കേവലം രസത്തിന് വേണ്ടി മാത്രം എഴുതുന്ന നോവലുകളെ സാമൂഹികമെന്ന് വിശേഷിപ്പിക്കുന്നത് ശരിയായിരിക്കില്ല എന്നും പലതും സെന്റിമെന്റൽ റൊമാൻസുകളാണ് എന്ന് അദ്ദേഹം പറയുന്നു. അതുപോലെ ജനകീയ നോവലുകളിൽ നിർദോഷം എന്ന് വിചാരിക്കപ്പെടുന്നവയാണ് ത്രില്ലറുകളും ഡിറ്റക്റ്റീവ് നോവലുകളും ഇത്തരത്തിൽപ്പെട്ട മികച്ച കൃതികൾ ഭയവികാര വിവേചനം സാധിക്കുന്നതെന്ന് കുറ്റാന്വേഷണ കൃതികൾ ഒരു പൊതുസ്വഭാവം എന്ന ഭാഗത്തെ അദ്ദേഹം എഴുതുന്നു. നമ്മുടെ ഡിറ്റക്റ്റീവ് നോവലിസ്റ്റുകളിൽ പ്രധാനപെട്ടവരാണ് കുഞ്ഞിരാമ പിഷാരടി, കെ. കുമാർ, ബിജി കുറുപ്പ്, എം. ആർ നാരായണപിള്ള, കോട്ടവിള പുരുഷോത്തമൻ തുടങ്ങിയവർ.

പുതിയ കാലഘട്ടത്തിലാണ് നിരവധി നോവലുകളുടെ വിവർത്തനങ്ങൾ മലയാളസാഹിത്യത്തെ പരിപോഷിപ്പിക്കുന്നത് വൈദേശിക നോവലുകളുടെ മൂലങ്ങളും ഇംഗ്ലീഷ് വിവർത്തനങ്ങളും

പോലെ തന്നെ ഭാഷാ വിവർത്തനങ്ങളും മലയാള നോവലിനെ വളർത്തി ഓർവലിന്റെ ആനിമൽ ഫാം, ആർതർ കോസ്‌ലറുടെ നട്ടുച്ചയ്ക്ക് ഇരുട്ട്, ദെസ്തയോവിസ്കിയുടെ കാരമസോവ് സഹോദരന്മാർ, നിന്ദിതരും പീഡിതരും, പുഷ്കിന്റെ ക്യാപ്റ്റന്റെ മകൾ, മാക്സി ഗോർക്കിയുടെ അമ്മ, ടോൾസ്റ്റോയിയുടെ അന്നാ കരിനീന, ബെൻസ്കിന്റെ വെറുക്കപ്പെട്ടവൾ, ഗോയ്ദെയുടെ വെർതറുടെ ദുഃഖങ്ങൾ, കാഫ്കയുടെ മെറ്റാ മോർ ഫോസിസ്, ഹെമിംഗ് വേയുടെ കിഴവനും കടലും ഇങ്ങനെ ധാരാളം നോവലുകൾ മലയാളത്തിലേക്ക് വിവർത്തനം ചെയ്യപ്പെട്ടിട്ടുണ്ട്

പരിവർത്തനം സമൂഹത്തിലും നോവൽ സാഹിത്യത്തിലും

രണ്ടാംഘട്ടം സാമാന്യമായി പറഞ്ഞാൽ ദേവുതൊട്ട് ഉറൂബ് വരെ പരന്നു കിടക്കുന്നു. വ്യക്തിയും വ്യക്തിയുടെ ധർമ്മ ബോധവും വ്യക്തിയുടെ മനസ്സുമായിരുന്നു വിഷയങ്ങൾ. സമൂഹം ഭദ്രമാണെന്നും സമൂഹത്തിൽ ധാരാളം അസമത്വങ്ങൾ ഉണ്ടെങ്കിലും കാലാന്തരത്തിൽ നീക്കി കിട്ടുമെന്നും ഹൃദയത്തിൽ സഹതാപവും സ്നേഹവും വഹിക്കുന്ന ജനത സുന്ദരമായ ഭാവി സൃഷ്ടിക്കുമെന്നുമായിരുന്നു പ്രതീക്ഷ. നൂതന വിഭജന ക്രമം, അന്തർമുഖത, എഴുത്തുകാരുടെ അന്തർമുഖതയ്ക്കുള്ള കാരണങ്ങൾ, ആവിഷ്കരണ രീതിയുടെ പ്രാധാന്യം ആധുനികതയുടെ സ്വഭാവസവിശേഷതകൾ ഇത്രയും പഠനങ്ങൾക്ക് ശേഷമാണ് ആധുനിക കാലഘട്ടത്തിലെ എഴുത്തുകാരിലേക്ക് കടക്കുന്നത്. ആധുനിക അമേരിക്കൻ നോവലുകളെ നിരൂപകർ മൂന്നു വകുപ്പിൽ പെടുത്തിയിരിക്കുന്നു. മഹത്തായ പാരമ്പര്യത്തിൽ പെട്ടത്, നവീന ബൗദ്ധിക സംവേദനത്തിന് ശ്രമിക്കുന്നവ, നൂതന പത്രപ്രവർത്തനം എന്ന് വിശേഷിപ്പിക്കുന്നവ എന്നിങ്ങനെ. ഈ വിഭജനം നമ്മുടെ നോവൽ സാഹിത്യത്തിലും പ്രസക്തമാണ്. ഈ വിഭജനം ഓരോ വകുപ്പിനെയും കൂടുതൽ സൂക്ഷ്മ വിശകലനത്തിന് വിധേയമാക്കുനെന്നെ ഉള്ളൂ. അങ്ങനെ ചെയ്യുമ്പോൾ ഓരോ വകുപ്പിൽ പെട്ട നോവലും പലപ്പോഴും മറ്റു വകുപ്പിൽ പെട്ട നോവലിന്റെ ഏതാനും അംശങ്ങൾ ഉൾക്കൊള്ളുന്നതായി കാണാം മാത്രമല്ല ഒരു വകുപ്പിൽ നിന്നും അടുത്ത വകുപ്പിലേക്കുള്ള പരിവർത്തനത്തെ പ്രതിബിംബിക്കുന്ന നോവലുകളും ഉണ്ടെന്ന് നമുക്ക് ബോധ്യമാകും. മുകളിൽ കൊടുത്ത വിഭജന ക്രമം മലയാളത്തിൽ സംബന്ധിച്ചിടത്തോളം ഭാവ വിഭജനവുമായി മാത്രമല്ല കാലവിഭജന ക്രമവുമായി യോജിക്കുന്നു എന്നത് ശ്രദ്ധേയമാണ്.1960 വരെ നമുക്ക് ലഭിച്ച നോവലു

കൾ എല്ലാം തന്നെ അവ തമ്മിൽ എന്തെല്ലാം അന്തരങ്ങൾ ഉണ്ടെങ്കിലും മഹത്തായ പാരമ്പര്യത്തിൽ പെട്ടവയാകുന്നു. ഇത്തരം നോവലുകളുടെ രംഗങ്ങളാണ് ബഷീറിലും ഉറൂബിലും മറ്റും നാം കണ്ടെത്തുന്നത്. 1960–ൽ മറ്റൊരു ഘട്ടം ആരംഭിക്കുന്നു വ്യതിയാനത്തിന്റെ സൂചനകൾ നേരത്തെ ദൃശ്യമായിരുന്നു എങ്കിലും പരിവർത്തനം ഒരു യാഥാർത്ഥ്യമായി തീർന്നത് എം.ടി. വാസുദേവൻ നായരുടെ നോവലുകളിൽ ആണ്. നമ്മുടെ മഹത്തായ പാരമ്പര്യത്തിന്റെ അവകാശിയാണ് വാസുദേവൻ നായർ ബഷീറിൽ നിന്നും ഉറൂബിൽ നിന്നും അദ്ദേഹം നോവൽ രചനയുടെ മർമ്മങ്ങൾ പലതും പഠിച്ചു അതോടൊപ്പം നോവലിനെ തികച്ചും നൂതനമായ ഒരു മണ്ഡലത്തിലേക്ക് നയിക്കുകയും ചെയ്തു. ഇത് വികസിച്ച ബോധത്തിന്റെ മണ്ഡലം ആകുന്നു.

ആധുനികതയുടെ സ്വഭാവ സവിശേഷതകൾ

പുതിയ സാമൂഹികദർശനം പുതിയ കാൽപ്പനികതയുടെ ഗതിവ്യത്യാസം, ശക്തമായ അന്തർമുഖത, ശൂന്യത ബോധം ആഖ്യാനത്തിന്റെ നൂതനമായി ശൈലി വിശേഷം എന്നിങ്ങനെ ആധുനികതയുടെ മുഖ്യാംശങ്ങൾ പലതും ധ്വനിപ്പിക്കുന്നതിന് എം.ടി. വാസുദേവൻ നായർക്ക് സാധിച്ചു. രാജലക്ഷ്മിയും മലയാള നോവൽ സാഹിത്യത്തിലെ വഴിത്തിരിവ് വ്യക്തമാക്കിയ പ്രതിഭാശാലിനിയായ നോവലിസ്റ്റ് ആയിരുന്നു. മലയാളം നോവൽ സാഹിത്യത്തിലെ ഒരു അത്ഭുത പ്രതിഭാസമായ രാജലക്ഷ്മിയുടെ പ്രശസ്ത നോവലുകളെല്ലാം ചർച്ച ചെയ്യുന്നു. മനുഷ്യഹൃദയത്തിൽ വിശേഷിച്ച് സ്ത്രീ ഹൃദയത്തിൽ കെട്ടിപ്പിണഞ്ഞുകിടക്കുന്നവ അവയുടെ വൈവിധ്യത്തിൽ വരച്ചു കാണിക്കുന്നതിൽ രാജലക്ഷ്മി അസാധരണമാം വിധം വിജയിച്ചിരിക്കുന്നു. എം.ടി.യോടൊപ്പം നോവൽ രംഗത്ത് പ്രവേശിച്ച പ്രതിഭാശാലിയായ നോവലിസ്റ്റ് ആയ എം.പി. മുഹമ്മദിനെയും അദ്ദേഹത്തിന്റെ രാഷ്ട്രീയ സറ്റയറായാ ഹിരണ്യകശിപു, അറബിപ്പൊന്ന്, മരം എന്നീ നോവലുകളെ കുറിച്ച് ചർച്ച ചെയ്യുന്നു. കക്ഷിരാഷ്ട്രീയത്തിന്റെ ദുഷ്കൃതികളെ രൂക്ഷമായി പരിഹസിച്ചു കൊണ്ട്, നോവലിനെ ചൈതന്യവത്താക്കുന്ന സറ്റയറുകളാണ് വികെഎൻ നോവലുകളായ മഞ്ചൽ, ആരോഹണം സിൻഡിക്കേറ്റ്, ജനറൽ ചാത്തൻസ് എന്നിവ.

ബ്യൂറോക്രസിയുടെ പ്രശ്നങ്ങൾ

ഇന്നത്തെ സമൂഹത്തിന്റെ അഭിശാപങ്ങളിലൊന്നായ ബ്യൂറോക്രസിയും സാഹിത്യകാരന്മാരുടെ വിമർശനത്തിന് പാത്രമായിട്ടു

ണ്ട് ഇതിനെത്തന്നെ മുഖ്യവിഷയമാക്കി മലയാളത്തിൽ ഉണ്ടായ നോവൽ ഇ. വാസുവിന്റെ ചുവപ്പുനാടയാണ്. ഇ.വാസുവിന്റെ ശ്രദ്ധേയമായ മറ്റൊരു നോവലാണ് ആമ. ബ്യൂറോക്രസിയെ കുറിച്ചുള്ള ആക്ഷേപം തകഴിയുടെ ഏണിപ്പടികളിലും, കാക്കനാടന്റെ ഉഷ്ണമേഖലയിലും, സി. രാധാകൃഷ്ണന്റെ മരീചകയിലും, മുകുന്ദന്റെ ഡൽഹിയിലും, സേതുവിന്റെ അറിയാത്ത വഴികളിലും കണ്ടെത്തുന്നു. തന്റെ ഓരോ നോവലിലും നൂതനമായ ഭാവത്തെ പകർത്തണമെന്ന് നിർബന്ധമുള്ള നോവലിസ്റ്റാണ് മലയാറ്റൂർ രാമകൃഷ്ണൻ അഞ്ചു സെന്റ്, യന്ത്രം, യക്ഷി, വേരുകൾ എന്നിവയാണ് പ്രധാന കൃതികൾ.

വി. ടി. നന്ദകുമാറിന്റെ ഇരട്ടമുഖങ്ങൾ, വീരഭദ്രൻ. മനുഷ്യനിൽ ഉള്ള കൗര്യത്തിന്റെ പുനരാവിഷ്ക്കരണമാണ് വീരഭദ്രൻ. ഭീകരമായ സാഡിസത്തിന്റെ ഈ കഥ നമ്മെ അനുസ്മരിപ്പിക്കുന്നത് എമിലി സോളയുടെ ഹ്യൂമൻ ബീറ്റ്സ് എന്ന നോവലിനെയാണ്. 60-കളിലും 70-കളിലും കഥാസാഹിത്യത്തെ പരിപോഷിപ്പിച്ച പ്രതിഭാശാലികളാണ് പെരുമ്പടവം ശ്രീധരൻ, പുതൂർ ഉണ്ണികൃഷ്ണൻ, ഏകലവ്യൻ, രേവതി, പാണക്കാട് ശങ്കരൻ. ശ്രീധരന്റെ അഭയത്തിന് രാജലക്ഷ്മിയുടെ ജീവിതവുമായി ബന്ധം കണ്ടെത്തുന്നവർ ഉണ്ട് പഴയ തറവാടിന്റെ പ്രാണകേന്ദ്രമായ അമ്മയുടെ സ്നേഹത്തിന്റെ ശീതളമായ ഓർമ്മകൾ ഉണർത്തിവിടുന്നതാണ് ആട്ടുകട്ടിൽ. സാമൂഹിക വിമർശനത്തിന് പ്രാധാന്യം നൽകുന്നു യു. എ ഖാദറിന്റെ ചങ്ങല വള്ളൂരമ്മ, അനുയായി ശത്രു എന്നീ നോവലുകളെ, വി.എ.എ. അസീസിന്റെ കാമിനി, ഇബിലീസുകളുടെ ലോകം അഭിനേത്രി, നഗരം ഒഴുക്കിനെതിരെ പത്രോസിന്റെ മക്കൾ, പാലം, അങ്കം, എം. പരമേശ്വരൻ നായരുടെ വഴിപിഴച്ച സന്തതി. ജോർജ് ഓണക്കൂറിന്റെ അകലെ ആകാശം. നഷ്ടപ്പെട്ട ഗ്രാമീണ്യ മൂല്യങ്ങളെ പുന:പ്രതിഷ്ഠിക്കുവാൻ ശ്രമിക്കുന്ന നോവലാണ് കോന്നിയൂർ ആർ നരേന്ദ്രനാഥിന്റെ ദീപനാളത്തിനു ചുറ്റും കുറെ ശലഭങ്ങൾ. പി ആർ നാഥന്റെ ഇന്നലെ വന്ന വഴി ജി എൻ പണിക്കരുടെ മാന്യയായ ഭാര്യയെ അനുസ്മരിപ്പിക്കുന്നു.

കാശുരാഷ്ട്രീയത്തിന്റെ ദുഷ്കൃതികളെ രൂക്ഷമായി പരിഹസിക്കുന്ന മികച്ച നോവലുകൾ ചെയ്തിട്ടുള്ള മലയാള നോവൽ സങ്കല്പത്തെ അനല്പമായി. വെളുത്തേടങ്ങളുടെ ജീവിതത്തെ ചിത്രീകരിക്കുന്ന ആറന്മുള സത്യവ്രതന്റെ അവതാളം, ജോസഫ് പടിഞ്ഞാറേക്കരയുടെ പാനപാത്രം. സാറാ തോമസിന്റെ ആ മനുഷ്യൻ

നീ തന്നെ, കെ.പത്മനാഭൻ നായരുടെ പൊന്നു തിരുമേനി, വിഎൻ.പി നമ്പൂതിരിയുടെ പ്രിയ സാമ്പത്തിക സാമൂഹിക പ്രശ്നങ്ങൾ നിരാഡംബര സുന്ദരമായ ഭാഷയിൽ പിന്നിലാവ് എന്ന കൃതിയിൽ പാണേക്കാട്ട് ശങ്കരൻ അവതരിപ്പിക്കുന്നു.രേവതിയുടെ നക്ഷത്രബംഗ്ലാവ് ഉയർന്ന പ്രതീക്ഷകളോടെ രചിക്കപ്പെട്ടതാണ്. നഗരത്തിന്റെ മുഖം, മൃഗ തൃഷ്ണ തുടങ്ങിയ നോവലുകളുടെ രചയിതാവായ ബാലകൃഷ്ണൻ ലഘുവാക്യവിന്യാസം കൊണ്ട് അനുവാചകനെ ആകർഷിക്കുന്നതിലും വിജയിച്ചിട്ടുണ്ട്. ജോസഫ് വൈറ്റിലയുടെ ആശ്രമം നൂതനമായ ദർശനവും ആഖ്യാനരീതിയും സ്വീകരിച്ചിരിക്കുന്നു. രാജലക്ഷ്മിയുടെ പിന്നിൽ നിന്നുകൊണ്ട് മലയാളം നോവൽ സാഹിത്യത്തെ പരിപോഷിപ്പിച്ചു കൊണ്ടിരിക്കുന്ന വനിതാ നോവലിസ്റ്റുകളാണ് എം.ഡി. രത്നമ്മ, പി. ആർ. ശ്യാമള, സാറ തോമസ് തുടങ്ങിയവർ.

പുതിയ ചലനങ്ങൾ:നോവലിന്റെ മൂന്നാം ഘട്ടം

മലയാള നോവൽസാഹിത്യത്തിലെ അത്യാധുനികതയുടെ പ്രോത്ഘാടകൻ കാക്കനാടനാണ്. നോവലിന്റെ മൂന്നാംഘട്ടത്തില് ഭാരതത്തിന്റെ സാമൂഹിക അവസ്ഥയെക്കുറിച്ച് എഴുതുന്നു. ഓരോ കാലഘട്ടത്തിന്റെയും നോവലുകൾ പറയുന്നതിനു മുൻപ് തന്നെ ആ കാലഘട്ടത്തിന്റെ സാമൂഹിക അവസ്ഥ വിവരിക്കുന്നുണ്ട് ഗ്രാമീണ സംസ്കാരം, നാഗരികതയുടെ യന്ത്ര സംസ്കാരം, അസ്തിത്വചിന്ത, പാരമ്പര്യനിഷ്ഠമായ അസ്ഥിത്വവാദം പാരമ്പര്യ നിഷേധിയായ അസ്ഥിത്വവാദം, ശൂന്യതവാദം തുടങ്ങിയവയെക്കുറിച്ച് പറയുന്നു. അതിനുശേഷമാണ് ആധുനിക നോവലിസ്റ്റുകൾ എന്ന ടൈറ്റിലേക്ക് പോകുന്നത്. ആധുനിക നോവലിസ്റ്റുകളിൽ ഏറ്റവും പ്രതിഭാശാലികൾ കാക്കനാടനും മുകുന്ദനും ഒ.വി വിജയനും ആണെന്നും അവരുടെ തൊട്ടടുത്താണ് സി.രാധാകൃഷ്ണന്റെയും സേതുവിന്റെയും പുനത്തിൽ കുഞ്ഞബ്ദുള്ളയുടെയും പത്മരാജന്റെ സ്ഥാനം.ഒറ്റപ്പെട്ട നോവലിസ്റ്റാണ് ആനന്ദ്. സർഗ്ഗപ്രതിഭയുള്ള മറ്റൊരു നോവലിസ്റ്റാണ് മാടമ്പ് കുഞ്ഞുകുട്ടൻ. രണ്ടാംഘട്ടത്തിന്റെ കർത്താവും പ്രവാചകനും ആണ് കേശവദേവ് എന്ന് കരുതുന്നതു പോലെ പുതിയ നോവലിന്റെ പ്രാരകനും പ്രദർശകനുമാണ് കാക്കനാടൻ. കാക്കനാടന്റെ നോവലുകളിൽ പലതിലും വൈദേശിക സ്വാധീനങ്ങൾ ചില വിമർശകർ കണ്ടെത്തുന്നുണ്ട് വസൂരിയിൽ കാമുവിന്റെ പ്ലേഗിന്റെയും കോഴിയിൽ കാഫ്കയുടെ മെറ്റമോർഫീസിസിന്റെയും സാക്ഷിയിൽ കാമുവിന്റെ ഔട്ട്സൈഡറു

ടെയും അലകൾ ഇളകുന്നുണ്ട്. കാക്കനാടന്റെ മാസ്റ്റർ പീസുകൾ ആയിട്ട് പറയുന്നത് ഉഷ്ണമേഖലയെയും അജ്ഞതയുടെ താഴ്വരയെയും ആണ്. ഇന്നത്തെ മനുഷ്യന്റെ സാമൂഹിക സംഘർഷത്തെയും തജ്ജന്യമായ മോഹഭംഗത്തെയും തന്മൂലം ഉണ്ടായ നിസംഗതയെയും നിസ്സംഗതയ്ക്ക് പോലും ഉൾക്കൊള്ളാൻ കഴിയാത്ത ആത്മാവിന്റെ ദുഃഖത്തെയും അലച്ചിലിനേയും പിരിമുറുക്കമുള്ള കഥ ശില്പത്തിൽ കൂടി ഉഷ്ണമേഖല അവതരിപ്പിക്കുന്നു. കാക്കനാടനും മുകുന്ദനും ഇരുവരും ആധുനികതയെ ഗ്രഹിക്കുന്നതും അപഗ്രഥിക്കുന്നതും ഏറെക്കുറെ ഒരേ വിധത്തിലാണ് എന്ന് കാണാം. ഇംഗ്ലീഷ് നോവൽസാഹിത്യത്തിൽ ഇത്തരം ജോടികൾ സുലഭമാണ് താക്കറെയും ഡിക്കൻസും മെറിഡിത്തും ഹാർഡിയും മലയാളത്തിൽ ഇത്തരം ജോഡികളായി കാണുന്നത് സി വി രാമൻ പിള്ളയും ചന്തുമേനോനും ദേവും തകഴിയും കോവിലിനും പാറപ്പുറവും കാക്കനാടനും മുകുന്ദനും ആണെന്ന് പറയാം. മുകുന്ദൻ, പുനത്തിൽ കുഞ്ഞബ്ദുള്ള, സേതു തുടങ്ങിയവരുടെ കൃതികൾ ചർച്ച ചെയ്യുന്നു. നോവൽ സാഹിത്യത്തിന്റെ പുതിയ മണ്ഡലത്തിലെ ഏകാന്തപഥികനാണ് മാടമ്പ് കുഞ്ഞിക്കുട്ടൻ. പുതിയ രീതിയിൽ കഥകൾ രചിക്കുന്ന പത്മരാജന്റെ ഇതാ ഇവിടെ വരെ, നക്ഷത്രങ്ങളെ കാവൽ, ജനതയിൽ വർദ്ധിച്ചുവരുന്ന ലൈംഗികമായ അരാജകത്വത്തിന്റെയും അക്രമവാസനയുടെയും ചിത്രീകരണമാണ് സർവ്വവും നിരാകരിക്കുന്ന പുതിയതലമുറയുടെ ജീവിത വീക്ഷണമാണ് ഇവിടെ വരെ പ്രതിഫലിപ്പിക്കുന്നത്. നക്ഷത്രങ്ങളെ കാവൽ നന്മയുടെ ചില്ലികൾ പോലും ധൂർത്തടിച്ച ഒരു തലമുറയുടെ തകർച്ചയെ ചിത്രീകരിക്കുന്നു. ആനന്ദിന്റെ ആദ്യ നോവലാണ് ആൾക്കൂട്ടം രണ്ടാമത്തേത് മരണ സർട്ടിഫിക്കറ്റ് ആണ് ആൾക്കൂട്ടത്തിന്റെ പശ്ചാത്തലം ബോംബെ നഗരം. ആധുനിക നോവൽ വിമർശരംഗത്ത് ഏറ്റവുമധികം ചർച്ച ചെയ്യപ്പെട്ടിട്ട് ഒ. വി വിജയന്റെ കൃതിയാണ് ഖസാക്കിന്റെ ഇതിഹാസം. ഒ വി വിജയൻ കാക്കനാടൻ മുകുന്ദൻ എന്നിവരോട് കിടപിടിക്കാൻ കെൽപ്പുള്ള ഒരു പ്രതിഭാശാലിയായിട്ട് വിലാസിനി എന്ന തൂലികാനാമം സ്വീകരിച്ചിരിക്കുന്നു അവതരിപ്പിക്കുന്നു അദ്ദേഹത്തിന്റെ നോവലുകളിൽ നിറമുള്ള നിഴലുകൾ ഊഞ്ഞാൽ ഇണങ്ങാത്ത കണ്ണികൾ എന്നിവ പ്രത്യേക പഠനീയങ്ങൾ ആകുന്നു സമൃദ്ധമായി പ്രയോഗിക്കുന്ന ബൃഹത്തായ ഒരു നോവലാണ് ഊഞ്ഞാൽ വൽസലയുടെ നെല്ല്, ആഗ്നേയം എന്നീ നോവലുകൾ നിരൂപകരുടെ മുക്തകണ്ഠപ്രശംസ നേടിയെ

ടുത്തിട്ടുണ്ട് ബോധധാര സങ്കേതത്തെ പ്രയോഗിക്കുന്ന പ്രതീകാത്മകവും ലയലളിതവുമായ കോവിലന്റെ തോറ്റങ്ങളും ഇതുതന്നെ ഊന്നിപ്പറയുന്നു.

നോവലിന്റെ വികാസം കാലത്തിൽ കൂടി

പഴയ കാലഘട്ടത്തിൽ നിന്നും പുതിയ കാലഘട്ടം വ്യത്യസ്തമായിരുന്നു ജീവിതത്തെക്കുറിച്ചും മനുഷ്യനെക്കുറിച്ചും പുതിയ ഘട്ടത്തിൽ നോവലിസ്റ്റ്കൾ പുലർത്തിയ പുതിയ ദർശനങ്ങൾ പുതിയ നോവൽ സങ്കല്പങ്ങൾക്ക് രൂപം നൽകി. നമ്മുടെ നോവൽ പ്രാരംഭഘട്ടത്തിൽ ശ്രദ്ധ ഊന്നിയത് കേരള ചരിത്രത്തിലെ അന്തർധാരകളിലാണ് . അതേ സന്ദർഭത്തിൽ തന്നെ സമൂഹത്തിൽ വരുത്തേണ്ട പരിഷ്കാരങ്ങളെക്കുറിച്ച് നോവൽ പ്രതിപാദിച്ചു. മൂന്നാം ഘട്ടത്തിൽ നോവലിസ്റ്റുകൾ ഏറിയ കൂറും ശ്രദ്ധ ചെലുത്തിയത് വ്യക്തിയുടെ അന്തർ മണ്ഡലത്തിലാണ്. വ്യതിയാനം വന്നുചേർന്നതും അവിടെയാണ് ജീവിതം, മനുഷ്യൻ, മനുഷ്യമനസ്സ് എന്നിവയെ സംബന്ധിച്ച നൂതന ദർശനങ്ങൾ അന്തർമുഖരായ നോവലിസ്റ്റുകളുടെ അവബോധത്തെ വികസിപ്പിച്ചു അവരുടെ വീക്ഷണം കൂടുതൽ സൂക്ഷ്മതരം ആയിരുന്നു. പഴയതിനെതിരെ പ്രക്ഷോഭിക്കുക അംഗീകൃത മൂല്യങ്ങളെ തിരസ്കരിക്കുക എന്നതായിരുന്നു.

ഫ്രോയിഡിയൻ ദർശനം: സഹജപ്രേരണങ്ങളുടെ തർപ്പണം.

കെ. സുരേന്ദ്രന്റെ നോവലുകൾ എല്ലാം മാനസിക അപഗ്രഥനനിരതമാകുന്നു. സുരേന്ദ്രൻ ധർമ്മ വ്യവസ്ഥയെയും വ്യക്തിചിത്രത്തെയും അപഗ്രഥിച്ചു റാഫി മനുഷ്യമനസ്സിനെ പരിശോധിച്ചു. ഇരുവരും മനുഷ്യപഠനത്തിന് മനശാസ്ത്രം പ്രയോജനപ്പെടുത്തി സഹജപ്രേരണകളും ധർമ്മ വ്യവസ്ഥയും തമ്മിലുള്ള സംഘർഷത്തെ ആവിഷ്കരിക്കുവാൻ സുരേന്ദ്രന് ഒരു പരിധിവരെ സാധിച്ചു എന്ന് രേഖപ്പെടുത്തുന്നു.

പ്രക്ഷോഭത്തിന്റെ പ്രാരംഭം പക ദുഃഖം പരിഹാസം

നിലവിലുള്ള വ്യവസ്ഥിതിക്കെതിരെയുള്ള വ്യക്തിയുടെ പ്രക്ഷോഭത്തെ ശക്തമായി പകർത്തിയത് എം ടി വാസുദേവൻ നായരാണ്. മൂല്യശോഷണത്തെക്കുറിച്ച് കോവിലനും പാറപ്പുറത്തും ബോധവാന്മാരായിരുന്നു. കാലത്തിലെ സേതുവിന് പാരമ്പര്യ അധിഷ്ഠിത മൂല്യങ്ങളെല്ലാം കൈമോശം വന്നിരിക്കുന്നു പശ്ചാത്തപിക്കാനും അയാൾക്ക് സാധ്യമല്ല അയാൾ ദുഃഖിക്കുന്നുണ്ട്. മൂല്യങ്ങളുടെ തകർച്ച നൂതനദർശനങ്ങളിൽ കൂടിയുള്ള തനിമ നേടൽ, പാപ

ബോധം ബന്ധനം മരണം, കലയുടെ ഉറവിടം വീക്ഷണം വ്യതിയാനത്തിന്റെ സ്വഭാവം ദർശനത്തിന്റെ വിക്ഷേപം, ധ്വനി കേവലം എൺപത്തഞ്ചു വർഷത്തിനകം നമ്മുടെ നോവൽ ആഴത്തിനും പരപ്പിലും എത്രമേൽ വളർന്നിരിക്കുന്നു എന്ന് ഈ ചരിത്രം നമുക്ക് വ്യക്തമാക്കി തരുന്നു

നോവൽ വികാസം വിമർശനത്തിൽ കൂടി

സാഹിത്യ വികാസത്തിന് സൃഷ്ടിവും വിമർശനവും ഒരുപോലെ ആവശ്യമാകുന്നു എന്നും നവംനവങ്ങളായ ആശയങ്ങൾ തിങ്ങി നിൽക്കുന്ന സാഹിത്യ അന്തരീക്ഷത്തിലാണ് നൂതനങ്ങളായ കൃതികൾ സമൃദ്ധമായി ഉണ്ടാവുക എന്നും കെ. എം തരകൻ പ്രസ്തവിക്കുന്നു.ഭാഗം അഞ്ചിൽ നോവലുകളിൽ കൂടിയെന്ന പോലെ നോവൽ വിമർശത്തിൽ കൂടിയും നമ്മുടെ നോവൽ സങ്കല്പം എത്ര മേൽ പുഷ്ടവും പുഷ്ക്കലവും ആയിട്ടുണ്ടെന്നു പറയുന്നു. നോവലിനെ സംബന്ധിച്ച് മലയാളത്തിൽ ഉണ്ടായ ആദ്യത്തെ ലക്ഷണ ഗ്രന്ഥം എം. പി. പോളിന്റെ നോവൽ സാഹിത്യം ആണ്. അതുപോലെ കേസരിയുടെ നോവൽ പ്രസ്ഥാനങ്ങൾ നവലോകം എന്നീ കൃതികൾ പാശ്ചാത്യ നോവലിന്റെ സാങ്കേതിക പഠനങ്ങൾ ആണ്. നോവൽ സാഹിത്യത്തിന്റെ അവതാരിക കാരനായ എടമരത്തിന്റെ നോവൽ നിർവചനത്തെയും രേഖപ്പെടുത്തുന്നുണ്ട് മലയാളം നോവൽ രചനക്ക് പ്രാമാണികങ്ങളായ പാശ്ചാത്യ ലക്ഷണ ഗ്രന്ഥങ്ങളെ കുറിച്ച് സൂചിപ്പിക്കുന്നുണ്ട് ആദ്യഘട്ടത്തിൽ തന്നെ ടോൾസ്റ്റോയിലേക്കും ദസ്തയോ വിസ്കിയിലേക്കും പ്രൂസ്റ്റിലേക്കും മലയാള നോവലിസ്റ്റിന്റെ ശ്രദ്ധ തിരിച്ചു വിടുവാൻ കഴിഞ്ഞിരുന്നെങ്കിൽ നമ്മുടെ സാഹിത്യ ചരിത്രത്തിന് ആ കുറേക്കൂടി ആഹ്ലാദകരമായ ഒരു കഥ പറയുവാൻ ഉണ്ടാകുമായിരുന്നു എന്നും കേസരിക്കോ പോളിനോ 1930കളിൽ ഇതിന് കഴിയാതെ പോയി എന്നും കെഎം തരകൻ രേഖപ്പെടുത്തുന്നു. എം.പി പോളിന്റെ നോവൽ പഠനത്തെ വിദഗ്ധമായി വ്യാഖ്യാനിച്ചവരിൽ ഒരാൾ ശ്രീ എൻ കൃഷ്ണപിള്ളയാകുന്നു. ജോസഫ് മുണ്ടശ്ശേരിയുടെ നാടകാന്തം കവിത്വത്തിൽ കാവ്യത്തിന്റെയെന്ന പോലെ നോവലിന്റെയും ചില അടിസ്ഥാന തത്വങ്ങൾ കണ്ടെത്താവുന്നതാണ്.

നോവൽ വിമർശകർ

എംപി പോളിന്റെ നോവൽ സാഹിത്യം, പി. കെ ബാലകൃഷ്ണന്റെ നോവൽ സിദ്ധിയും സാധനവും, കെ. സുരേന്ദ്രന്റെ സൃഷ്ടിയും നിരൂപണവും, നോവൽ സ്വരൂപം, എം.ടി. വാസുദേവൻ നായരുടെ

കാഥികന്റെ പണിപ്പുര, കെ. പി. ശരത്ചന്ദ്രന്റെ നോവലുകളിലൂടെ, ടി. എൻ. ജയചന്ദ്രൻ പ്രസിദ്ധപ്പെടുത്തിയ നോവലിസ്റ്റിന്റെ ശില്പ ശാല, അതുപോലെ ആദ്യ തലമുറയിലെ വിമർശകരോടൊപ്പം സ്മരണീയനാണ് ഉള്ളാട്ടിൽ ഗോവിന്ദൻകുട്ടി നായർ എന്ന് പറ യുന്നു പിന്നീട് നോവൽ വിമർശത്തെ പരിപോഷിപ്പിച്ച് അവരുടെ തലപ്പത്ത് നിലയുറപ്പിച്ചിരിക്കുന്നത് താരതമ്യേന നോവലിനെ കുറിച്ച് വളരെ കുറച്ചു മാത്രം എഴുതിയിട്ടുള്ള പ്രൊഫസർ സുകു മാർ അഴീക്കോട് ആണ് എസ്. ഗുപ്തനായർ, എം. കെ. സാനു, എം. ലീലാവതി, കെ. എൻ. എഴുത്തച്ഛൻ, തോമസ് മാത്യു, എ. പി. പി നമ്പൂതിരി, ജയചന്ദ്രൻ എന്നിവരും നോവൽ വിമർശനത്തെ സമ്പന്നമാക്കിയിരിക്കുന്നു. ഇന്നത്തെ നോവൽ വിമർശകരിൽ സി. പി. ശ്രീധരനും നരേന്ദ്രപ്രസാദും എം. പി. ശങ്കുണ്ണി നായരും കെ. പി. ശങ്കരനും സ്വന്തമായ നിലയിൽ ശ്രദ്ധേയരായിട്ടുണ്ട്. മല യാള നോവൽസാഹിത്യചരിത്രം രണ്ടാം പതിപ്പിന് ഒരു അനുബ ന്ധം കൂടി കൂട്ടിച്ചേർത്തിട്ടുണ്ട്. 1978–നു ശേഷം മലയാളത്തിൽ അറിഞ്ഞ് ശ്രദ്ധേയമായ നോവലുകളെ കുറിച്ചുള്ള പഠനമാണ് അനുബന്ധമായി ചേർത്തിട്ടുള്ളത്. കേരള സാഹിത്യഅക്കാദമി യുടെ ആവശ്യപ്രകാരം കെ. എം തരകൻ തയ്യാറാക്കിയ ഈ സാ ഹിത്യ ചരിത്രത്തിൽ ഒരു നൂറ്റാണ്ട് കാലത്തെ നോവലുകളെ കുറി ച്ച് ചർച്ചചെയ്യുന്നു. കുട്ടികൾക്ക് വേണ്ടി രചിച്ച നോവലുകളെ കുറി ച്ച് ഈ സാഹിത്യ ചരിത്രത്തിൽ പരാമർശിക്കാത്തത് ഒരു പോരാ യ്മയാണ്. എങ്കിലും ലോകസാഹിത്യത്തിലെ നൂതന ചലനങ്ങളെ അന്വേഷിക്കുന്നതിലും രേഖപ്പെടുത്തുന്നതിലും മലയാള നോവൽ സാഹിത്യചരിത്രം വിജയിച്ചിട്ടുണ്ട്.

മാറുന്ന മലയാള നോവൽ– കെ. പി അപ്പൻ

മലയാള നോവലിലെ രണ്ടാം പ്രതിസന്ധി, സമയതീരങ്ങളിലെ സംഗീതം, നിരാനന്ദത്തിന്റെ ചിരി, ചരിത്രത്തിന്റെ കാരുണ്യം നിറഞ്ഞ വസ്ത്രാക്ഷേപം, മഹാപീഡനകാലത്തിന്റെ തടവറയിൽ, കോമാ ളിയുഗത്തിലെ പുരുഷ ഗോപുരങ്ങൾ, പലപ്പോഴും ശിഥില സമാ ധിയിൽ, നോവലിന്റെ കലയിലെ ഒരു വഴിമാറി നടപ്പ്, പാണ്ഡവ പുരത്തിന്റെ അസ്ഥിയും മാംസവും, ഭാവിയുടെ ഭാവിയിൽ ഇങ്ങ നെ 10 അധ്യായങ്ങളായി തിരിച്ചിരിക്കുന്നു കെപി അപ്പന്റെ മാറുന്ന മലയാള നോവൽ എന്ന നോവൽ സാഹിത്യ ചരിത്രം.

മലയാളനോവലിലെ രണ്ടാം പ്രതിസന്ധി എന്ന അധ്യായത്തിൽ തകഴി, ദേവ്, ആനന്ദ്, ഒ. വി. വിജയൻ എന്നിവരുടെ നോവലുകൾ

ചർച്ച ചെയ്യുന്നു. പാശ്ചാത്യ എഴുത്തുകാരായ ഹോരസ്, ഷേക്സ്പിയർ, കാഫ്ക എന്നിവരുടെ കൃതികളുമായി താരതമ്യം ചെയ്തുള്ള ഒരു പഠനരീതിയാണ് സ്വീകരിച്ചിരിക്കുന്നത്. രണ്ടാമത്തെ അധ്യായത്തിൽ മഞ്ഞ് എന്ന നോവലിനെ അപഗ്രഥിച്ച് മരണവും കാലവും എം. ടി. യിൽ വൈകാരികമായ അശാന്തി നിറച്ച പ്രശ്നങ്ങൾ ആയിരുന്നു എന്നും. കാലം പ്രധാനഘടകമായി തീർന്നതുകൊണ്ടാണ് മഞ്ഞിന് ഇത്രമേൽ സംഗീത സൗന്ദര്യം ഉണ്ടായത് എന്ന് കെ. പി. അപ്പൻ വിലയിരുത്തുന്നു. മൂന്നാം അധ്യായത്തിൽ നിരാനന്ദത്തിന്റെ ചിരി എന്ന് ഒ. വി. വിജയന്റെ ഖസാക്കിന്റെ ഇതിഹാസത്തെയാണ് വിശേഷിപ്പിച്ചിരിക്കുന്നത് അപരിചിത ഭാവങ്ങളുടെ തീരങ്ങൾ തേടി സഞ്ചരിക്കുന്ന ഒരു എഴുത്തുകാരനെ ഖസാക്കിന്റെ ഇതിഹാസത്തിൽ കാണാൻ സാധിക്കുമെന്ന് പറയുന്നു. ദുഃഖത്തെയും ഫലിതത്തെയും കലർത്തി ഉപയോഗിക്കുന്നത് കൊണ്ട് മാത്രം ഭിന്ന ഗതിയായ മനോഭാവങ്ങളുടെ അന്യുയങ്ങൾ സൃഷ്ടിക്കാനുള്ള വിജയന്റെ സർഗാത്മകമായ ഉന്മാദം ഖസാക്കിന്റെ ഇതിഹാസത്തെ മുൻനിർത്തി അന്വേഷിക്കുകയാണ് കെപി അപ്പൻ. ഈ നോവലിൽ ദർശനത്തിന്റെ ഭാഗം എന്ന നിലയിലും ആവിഷ്കരണ രീതി എന്ന നിലയിലും തിരോഭവിക്കാത്ത ഒരു സാന്നിധ്യമായി നിലനിൽക്കുന്നുണ്ട് എന്ന് ഖസാക്കിലെ കാലത്തെ കുറിച്ച് പറഞ്ഞു കൊണ്ട് അതിന്റെ തുടർച്ചയായി നാലാം അധ്യായത്തിൽ വിജയന്റെ ധർമ്മപുരാണം ചർച്ചയാവുന്നു. അഴുകുന്ന അധികാരത്തിന് മേൽ തിന്മ കൊണ്ട് നടത്തിയ പുണ്യസ്നാനമായ ധർമ്മപുരാണം സൗന്ദര്യ ധ്വംസനമല്ല. എന്നാൽ കപട സദാചാരത്തിന്റെയും ഭാഷയുടെയും ഉറച്ചുപോയ സൗന്ദര്യസങ്കൽപ്പങ്ങൾക്ക് നേരെയുള്ള കയ്യേറ്റമാണ്. സംഭവിച്ച ചരിത്രവസ്ഥ കലയുടെ രൂപത്തിൽ അതിന്റെ ആവിഷ്കാരം തേടുന്നത് അശ്ലീല സ്വഭാവമുള്ള ഫിക്ഷനിലൂടെ ആവാനേ തരമുള്ളൂ. സംഘഭോഗത്തിന്റെയും കൂട്ടബലാൽസംഘത്തിന്റെയും ഘനജ്വാല എടുത്തണിയാൻ കരുത്തുള്ള വിജയന്റെ കലാപ്രതിഭ അശ്ലീലത്തെ സങ്കേതമായി സ്വീകരിച്ചു കൊണ്ട് വീണ്ടും മുന്നോട്ടുപോയി കാമാസക്തമായ ദുഃസ്വാതന്ത്ര്യത്തിലൂടെ,നിരോധിച്ചതിനെ പ്രകാശിപ്പിക്കുന്നതിലൂടെ, അശ്ലീലത്തിന്റെ സരസ വചനത്തിലൂടെ, സൗന്ദര്യത്തെ കുറിച്ചുള്ള വിരുദ്ധധ്യാനത്തിലൂടെ, തന്റെ നോവലിന് വിരുദ്ധ കലയുടെയും സാഹിത്യത്തിന്റെയും സ്വഭാവ നൽകുകയാണ് ധർമ്മപുരാണം ചെയ്യുന്നതെന്ന് കെ. പി. അപ്പൻ പറയുന്നു. അഞ്ചാമത്തെ അധ്യായത്തിൽ

ആനന്ദിന്റെ ആൾക്കൂട്ടം മരണ സർട്ടിഫിക്കറ്റ് എന്നീ നോവലുകളാണ് ചർച്ച വിഷയം. ആൾക്കൂട്ടത്തിൽ ഭൗതിക യാഥാർത്ഥ്യത്തെ ആനന്ദ് രാഷ്ട്രീയ പ്രചാരകനെ പോലെയോ ഡോക്യുമെന്ററി നോവലിസ്റ്റിനെ പോലെയോ ആശിസ്സ് ചൊല്ലി സ്വീകരിക്കുന്നില്ല. ഭൗതിക യാഥാർത്ഥ്യങ്ങൾ എഴുത്തുകാരനെ നിയന്ത്രിക്കുന്നില്ല, സ്വാധീനിക്കുന്നില്ല, എഴുത്തുകാരനോട് സഹകരിക്കുക മാത്രമേ ചെയ്യുന്നുള്ളൂ. വസ്തുതകൾ അല്ലാ വസ്തുതകളുടെ നേരെയുള്ള എഴുത്തുകാരന്റെ മനോഭാവമാണ് ആൾക്കൂട്ടത്തിന് അഗാധതാളം നൽകുന്നത് എന്നും വെളിച്ചത്തിന് സാക്ഷ്യമായി തീരുന്ന ഭാഷയാണ് മരണസർട്ടിഫിക്കറ്റിൽ ആനന്ദ് ഉപയോഗിച്ചിരിക്കുന്നത് എന്ന് അധ്യായത്തിൽ പറയുന്നു. കോമാളിയുഗത്തിലെ പുരുഷഗോപുരങ്ങൾ എന്ന ആറാം അധ്യായത്തിൽ വി.കെ.എൻ നോവലിസ്റ്റ് എന്ന നിലയിൽ ഉന്നതജ്ഞാനിയായ നിരീക്ഷകനും അസുരപ്രകൃതിയും ഉള്ള കോമാളിയും ആണെന്ന് നിരീക്ഷിക്കുകയാണ് അദ്ദേഹത്തിന്റെ ആരോഹണവും പിതാമഹനും ജനറൽ ചാത്തൻസും എല്ലാം ചർച്ചാവിഷയം ആവുകയാണ്. പലപ്പോഴും ശിഥില സമാധിയിൽ എന്ന ഏഴാം അധ്യായത്തിൽ കാക്കനാടിനെ മനസ്സിലാക്കുവാനുള്ള ഒരു ശ്രമ മാണ് നടത്തുന്നത് അദ്ദേഹത്തിന്റെ സാക്ഷിയും, ഏഴാം മുദ്രയും, അജ്ഞതയുടെ താഴ്‌വരയും പഠന വിധേയമാക്കുന്നു.

നോവലിന്റ കലയിൽ ഒരു വഴിമാറി നടപ്പ്

എട്ടാം അധ്യായത്തിൽ മുകുന്ദന്റെ ഡൽഹി, ഹരിദ്വാറിൽ മണികൾ മുഴങ്ങുന്നു എന്നീ നോവലുകൾ ചർച്ചചെയ്യുന്നു. മുകുന്ദന്റെ കയ്യിൽ നോവൽ മൗനത്തിന്റെ കലയായ ചിത്രകലയെ കാംക്ഷിച്ചു കൊണ്ട് നിൽക്കുന്ന സാഹിത്യരൂപമായി മാറുന്നു എന്ന് കെപി അപ്പൻ എഴുതുന്നു.

ഡൽഹി വായിച്ച് മനസ്സിലാക്കുകയല്ല വായിച്ചു കാണുകയാണ് ചെയ്യേണ്ടത്. നോവൽ എന്ന സാഹിത്യരൂപത്തെ അത്രമേൽ സ്ഥാനപരമാക്കി കൊണ്ട് അതിന് ചിത്രകലയുമായി അടുപ്പിക്കുകയാണ് മുകുന്ദൻ ചെയ്തിരിക്കുന്നത്. പാണ്ഡവപുരത്തിന്റെ അസ്ഥിയും മാംസവും എന്ന ഒമ്പതാം അധ്യായത്തിൽ സേതുവിന്റെ പാണ്ഡവപുരം എന്ന നോവൽ ചർച്ചയാണ്. ധർമ്മപുരാണം ആരോഹണം പിതാമഹൻ അഭയാർത്ഥികൾ എന്നിവ ഭാവിയിൽ പുതിയ പാരമ്പര്യമായി തീർന്നാക്കാവുന്ന കൃതികൾ ആണെന്ന് പറയുന്നു മുൻ അധ്യായങ്ങളിൽ വിശകലനം ചെയ്ത നോവലുക

ളെ കുറിച്ചുള്ള ഒരു സംഗ്രഹമാണ് അവസാന അധ്യായത്തിൽ കൊടുത്തിരിക്കുന്നത്.

പി കെ രാജശേഖരന്റെ അന്ധനായ ദൈവം

മലയാള നോവലിന്റെ 100 വർഷങ്ങൾ

എഴുത്തും അധികാരവും എന്ന ആമുഖ കുറിപ്പോട് കൂടിയാണ് ഈ നോവൽസാഹിത്യചരിത്രം ആരംഭിക്കുന്നത്. ഈ സാഹിത്യച രിത്രത്തെ രണ്ടു ഭാഗങ്ങളായി തിരിച്ചിരിക്കുന്നു.ഒന്നാം ഭാഗത്തിൽ ഒന്നാമത്തെ അധ്യായം ഇന്ദുലേഖ രൂപവും പ്രത്യയശാസ്ത്രവും എന്നതാണ്. ഒ. ചന്തുമേനോന്റെ ഇന്ദുലേഖ എന്ന ആദ്യ നോവലി നെ കുറിച്ചുള്ള ചർച്ചയാണത്. ഒന്നാം ഭാഗത്തിലെ രണ്ടാമത്തെ അധ്യായത്തിന്റെ ശീർഷകം സി. വി.: ദൈവത്തിന്റെ അന്ധത എന്നതാണ്. അധികാരത്തിന്റെ ക്ലാസിക്കൽ ക്രമത്തിനു വിരുദ്ധമാ യ ഈ ആഖ്യാന സ്വരത്താലാണ് സിവിയുടെ നോവലുകളിൽ ശത്രുപക്ഷീയരായ കഥാപാത്രങ്ങൾക്ക് മേൽക്കോയ്മ ഉണ്ടായത് എന്നും ഭൗതികതലത്തിൽ ഈ നോവൽ ദർശനം അധികാരത്തി ന്റെ അന്ധ നീതിക്കെതിരെ കലഹിച്ചവരെ മഹത്വവൽക്കരിച്ചു കൊ ണ്ടും ആത്മീയതലത്തിൽ ദൈവത്തിന്റെ അന്ധ നീതിക്കെതിരെ യുള്ള ദുരന്ത ബോധമായും വികാസം കൊണ്ടു എന്ന് സിവിയുടെ നോവലുകളെ വിലയിരുത്തുന്നു. എഴുത്തും എഴുത്തുകാരനും എന്ന അധ്യായത്തിൽ ബഷീറിന്റെ കൃതികളെ കുറിച്ചാണ് ചർച്ച ചെയ്യുന്നത് .ബഷീറിന്റെ നോവലുകളിലും ചെറുകഥകളിലും ആവർത്തിച്ച് കടന്നുവരുന്ന രൂപകമാണ് എഴുത്തുകാരൻ വിശക്കു ന്നവനും, സമരം ചെയ്യുന്നവനും,തടവുകാരനും, ഉന്മാദിയും, പ്രണയിയും, പ്രവാസിയും വിനീത ചരിത്രകാരനുമായി എഴുത്തു കാരൻ എന്ന ആത്മരൂപം ബഷീറിന്റെ രചനയിൽ ആവർത്തിക്കു ന്നു. ദുരന്തവും ഫലിതവും സംയോജിപ്പിക്കുന്ന സൂഫിയുടെ മനോ ഭാവത്തിലൂടെ ബഷീർ ജീവിതത്തിന്റെ വിപരീത സ്വഭാവമറിയുന്ന യോഗിയായിത്തീരുന്നു. ഹതാശമായ ദുരന്ത ബോധത്തിൽ നിന്നാണ് ആ ഹാസ്യത്തിന്റെ പിറവി. വെറും തമാശയിലും ചരി ത്രയാഥാർഥ്യത്തോടുള്ള പരിഹാസമായ ആക്ഷേപഹാസ്യത്തിലും നിന്ന് വ്യത്യസ്തമായ ദുരന്ത ഫലിതമാണ് അത്. നാലാമത്തെ അധ്യായമായ യാഥാർത്ഥ്യവും ആഖ്യാനവും എന്നതിൽ യഥാ ർത്ഥ നോവൽ നിർവഹിച്ച നവീകരണങ്ങൾ തിരഞ്ഞ് തകഴി ശിവ ശങ്കരപ്പിള്ളയിൽ എത്തുന്നു തോട്ടിയുടെ മകൻ, രണ്ടിടങ്ങഴി, കയർ എന്നീ നോവലുകളെ ചർച്ചചെയ്ത് യഥാർത്ഥ നോവൽ രച

നയുടെ ഭിന്നങ്ങളായ മാർഗങ്ങളിൽ ചരിച്ച എഴുത്തുകാരനാണ് തകഴി എന്ന് വിലയിരുത്തുന്നു.

ചാക്യാരുടെ കൊലച്ചിരി എന്ന അധ്യായത്തിൽ നാം ജീവിക്കുന്ന സമൂഹത്തിന്റെ ചരിത്രത്തിലും സംസ്കാരത്തിലും ഇടപെട്ടുകൊണ്ട് പരിചിത രൂപങ്ങളെല്ലാം വക്രീകരിക്കുകയും വിപുലീകരിക്കുകയും ചെയ്തു അക്രമാസക്തമായി തീരുന്ന ഹാസ്യ ഭാവനയാണ് വി. കെ. എന്നിന്റെ നോവലുകളിൽ എന്ന് പറഞ്ഞുകൊണ്ട് അദ്ദേഹത്തിന്റെ ആരോഹണം പിതാമഹൻ ജനറൽ ചാത്തൻസ്, സിൻഡിക്കേറ്റ്, അനന്തരം, കാവി തുടങ്ങിയ നോവലുകളെ കുറിച്ച് ചർച്ച ചെയ്യുന്നു. ചാക്യാർക്കും നമ്പ്യാർക്കും കാക്കാരിശ്ശി നാടകത്തിലെ കാക്കാലനും എന്നപോലെ വിമർശിക്കാനുള്ള അധികാരം സാമുദായിക സ്ഥാനപരമായി നോവലിസ്റ്റിൽ ഇല്ല അതുകൊണ്ടുതന്നെ അയാളുടെ വിമർശനം അധികാരവത്കൃതമായ സമൂഹത്തെയും ഭാഷയെയും ഒരുപോലെ ലക്ഷ്യം വയ്ക്കുന്നു. സമകാലിക അധികാര രാഷ്ട്രീയത്തിന്റെ കൂത്തരങ്ങിൽ നിന്നുകൊണ്ട് വികെഎൻ നിർവഹിക്കുന്നത് അതാണ്. വർത്തമാനകാലത്തിന്റെ ഈ അരങ്ങിൽ ചാക്യാരുടേത് കൊലച്ചിരിയായി തീരുന്നു.

ഖസാക്ക്: കാലാന്തര അനുഭവം എന്ന അധ്യായത്തിൽ ഖസാക്കിന്റെ ഇതിഹാസം ചർച്ച ചെയ്യപ്പെടുന്നു. അറിവിനെ കുറിച്ചുള്ള ആത്മീയ സന്ദേശങ്ങളും മരണവും പാപവും യുദ്ധവും പ്രകൃതിയുടെ വിനാശവിധിയും ചേർന്ന് ദുഃഖകരമായ രോഗാവസ്ഥയിൽ നിന്നും സന്ദേഹിയായ പുത്രൻ പിതാവിലേക്ക് തിരിച്ചു പോകുന്നതായി നാം കാണുന്നു. ആ ജനിതക ചക്രത്തിന്റെ പൂർത്തീകരണമാണ് ഖസാക്കിന്റെ ഇതിഹാസത്തിൽ നിന്നും പ്രവാചകന്റെ വഴിവരെയെത്തുമ്പോൾ സംഭവിക്കുന്നത്. അധികാരത്തിന്റെ സ്ഥൂലവും സൂക്ഷ്മവും വ്യത്യസ്തമായ അധികാരബന്ധങ്ങളാണ് സാമൂഹിക ജീവിതത്തിന്റെ സ്വഭാവം എന്നും അധികാരം ജനങ്ങളെ പീഡിപ്പിക്കുന്നതിന്റെ ചരിത്രമാണ് മനുഷ്യചരിത്രം എന്നുമുള്ള അടിസ്ഥാന വീക്ഷണം ആനന്ദിന്റെ നോവലുകളെ അടിസ്ഥാനമാക്കി ചർച്ച ചെയ്യുകയാണ്.

ഭാവനാ ഭൂപടങ്ങൾ

ദേശം, അതിർത്തി, ഭൂഭാഗം സ്വത്വം തുടങ്ങി നിരവധി സംവർഗ്ഗങ്ങളുമായി ബന്ധപെട്ടു നിൽക്കുന്നതാണ് നോവലിലെ സ്ഥലബോധം എന്നും ആഖ്യാന രീതി, ഭാഷ, ഭാഷണഭേദങ്ങൾ, ദേശീയത, സ്വത്വം തുടങ്ങിയ വിത്യസ്ത മണ്ഡലങ്ങളുമായി സാഹിത്യ

ത്തിലെ സ്ഥല ഭാവനയ്ക്ക് ബന്ധമുണ്ട് എന്ന് ചന്തുമേനോന്റെ ഇന്ദുലേഖ, സിവിയുടെ ധർമ്മരാജ രാമരാജ ബഹദൂർ, എന്നിവയും തകഴിയും കുട്ടനാടും തമ്മിലുള്ള ബന്ധം ബഷീറിന്റെ കൃതികൾ, എസ്. കെ പൊറ്റക്കാട്, എം. ടി. കോവിലൻ, വിജയൻ, ആനന്ദ്, എം. മുകുന്ദൻ, ടി. വി. കൊച്ചു വാവ, കെ. ജെ. ബേബി എന്നിവരുടെ നോവലുകളും ചർച്ചക്കെടുക്കുന്നു. ഓർമ്മയും കാലവും, കാലത്തിന്റെ പുതിയ പ്രവാഹങ്ങൾ എന്ന ഭാഗത്ത് നോവലിൽ കാലത്തെ ആനയിക്കുന്ന ഘടകമായി ഓർമ്മയെ കാണുന്നു. തകഴിയുടെ കയർ, മുകുന്ദന്റെ ആദിത്യനും രാധയും, ഒ. വി. വിജയന്റെ മധുരം ഗായതി, ആനന്ദിന്റെ ഗോവർദ്ധന്റെ യാത്രകൾ. വ്യാസനും വിഘ്നേശ്വരനും ആൾക്കൂട്ടം, എൻ. പ്രഭാകരന്റെ ബഹുവചനം, തീയ്യൂർ രേഖകൾ എന്നിവ ചർച്ച ചെയ്യുന്നു

സ്ത്രീയുടെ അനുഭവലോകത്തിൽ

മാധവിക്കുട്ടി, ആനിതയ്യിൽ, പി. ആർ ശ്യാമള, കെ ബി ശ്രീദേവി, എം. ഡി. രത്നമ്മ, നളിനി ബേക്കൽ, സാറ തോമസ്, സുധക്കുട്ടി, ബി. എം. സുഹ്റ, മല്ലിക യൂനിസ്, ചന്ദ്രക്കല എസ്. കമ്മത്ത്, പി. വത്സല എന്നിവരുടെ കൃതികൾ ആണ് പഠന വിഷയം. നോവലിൽ ബലിബോധം പ്രകാശനം തേടുന്നതിന്റെ ഭിന്നവഴികളാണ് ബലിയും സാഹിത്യഭാവനയും എന്ന അധ്യായത്തിൽ, അധികാരവും ബലിയും തമ്മിലുള്ള ബന്ധം സി.വി. യിലും തകഴിയിലും ബഷീറിനും വിജയനിലും ആനന്ദിലും വ്യത്യസ്തമായ ആഖ്യാനങ്ങൾ തേടുന്നതായിട്ട് പറയുന്നു. ആധുനികരായ നോവലിസ്റ്റുകളിൽ ബലിബോധ്യത്തിന്റെ അംശം പ്രത്യക്ഷപ്പെടുന്നത് അധികാരം മരണം രതി രോഗം അസ്ഥിത്വ പ്രശ്നങ്ങൾ തുടങ്ങിയവയുമായി ബന്ധപ്പെട്ട് ആണെന്നും കാക്കനാടിന്റെ നോവലുകൾ എല്ലായ്പ്പോഴും ഒരു ബലിവേദിയുടെ അന്തരീക്ഷം നിലനിർത്തുന്നതെന്നും പറയുന്നു. അജ്ഞതയുടെ താഴ്വര, വസൂരി, ഏഴാം മുദ്ര, ഉഷ്ണമേഖല തുടങ്ങിയ കൃതികളിൽ എല്ലാം കൃതികളുമായി ബന്ധപ്പെട്ട് ബലിയുടെ ഇരുണ്ട അന്തരീക്ഷംതെളിഞ്ഞ് നിൽക്കുന്നു. മുകുന്ദന്റെ മയ്യഴിപ്പുഴയുടെ തീരങ്ങളിൽ ആനന്ദിന്റെ ഗോവർദ്ധനന്റെ യാത്രകളിൽ സക്കറിയയുടെ ഭാസ്കര പട്ടേലും എന്റെ ജീവിതവും ജോർജ് ഓണക്കൂറിന്റെ കാമന പെരുമ്പടവം ശ്രീധരന്റെ ഒരു സങ്കീർത്തനം പോലെഈ നോവലുകളിൽ എല്ലാം ബലി പ്രരൂപങ്ങൾ തീവ്രമായികടന്നുവരുന്നു. ഉത്തരാധുനികത വസന്തമോ വറുതിയോ എന്ന അവസാനത്തെ അധ്യായത്തിൽ. ആധുനി

കതയുടെ എഴുത്തുരീതിയിലും ലോകവീക്ഷണ മാതൃകയിൽ നിന്ന് വേറിട്ടു കൊണ്ട് അതിനെ പൊളിച്ചെഴുതുന്ന കൃതികളും പുതിയ ലോകക്രമത്തിന്റെ വിപണിയ മുഖത്തെ പ്രതിരോധിക്കുന്ന കൃതികളും സ്ത്രീവാദ പ്രശ്നങ്ങളോട് പ്രതികരിക്കുന്ന കൃതികളും, മാധ്യമ സംസ്കാരത്തെയും അധികാരത്തിന്റെ പൊതുരൂപങ്ങളെയും ചൂഷണവും ദാരിദ്ര്യവും മൂല്യ തകർച്ചയും നിറഞ്ഞ സാമൂഹിക അവസ്ഥയെയും നേരിടുന്ന കൃതികളും ഉത്തരാധുനിക ഭാവുകത്വത്തിന്റെ ഭാഗമാണ് അവയിൽ പ്രാധിനിത്യ സ്വഭാവമുള്ള ചില രചനകളെ വിലയിരുത്താനാണ് ഇവിടെ ശ്രമിക്കുന്നത്.

ഗ്രന്ഥസൂചി

1. തരകൻ കെ. എം., മലയാള നോവൽസാഹിത്യചരിത്രം. കേരളശാസ്ത്രസാഹിത്യപരീക്ഷിത്ത്.

2. അപ്പൻ, കെ. പി (1997) മാറുന്ന മലയാള നോവൽ. കൊല്ലം, ഇംപ്രിന്റ് ബുക്സ്.

3 രാജശേഖരൻ പി. കെ (1999), അന്ധനായ ദൈവം മലയാള നോവലിന്റെ 100 വർഷങ്ങൾ. ഡി. സി. ബുക്സ് കോട്ടയം.

രാഷ്ട്രീയം

വ്യക്തിമഹത്വവത്ക്കരണവും നിരാകരണവും

ഡോ. പ്രിൻസ്മോൻ ജോസ്

അഭിരുചികളും താല്പര്യങ്ങളും നയിക്കുന്ന വഴികളിലൂടെ സഞ്ചരിക്കുവാനും, പ്രവർത്തിക്കുവാനും, മനസിനെ വ്യാപരിപ്പിക്കുവാനും താല്പര്യപ്പെടുന്നവനാണ് മനുഷ്യൻ. സാഹിത്യസപര്യയിൽ ഏർപ്പെടുമ്പോഴും, ഇതര മേഖലകളിൽ കർമ്മനിരതരായിരിക്കുമ്പോഴും ഉചിതമായവയുടെ തെരഞ്ഞെടുപ്പ് സാമാന്യമായി നടത്താറുണ്ട്. ഇഷ്ടമുള്ളത് പ്രവർത്തിക്കാനും, ഇഷ്ടമുള്ള നിലപാടുകളോട് ചേർന്നുനില്ക്കാനും, ഒപ്പം ശ്രദ്ധിക്കുന്നു. നിഷ്പക്ഷത അസാധ്യമാണെന്ന മാരാരുടെ നിരൂപകനിലപാടുകളെ നിരൂപണത്തിൽ മാത്രമല്ല ചരിത്രത്തോടും ചേർത്തുവയ്ക്കാവുന്നതാണ്. ചരിത്രം ആരുടെയൊക്കെയോ പക്ഷം ചേരാതെ ഒരിക്കലും എഴുതപ്പെട്ടിട്ടില്ല. അത് അധികാരത്തോടായിരിക്കാം, സവർണനോടായിരിക്കാം. ലിംഗപദവികളോടായിരിക്കാം.ഏതിനോടെങ്കിലും കക്ഷി ചേർന്നായിരിക്കും അത് നിലനിൽക്കുക.സൂക്ഷ്മവായനയിൽ എല്ലാ ആഖ്യാനങ്ങളിലും ഒരു പക്ഷം ഒളിഞ്ഞിരുപ്പുണ്ടായിരിക്കും. ആഖ്യാതാവ് തെരഞ്ഞെടുത്ത സംഭവങ്ങളുടെയും, ശരികളുടെയും ഒപ്പം പാവനമാക്കപ്പെടേണ്ടതും പ്രതിഷ്ഠിക്കപ്പെടേണ്ടവയുടേയും സംസ്ഥാപനവുമാണ് ചരിത്രം ലക്ഷ്യം വയ്ക്കുന്നത്. രാജ്യങ്ങൾ, വ്യക്തികൾ, സാഹിത്യം, സംഘടനകൾ എന്നിവയിൽ ഏതിന്റെയാണെങ്കിലും ചരിത്രമെഴുതുമ്പോൾ ഈ പന്ഥാവിലൂടെ തന്നെയാണ് അവയുടെ സഞ്ചാരം. മലയാളസാഹിത്യചരിത്രനിർമ്മിതിയിലും ഈ പക്ഷം ചേരലിന്റെയും, വ്യക്തി മാഹാത്മ്യസംസ്ഥാപനത്തിന്റെയും തലങ്ങളുണ്ട്. അവയുടെ അന്വേഷണമാണ് ഈ പ്രബന്ധത്തിന്റെ കാതൽ.

ചരിത്രത്തിന്റെ സമഗ്രത, നിഷ്പക്ഷത എന്നിവ ആദർശാത്മകമായി പറയുന്ന ഭംഗിവാക്കാണെന്ന ബോധ്യം സമകാലികചരിത്രകാരൻമാർക്കുണ്ട്. മറവി എന്ന കാരണം, അധീശശക്തികളുടെ തമസ്ക്കരിക്കലിനെ കുടപിടിക്കുന്ന വാക്കാണ്. ഒരു കാലത്ത് ചരിത്ര

ഗ്രന്ഥങ്ങളിൽ നിന്ന് പടിയിറക്കപ്പെട്ടവർ അവരുടെ സ്വത്വം വീണ്ടെടുക്കുകയും സ്വയം അടയാളപ്പെടുത്തുകയും ചെയ്യുന്ന വർത്തമാന കാലം. ഒപ്പം വ്യക്തിമഹത്വവത്ക്കരണത്തിന്റെ പക്ഷപാതപരമായ സമീപനങ്ങളെയും ചരിത്രാപഗ്രഥനത്തിലൂടെ ഗവേഷകർ തിരിച്ചറിഞ്ഞിരിക്കുന്നു. ഈ തിരിച്ചറിവുകളെ സാഹിതീയമായും, സാമൂഹികമായും പ്രശ്നവത്ക്കരിക്കുമ്പോഴാണ് ചരിത്രം വീണ്ടും നവമായി പുനർജ്ജനിക്കുന്നത്.

പി. ഗോവിന്ദപ്പിള്ളയുടെ മലയാളഭാഷാചരിത്രം മുതൽ ആരംഭിക്കുന്ന മലയാളസാഹിത്യചരിത്രങ്ങളുടെ ചരിത്രം കാലാനുസാരിയായി അനാവൃതമാക്കപ്പെട്ട ചരിത്രവിവരണങ്ങൾക്കൊണ്ട് സമ്പന്നമാണ്. സാഹിത്യനായകൻമാരെ ചരിത്രത്തിന്റെ ഏടുകളിലേക്ക് പ്രത്യാനയിക്കുമ്പോൾ ചില അവസരങ്ങളിൽ ചരിത്രകാരൻ സ്വയം രൂപപ്പെടുത്തിയ മാനദണ്ഡങ്ങൾക്കനുസൃതം സാഹിത്യകാരൻമാർക്ക് വലുപ്പ-ചെറുപ്പം നിശ്ചയിക്കുകയാണുണ്ടായത്. എല്ലാ കൃതികളും സൂക്ഷ്മമായി വായിച്ച് വിലയിരുത്തൽ അപ്രാപ്യമായതിനാലും, ചരിത്രമെഴുത്ത് പൂർത്തിയാക്കേണ്ടതിനാലും പൂർവ്വസൂരികളുടെ അഭിപ്രായങ്ങളെ മാനിച്ചോ, പരിചയത്തിന്റെ തോതനുസരിച്ചോ, സാഹിത്യത്തിലെ ഗുരുസ്ഥാനീയതലങ്ങളെ അവലംബമാക്കിയോ മഹാസാഹിത്യകാരൻ,സാമാന്യസാഹിത്യകാരൻ, എന്ന വിഭജനത്തിലേക്ക് ചിലഘട്ടത്തിലെങ്കിലും സാഹിത്യചരിത്രകാരൻ എത്തിച്ചേരുന്നു. മറ്റൊരു കാരണം പരിശോധിച്ചാൽ ശ്രമകരമായ സാഹിത്യചരിത്രരചനയ്ക്കിടയിൽ സൂക്ഷ്മാവലോകനത്തിനും വിലയിരുത്തലിനും വേണ്ടവിധം സാധിക്കാത്തതും ഒരു പ്രശ്നമായിരുന്നിരിക്കാം. ഉദാഹരണമായി ഉള്ളൂരിന്റെ സാഹിത്യരചനയെപ്പറ്റി ഇപ്രകാരം രേഖപ്പെടുത്തിക്കാണുന്നു. ഒരു ജീവിതകാലം മുഴുവൻ ചെയ്തിരിക്കുന്ന പരിശ്രമത്തിന്റെ ഫലമാണ് കേരളസാഹിത്യചരിത്രം. അതെഴുതുന്നതിന് ഏകദേശം നാല്പത്കൊല്ലം മുമ്പ് അതിന്റെ പണിതുടങ്ങി. ഈ ശ്രമകരമായ സാഹിത്യചരിത്രരചനയ്ക്കിടെ അശ്രദ്ധകൊണ്ടും, ചിലപ്പോൾ സമൂഹത്തിന്റെ അന്തർധാര ചരിത്രകാരനിൽ രൂപപ്പെടുത്തിയ മനോഭാവങ്ങൾ കൊണ്ടും, ജാതീയവും, ലിംഗപരമായ സ്വവീക്ഷണങ്ങൾക്കൊണ്ടും ചരിത്രനിരാകരണവും, വ്യക്തിമഹത്വവത്ക്കരണം പോലുള്ള തെറ്റുകൾ സംഭവിച്ചിട്ടുണ്ട്. അവയുടെ ചില മാതൃകകൾ ചൂണ്ടിക്കാണിക്കുന്നു.

കൊല്ലവർഷം 1086-ൽ വൈക്കം സൻമാർഗപോഷിണി സഭയുടെ ആഭിമുഖ്യത്തിൽ കൂടിയ ഒടുവിലത്തെ ഭാഷാപോഷിണി യോഗ

ത്തിൽ അധ്യക്ഷം വഹിച്ച കേരളവർമ്മ വലിയകോയിത്തമ്പുരാൻ മലയാള ഭാഷയുടെ ശരിയായ ചരിത്രമെഴുതാൻ ഉള്ളൂരിനോട് അഭ്യർത്ഥിക്കുകയുണ്ടായി. കേരളവർമ്മ നിരന്തരം നൽകിയ പ്രോത്സാഹനങ്ങളും, സഹായങ്ങളും സാഹിത്യചരിത്രരചനയ്ക്ക് ഏറെ സഹായിച്ചിട്ടുണ്ട് എന്ന് ഉള്ളൂർ പല സന്ദർഭത്തിലും സൂചിപ്പിച്ചിട്ടുണ്ട്. അതുപോലെ പ്രാസവാദം കൊടുമ്പിരികൊണ്ടുനില്ക്കുന്ന സമയത്ത് കേരളവർമ്മ വലിയകോയിത്തമ്പുരാന്റെ പക്ഷത്തായിരുന്നു ഉള്ളൂർ നിലയുറപ്പിച്ചിരുന്നത്. പ്രാസനിഷ്ഠയുടെ പ്രാധാന്യം ബോധ്യപ്പെടുത്താനായി ഉമാകേരളം എന്ന കാവ്യംകൂടി അദ്ദേഹം രചിക്കുകയുണ്ടായി. ഈ സുദൃഢബന്ധംമൂലം കേരള സാഹിത്യചരിത്രത്തിൽ ഏറെ പ്രാധാന്യത്തോടുകൂടിയാണ് കേരളവർമ്മയെ ഉൾപ്പെടുത്തിയിരിക്കുന്നതെന്നും ഇത് പക്ഷപാതപരമാണെന്നും പല നിരൂപകരും നിരീക്ഷിക്കുന്നുണ്ട്. മയൂരസന്ദേശത്തെ വിലയിരുത്തിക്കൊണ്ട് ഇതിവൃത്തത്തെ സംബന്ധിച്ചിടത്തോളം കാളിദാസകൃതി കേരളവർമ കൃതിക്കു പുറകിൽ നിന്നേ മതിയാകൂ എന്നും സമർഥിച്ചു കാണുന്നു. ആരാധനയേറി കാളിദാസന്റെ മേലെ കേരളവർമയെ പ്രതിഷ്ഠിക്കാനായിവരെ ഒരുവേള ഉള്ളൂർ തുനിയുന്നു. ഈ ശ്രമം വ്യക്തിമഹത്വവാദത്തിന് പറ്റിയ ഉത്തമ ഉദാഹരണമായി പരിഗണിക്കാവുന്നതാണ്. കേരളവർമ്മ വലിയകോയിതമ്പുരാന്റെ മണിപ്രവാള ശാകുന്തളത്തെ മലയാളത്തിലെ ആദ്യ നാടകമായി പ്രതിഷ്ഠിക്കുന്ന ഉള്ളൂരിന്റെ ശ്രമവും ഇതിനോട് ചേർത്തുവായിക്കാവുന്നതാണ്.

ആധുനികകവിത്രയകവികളിൽ കുമാരനാശാന് ഏറെ പ്രാധാന്യം കൊടുത്തു വിവരിക്കുന്നതിൽ താല്പര്യക്കാരനാണ് സാഹിത്യചരിത്രകാരൻ ഉള്ളൂർ. കുമാരനാശാനെപറ്റി വിവരിക്കാൻ 25 ലധികം പേജുകളാണ് ഇദ്ദേഹം മാറ്റിവച്ചിരിക്കുന്നത്. എന്നാൽ അതേകാലഘട്ടത്തിൽ ജീവിച്ചിരുന്ന കവിശ്രേഷ്ഠനായ വള്ളത്തോൾ നാരായണമേനോനെ സാഹിത്യചരിത്രത്തിൽ ഉൾപ്പെടുത്താൻപോലും ഉള്ളൂർ തയാറായില്ല. ഇത് വ്യക്തിപരമായ വിവേചനമായി ചില വിമർശകർ നിരീക്ഷിക്കുന്നുണ്ട്. എന്നാൽ ഈ കാലഘട്ടത്തിൽ അപ്രധാനനായ വള്ളത്തോൾ. കെ. ഗോപാലമേനോനെക്കുറിച്ച് ഏറെ പ്രാധാന്യത്തോടെ വിവരിക്കുന്നതിനും ശ്രദ്ധിച്ചിട്ടുണ്ട്. വള്ളത്തോൾ നാരായണമേനോനെക്കൂടാതെ ജി.ശങ്കരക്കുറുപ്പിനെക്കുറിച്ചും ഉള്ളൂരിന്റെ സാഹിത്യചരിത്രത്തിൽ പരാമർശമില്ല. എന്നാൽ പരുത്തിക്കാട്ട് ഗോപാലപിള്ള, പന്നിശ്ശേരി നാണുപിള്ള എന്നിവർ

സ്വീകരിക്കപ്പെടുകയും ചെയ്തിരിക്കുന്നു. കൂടാതെ കേരളവർമ്മ വലിയകോയിത്തമ്പുരാൻ, തുഞ്ചത്തെഴുത്തച്ഛൻ, കുഞ്ചൻനമ്പ്യാർ, കേരളവർമ വലിയകോയിത്തമ്പുരാൻ, കേസരി എ. ബാലകൃഷ്ണ പിള്ള, സ്വാതിതിരുനാൾ എന്നിങ്ങനെ ഒട്ടനവധി സാഹിത്യനായ കൻമാരെ അധ്യായശീർഷകമായും, ഉപശീർഷകമായും ചേർത്ത് വിവരിക്കാനും ശ്രദ്ധിച്ചിട്ടുണ്ട്. അതുപോലെതന്നെ സവർണസമുദായാഗംങ്ങളായ പ്രത്യേകിച്ച് നമ്പൂതിരി-നായർ വിഭാഗങ്ങളിലുൾപ്പെട്ട കവികളാണ് ബഹുഭൂരിപക്ഷവും സാഹിത്യചരിത്രത്തിൽ കാണപ്പെടുന്നത്. ക്രിസ്ത്യൻ-മുസ്ലീം വിഭാഗത്തിൽ പെട്ടവരുടെ എണ്ണം തുലോം പരിമിതവുമാണ്. ഒപ്പം സ്ത്രീ പ്രതിനിധാനങ്ങളായ സാഹിത്യകാരികളും വിരലിലെണ്ണാവുന്നവിധം തമസ്ക്കരിക്കപ്പെട്ടിരിക്കുന്നു. ദളിത് വിഭാഗങ്ങൾക്ക് സാഹിത്യമണ്ഡലത്തിൽ സ്ഥാനമേ നല്കിക്കാണുന്നില്ല. ഇത് തികച്ചും നിഷേധാത്മകമാണ്.

താല്പര്യമുള്ളവരെ അനർഹമായ സ്ഥാനത്ത് പ്രതിഷ്ഠിക്കുകയും, അനഭിമതരായവരെ അവഗണിക്കുകയും, ചരിത്രത്തിൽനിന്നു തന്നെ പുറത്തുനിർത്തുകയും ചെയ്യുന്ന പ്രവണത സാഹിത്യചരിത്രനിർമിതിയിലുണ്ട്. തത്വചിന്തയും, ജീവിതവും സമന്വയിപ്പിച്ച് കാവ്യരചന നടത്തിയ ശ്രീനാരായണഗുരുവിനെ പി. ഗോവിന്ദപ്പിള്ള മലയാളഭാഷാചരിത്രത്തിൽ ഉൾപ്പെടുത്തിയിട്ടില്ല. കൂടാതെ ഷേക്സ്പിയറുടെ Comdey of Errors ആൾമാറാട്ടം എന്ന പേരിൽ തർജ്ജമ ചെയ്ത കല്ലൂർ ഉമ്മൻ ഫീലിപ്പോസിന്റെ നാടകത്തെ നോവൽ എന്നും പരാമർശിച്ചു കാണുന്നു. എഴുത്തച്ഛന്റെ സമകാലികനായി അറിയപ്പെടുന്ന കോഴിക്കോട് ഖാസി മുഹമ്മദ്, അദ്ദേഹത്തിന്റെ പ്രസിദ്ധകൃതിയായ മൊഹിയുദ്ദീൻമാല, ഇതര കൃതികൾ എന്നിവയെപ്പറ്റി പി.ഗോവിന്ദപ്പിള്ള, ഉള്ളൂർ, ചുമ്മാർ എന്നിവരാരും പരാമർശിച്ചിട്ടില്ല എന്നതും ഖേദകരമാണ്.ഡോ.സുകുമാർ അഴീക്കോടിന്റെ മലയാളസാഹിത്യവിമർശനത്തിലേക്കെത്തുമ്പോൾ 1800 മുതൽ 1960 വരെയുള്ള കാലഘട്ടത്തിൽ ഒരൊറ്റ സാഹിത്യവിമർശകയേപ്പോലും അംഗീകരിക്കാനോ സാഹിത്യചരിത്രത്തിൽ ഉൾപ്പെടുത്താനോ അദ്ദേഹം തയ്യാറായില്ല. വിമർശനവും ഗഹനപഠനങ്ങളുമെല്ലാം പുരുഷന്റെ മാത്രം കുത്തകയാണെന്ന ലേഖകന്റെ മനോഭാവമായിരിക്കാം ഇതിന് കാരണം. കെ. എം. കുഞ്ഞിലക്ഷ്മി കെട്ടിലമ്മ, ആറന്മുള കാർത്തികതിരുനാൾ തമ്പുരാട്ടി, ബി.ഭഗീരഥിയമ്മ, ലളിതാംബിക അന്തർജ്ജനം എന്നിവരെല്ലാം സാഹിത്യവി

മർശകരായി രംഗത്തുണ്ടായിരുന്നപ്പോഴും അവരെ അവഗണിച്ചത് അനുചിതമായി നിരീക്ഷിക്കാവുന്നതാണ്. പ്രാചീനസംഘസാഹിത്യത്തിന്റെ കാലഘട്ടങ്ങളിലൂടെ കടന്നുപോകുമ്പോൾ സ്ത്രീയ്ക്ക് ഉന്നതമായ പദവിയും സാഹിത്യരചനാരംഗത്ത് കൃത്യമായ ഇടവും ഉണ്ടായിരുന്നു. പ്രണയത്തെക്കുറിച്ചും വീരത്തെക്കുറിച്ചും ഇവർ കാവ്യങ്ങൾ രചിച്ചിരുന്നു. എന്നാൽ മലയാളത്തിലെ ആദ്യകാലസാഹിത്യകാരൻമാരെക്കുറിച്ച് സാഹിത്യചരിത്രകാരൻമാർ വിവരിക്കുമ്പോൾ അവിടെ പുരുഷപ്രതിനിധാനങ്ങളായ ചീരാമൻ, എഴുത്തച്ഛൻ, ചെറുശ്ശേരി, കുഞ്ചൻനമ്പ്യാർ പോലുള്ള പുരുഷനാമങ്ങളെ ഉയർന്നു കാണുന്നുള്ളു. ഇക്കാലത്തുണ്ടായിരുന്ന സ്ത്രീനാമങ്ങളെ തമസ്ക്കരിച്ചതായിരിക്കാം ഇതിന് കാരണം. ഉള്ളൂരിന്റെ സാഹിത്യചരിത്രത്തിലേക്ക് എത്തുമ്പോൾ സംസ്കൃതശ്ലോകങ്ങൾ രചിച്ച മനോരമതമ്പുരാട്ടിയെക്കുറിച്ച് പരാമർശമുണ്ട്. ചില ശ്ലോകങ്ങളുടെ പേരിൽ മാത്രമാണ് ഇവർ സാഹിത്യചരിത്രത്തിൽ അടയാളപ്പെടുത്തപ്പെട്ടത്. ഇവർ എഴുതിയ കാവ്യങ്ങളെ മനഃപൂർവ്വം അവഗണിച്ചതാണോ എന്നും സംശയിക്കേണ്ടിയിരിക്കുന്നു. സാഹിത്യചരിത്രം പ്രസ്ഥാനങ്ങളിലൂടെ എന്ന കൃതിയിൽ ആധുനികതയുടെ പ്രാരംഭകനെന്ന നിലയിൽ അയ്യപ്പപണിക്കരെ വീരനായകനാക്കി പ്രതിഷ്ഠിക്കുന്ന സമീപനരീതി കാണുന്നുണ്ട്. ഇതിനെ ആധുനികതയുടെ ജീർണമുഖം എന്ന കൃതിയിൽ തായാട്ട് ശങ്കരൻ കൃത്യമായി വിമർശിക്കുന്നുമുണ്ട്. കൂടാതെ പഴവിള രമേശൻ എന്ന കവിയുടെ കവിതകളെ വിലയിരുത്തി ആക്ഷേപഹാസ്യം, സിനിസിസം, ഐറണി, ഗദ്യഭാഷ എന്നിങ്ങനെ ആധുനികകവിതകളുടെ സവിശേഷതകൾ ഇദ്ദേഹത്തിന്റെ കവിതകൾക്കുണ്ട് എന്ന് ലേഖകൻ നിരീക്ഷിക്കുന്നുണ്ട്.എന്നാൽ നവീനതയുടെ തട്ടകത്തിലേക്ക് കടന്നുകയറാൻ ഇദ്ദേഹത്തിന് കഴിയുകയില്ലെന്ന് തുടർന്നദ്ദേഹം നിലപാടെടുക്കുന്നു.ഇതിന്റെ യുക്തിയെന്താണെന്ന് പറയാനും അദ്ദേഹം തയാറാകുന്നില്ല. അയ്യപ്പപണിക്കർക്ക് ആധുനികതയുടെ പ്രാരംഭകനെന്ന പദവി നല്കാനായി പഴവിള രമേശനെ അപ്രധാനനാക്കിയതാണോ എന്നും സംശയിക്കേണ്ടിയിരിക്കുന്നു.

കാണുന്നീലൊരക്ഷരവും
എന്റെ വംശത്തെപ്പറ്റി

എന്ന് പൊയ്കയിൽ അപ്പച്ചൻ എഴുതുന്നതും വിമർശിക്കുന്നതും ചരിത്രം നിരാകരിച്ച തന്റെ വംശത്തിനുവേണ്ടിയാണ്. മലയാളസാഹിത്യത്തിന്റെ പ്രാരംഭചരിത്രത്തിൽ നിന്ന് ദളിതരും അവരുടെ

സാഹിത്യസൃഷ്ടികളും പടിയിറക്കപ്പെട്ടതിന്റെ വേദനയാണ് അദ്ദേഹം പങ്കുവയ്ക്കുന്നത്.

പി.ഗോവിന്ദപ്പിള്ളയുടെ മലയാളഭാഷാചരിത്രത്തിൽ സവർണ മേലാളൻമാരുടെ കൃതികൾ മാത്രമാണ് ഉൾപ്പെടുത്തിയിരിക്കുന്നത്. സവർണേതരായ ദളിത് വിഭാഗങ്ങളുടെ ഒരു തോറ്റംപാട്ടിനെക്കുറിച്ച് പരാമർശിക്കേണ്ടിവന്നപ്പോൾ അത് അനക്ഷര സമൂഹങ്ങളെക്കൊണ്ട് ഉണ്ടാക്കീട്ടുള്ളതും അറിവില്ലാത്ത ഈ ദിക്കുകളിലുള്ള അംഗനമാരെ ആകർഷിക്കുന്നതിനുള്ള ഒരു വലയുമായിട്ടാണ് കാണപ്പെടുന്നത് എന്ന് തികച്ചും ഇകഴ്ത്തി പറയുവാനാണ് മുതിരുന്നത്. ഇപ്രകാരം സൂക്ഷ്മമായി നിരീക്ഷിച്ചാൽ നിരാകരണത്തിന്റെയും വ്യക്തിമഹത്വവത്ക്കരണത്തിന്റെയും നിരവധി മാതൃകകൾ സാഹിത്യചരിത്രങ്ങളിൽ കാണാം.

ΟΟ

ഭാഷാപിതാവ് എന്ന സങ്കല്പവും സാഹിത്യചരിത്രങ്ങളും

ഡോ. സോണിയ ജോസ്

ആധുനിക മലയാളഭാഷയുടെ പിതാവ് എന്നറിയപ്പെടുന്ന ഭാഷാകവിയാണ് തുഞ്ചത്ത് രാമാനുജൻ എഴുത്തച്ഛൻ. പതിനഞ്ചാം നൂറ്റാണ്ടിനും പതിനാറാം നൂറ്റാണ്ടിനും ഇടയിലായി ജീവിച്ചിരുന്നുവെന്നു കരുതപ്പെടുന്ന എഴുത്തച്ഛന്റെ ജീവചരിത്രം ഐതിഹ്യങ്ങളാലും അർദ്ധസത്യങ്ങളാലും മൂടപ്പെട്ടു കിടക്കുകയാണ്. അബ്രാഹ്മണനായിട്ടും വേദപഠനവും സംസ്കൃതപഠനവും സ്വായത്തമാക്കിയ രാമാനുജൻ എഴുത്തച്ഛൻ നാനാദിക്കുകളിലൂടെയുള്ള ദേശാടനത്തിനു ശേഷം തൃക്കണ്ടിയൂരിൽ താമസമാക്കി എന്നു കരുതപ്പെടുന്നു. എഴുത്തച്ഛൻ എന്നുള്ളത് ഒരു ജാതിപ്പേരല്ലെന്നും സ്ഥാനപ്പേരാണെന്നും രാമാനുജൻ എഴുത്തച്ഛനു ശേഷം പിൻതലമുറയിൽ പെട്ടവർ ഈ നാമം ജാതിപ്പേരായി ഉപയോഗിക്കുകയാണുണ്ടായതെന്നും കരുതപ്പെടുന്നു.

എഴുത്തച്ഛനു മുമ്പും തെളിമലയാളത്തിൽ ചെറുശ്ശേരി പോലുള്ളവരുടെ കാവ്യങ്ങൾ കേരളദേശത്ത് പ്രശസ്തമായിരുന്നു. എങ്കിലും രാമാനുജൻ എഴുത്തച്ഛനെ മലയാളഭാഷയുടെ പിതാവായും മലയാളത്തിന്റെ സാംസ്ക്കാരിക ചിഹ്നമായും കരുതിപ്പോരുന്നു. ഭാഷാകവിതയിൽ നവോത്ഥാനമുണ്ടാക്കി, കേരളത്തിൽ ഭക്തിയുടെ ഭദ്രദീപം കൊളുത്തി, ലോകോത്തരതത്ത്വങ്ങളും സന്മാർഗ്ഗപാഠങ്ങളും ഉപദേശിച്ചു. ആദ്ധ്യാത്മിക തത്ത്വപ്രബോധനംകൊണ്ട് കവിതയ്ക്ക് കരുത്തുണ്ടാക്കി മുപ്പത് അക്ഷരമുള്ള വട്ടെഴുത്തിനു പകരം അൻപത്തിയൊന്ന് അക്ഷരമുള്ള മലയാളം ലിപി പ്രയോഗത്തിൽ കൊണ്ടുവന്ന് മലയാളഭാഷയ്ക്ക് പദസമ്പത്ത് വർദ്ധിപ്പിച്ചു. സംസ്കൃതം പഠിക്കാത്തവർക്കും ഉത്തമകവിതയാസ്വദിക്കാൻ അവസരമുണ്ടാക്കി ഇങ്ങനെ പലതും എഴുത്തച്ഛന്റെ മഹത്വത്തിനു കാരണങ്ങളായി പറയാനുണ്ട്. തീർച്ചയായും ഒരു നവയുഗത്തിന്റെ ഉപജ്ഞാതാവാണ് എഴുത്തച്ഛൻ. ഉൾക്കരുത്തില്ലാത്ത നാടോടിപാട്ടുകളും തമിഴിന്റെ തണലിൽ തഴച്ചുവളർ

ന്ന രാമചരിതാദിഗ്രന്ഥങ്ങളും പണ്ഡിതന്മാർ താലോലിച്ചിരുന്ന പച്ചശൃംഗാര മണിപ്രവാളവുമായിരുന്നു കേരളത്തിന്റെ പദ്യസമ്പത്ത്. സമുദായത്തിന്റെ അധ:സ്ഥലങ്ങളിൽ വസിച്ചിരുന്നവർക്ക് യഥാർത്ഥ സാഹിത്യാസ്വാദനം പര്യാപ്തമായിരുന്നില്ല. ഈ കുറവുനികത്താൻ ഗണ്യമായ സംഭാവന നല്കിയാൾതന്നെയാണ് എഴുത്തച്ഛൻ. എഴുത്തച്ഛനു മുൻപും ഇതിലേക്ക് സംഭാവനകളർപ്പിച്ചിരുന്നവരായി ചെറുശ്ശേരിയേയും കണ്ണശ്ശന്മാരെയുമെല്ലാം കാണാനാവും. എന്നാൽ അവർ വെട്ടിത്തുറന്ന വഴി സുഗമമാക്കിത്തീർത്തു അദ്ദേഹം. ഭക്തിമാർഗ്ഗ പ്രബോധത്തിലും ചെറുശ്ശേരിയും കണ്ണശ്ശന്മാരും മുൻഗാമികളാണ്. പക്ഷേ എഴുത്തച്ഛന്റെ ഭക്തിപ്രബോധനത്തിന്റെ വശ്യതയും പരിസരം വിസ്മരിപ്പിക്കുന്ന ശക്തിയും ഈ മുൻഗാമികളുടെ കൃതികൾക്കില്ല. സന്മാർഗ്ഗപാഠങ്ങളും ലോകോത്തരസത്യങ്ങളും ആവിഷ്ക്കരിക്കുന്നതിലും ചെറുശ്ശേരിയും നിരണം കവികളും നല്ല പങ്കുവഹിച്ചിട്ടുണ്ട്. പക്ഷേ എല്ലാത്തരക്കാരുടെയും മനസ്സിൽതൊടുന്ന സൽപാഠങ്ങൾ എഴുത്തച്ഛന്റെ സംഭാവനയാണ്.

കവിത പ്രൗഢവിഷയപ്രതിപാദകമായതു നിമിത്തം മലയാളത്തിന്റെ പദസമ്പത്തു വർദ്ധിപ്പിക്കാനും എഴുത്തച്ഛനു സാധിച്ചു. ഓരോ പദവും പര്യായങ്ങൾ പ്രയോഗിച്ച് സുപരിചിതമാക്കി. ഈ പദപരിജ്ഞാനം അനുവാചകരെ ഉത്തമകവിതാസ്വാദനത്തിലേക്ക് നയിച്ചു എന്ന കാര്യവും നിസ്സംശയമാണ്. ഇത്തരത്തിൽ ഭാഷാവികസനത്തിന്റെ ചരിത്രത്തിലും എഴുത്തച്ഛൻ ശ്രദ്ധേയമായ സ്ഥാനം നേടി. സാധാരണക്കാരെ ഭക്തിമാർഗ്ഗോപദേശംകൊണ്ടും സന്മാർഗ്ഗപ്രബോധനംകൊണ്ടും തത്ത്വോദ്ബോധനം കൊണ്ടും പ്രബുദ്ധരാക്കി. അവരുടെ വീക്ഷണമണ്ഡലത്തിന് വികാസം നൽകിയ എഴുത്തച്ഛൻ തീർച്ചയായും ജനകീയകവി തന്നെയാണ്. സർവ്വോപരി നിസ്വാർത്ഥവും നിഷ്കാമവുമായ സേവനമായിരുന്നു അദ്ദേഹത്തിന്റെ സാഹിത്യജീവിതം.

ഭാഷയുടെ പിതാവ്

ഒരു ഭാഷയുടെ പിതാവ് എന്ന സ്ഥാനം അക്ഷരാർത്ഥത്തിൽ അതിശയോക്തി കലർന്ന ഒരു പ്രയോഗമാണ്. ഒരാൾക്ക് എളുപ്പത്തിൽ സൃഷ്ടിച്ചെടുക്കാൻ സാധിക്കുന്ന ഒന്നല്ല ഒരു ഭാഷ. ഒരു സമൂഹത്തെയും അതിന്റെ സംസ്കാരത്തെയുമൊക്കെ പ്രതിഫലിക്കുന്ന ഒരു ബൃഹത്ഘടകമാണ് ഭാഷ. ഇതിന്റെ പിതൃത്വം ഒരു വ്യക്തിയിൽ അധിഷ്ഠിതമാവുക എന്നത് തീർച്ചയായും അതിശ

യോക്തിയാണ്. മണിപ്രവാളം എഴുത്തച്ഛന്റെ കാലത്തിനു മുമ്പുത ന്നെ ജനിച്ചുവളർന്ന് 'ലീലാതിലകം' എന്ന ശാസ്ത്രഗ്രന്ഥത്തിന്റെ സൃഷ്ടിക്കുവരെ ഹേതുവായി. അടിസ്ഥാനപരമായി മണിപ്രവാള ഭാഷയും ശൈലിയും തന്നെയാണ് കൃഷ്ണഗാഥയിലും നിരണം കൃതികളിലും കാണാനാവുന്നത്. എന്നാൽ ഭാഷാവിഷയകമായി ചെറുശ്ശേരിക്കും കണ്ണശ്ശന്മാർക്കും സാധിച്ചതിൽ വളരെയധികം ഭാഷാഭിവൃദ്ധി എഴുത്തച്ഛന്റെ കൃതികളിൽ കാണാനാവും എന്നതാ ണ് എഴുത്തച്ഛൻ മലയാള ഭാഷയ്ക്ക് നൽകിയ സംഭാവന. ഭഗവത് നാമ പര്യായങ്ങൾ പതിരില്ലാതെ പ്രയോഗിക്കുന്ന സ്തോത്രങ്ങൾ വഴിയും പുരാണകഥാപാത്രങ്ങളുടെ പേരുകൾ പര്യായരൂപേണ പ്രചരിപ്പിച്ചതു മൂലവും സമസ്തപദബഹുലവും അല്ലാതെയുമുള്ള വർണ്ണനങ്ങൾ വഴിയായുമാണ് എഴുത്തച്ഛന് പദസമാർജ്ജനം സാധിച്ചത്.

സംസ്കൃതസ്പർശമില്ലാത്ത ഭാഷയും ദുർഗ്രഹമായ തനിസം സ്കൃത പ്രയോഗവും എഴുത്തച്ഛന്റെ ഭാഷയിലുണ്ട്. വൈദർഭീരീ തിയും ഗൗഢീരീതിയും ഇടകലർന്ന് അദ്ദേഹത്തിന്റെ ഭാഷയിൽ മേളിക്കുന്നു.

ചെറുശ്ശേരിയുടെയും കണ്ണശ്ശന്മാരുടെയും കാവ്യങ്ങൾ പിറന്ന തിനുശേഷവും മലയാളഭാഷയ്ക്ക് ഉൽക്കൃഷ്ടചിന്തകളെ ആവിഷ് ക്കരിക്കാനുള്ള ഉൾക്കരുത്തില്ല എന്ന പണ്ഡിതാഭിപ്രായത്തെ മറി കടക്കാൻ എഴുത്തച്ഛനു സാധിച്ചു. ചെറുശ്ശേരി ഭാഗവതം ദശമസ്ത ന്ധത്തിലെ അദ്വൈതചിന്തകൾ കഴിയുന്നതും ഒഴിവാക്കിയതോ, അദ്വൈത ചിന്തകൾക്ക് സ്ഥാനം നൽകിയെങ്കിലും നിരണം കൃതി കളിൽ എഴുത്തച്ഛൻ കൃതികളിലുള്ളത്ര അനുസ്യൂത പദപ്രവാഹം കാണപ്പെടാതിരുന്നതോ ആവാം നിരണം കവികൾക്ക് പണ്ഡിത ജനത്തെ തൃപ്തിപ്പെടുത്താൻ സാധിക്കാതിരുന്നതിനു കാരണം. മലയാളഭാഷയ്ക്ക് സംസ്കൃതത്തോടൊപ്പം തന്നെ ഏത് ഗഹനവി ഷയവും കൈകാര്യം ചെയ്യാമെന്നും അത് പണ്ഡിതന്മാർ അംഗീ കരിക്കുമെന്നും എഴുത്തച്ഛൻ തെളിയിച്ചു. കൂടാതെ അനന്തര കവി കൾക്കു പിന്തുടരാൻ ഭാഷാവിഷയകമായ വഴി തുറന്നതും എഴു ത്തച്ഛനാണ്. മൂന്നു ചേരികളിലായി പ്രവഹിച്ചിരുന്ന മലയാളഭാഷ യെ ഒന്നായിട്ടൊഴുക്കിയത് എഴുത്തച്ഛനാണെന്നു പറയുന്നതിലും ഒട്ടും അതിശയോക്തിയില്ല. അന്നു മുതൽ ഇന്നുവരെ കേരളത്തിൽ പ്രചരിക്കുന്ന ഭാഷ എഴുത്തച്ഛൻ വെട്ടിത്തുറന്ന വഴിക്കുതന്നെയാ ണ് സഞ്ചരിക്കുന്നതെന്ന കാര്യത്തിലും സംശയമില്ല.

ഭാഷാപിതാവ് എന്ന സങ്കല്പം സാഹിത്യചരിത്രങ്ങളിൽ

മലയാള സാഹിത്യചരിത്രങ്ങൾ ഭാഷാപിതാവ് എന്ന സങ്കല്പത്തെ എപ്രകാരമാണ് അവതരിപ്പിച്ചിട്ടുള്ളത് എന്ന അന്വേഷണം അത്യന്താപേക്ഷിതമാണ്. സാഹിത്യചരിത്രങ്ങളിൽ പ്രഥമ സ്ഥാനമർഹിക്കുന്ന കേരള സാഹിത്യ ചരിത്ര രചയിതാവായ ഉള്ളൂർ, എഴുത്തച്ഛനെ നിസ്സംശയം ഭാഷാപിതാവായി അംഗീകരിച്ചിരിക്കുന്നു. തുഞ്ചത്തെഴുത്തച്ഛനെ ഭാഷാസാഹിത്യത്തിന്റെ പിതാവെന്നും കേരളീയരുടെ ഗുരുവെന്നും പറയുന്നത് ഏറ്റവും അർഥവത്താകുന്നു. അദ്ദേഹം കൈരളിയെ പല പ്രകാരത്തിൽ സമർഥമായി! സഫലമായി പരിപോഷിപ്പിക്കുകയും പരിഷ്ക്കരിക്കുകയും ചെയ്തു എന്നദ്ദേഹം ഗ്രന്ഥത്തിൽ രേഖപ്പെടുത്തിയിരിക്കുന്നു.

സംസ്കൃതത്തിലെയും ഭാഷയിലെയും പ്രസിദ്ധപദങ്ങൾക്ക് സമപ്രാധാന്യം നൽകുകയും ഭാഷാപണ്ഡിതന്മാരെയും സാമാന്യജനങ്ങളെയും ഒരുപോലെ അവയിലേക്ക് ആകർഷിക്കുകയും ചെയ്ത എഴുത്തച്ഛനെക്കുറിച്ച് നമുക്കെഴുത്തച്ഛനെടുത്ത ഭാഷാക്രമക്കണക്കേ ശരണം എന്നു പറഞ്ഞ കുഞ്ഞിക്കുട്ടൻ തമ്പുരാന്റെ അഭിപ്രായം തികച്ചും പരമാർത്ഥമാണെന്നും ഉള്ളൂർ വ്യക്തമാക്കുന്നു. മലയാള സാഹിത്യചരിത്രത്തെ ശാസ്ത്രീയമായി സംഗ്രഹിച്ചവതരിപ്പിച്ച പി. ശങ്കരൻ നമ്പ്യാരുടെ അഭിപ്രായവും ഭിന്നമല്ല. എല്ലാം കൊണ്ടും ഭാഷാചരിത്രത്തിൽ എഴുത്തച്ഛന് ഏറ്റവും ഉയർന്ന ഒരു സ്ഥാനമാണ് കല്പിക്കേണ്ടത്. അദ്ദേഹം ഭാഷയ്ക്ക് ചെയ്തിട്ടുള്ള ഗുണം അസാധരണവും അപരിമേയവുമാണ്.

മലയാളഭാഷയിൽ നൂതനവും ശ്ലാഘ്യവുമായ ഒരു പ്രസ്ഥാനത്തെ ഏർപ്പെടുത്തിയ യഥാർത്ഥ ഭാഷാഭിമാനിയത്രേ എഴുത്തച്ഛൻ. അതുകൊണ്ടു തന്നെയാണ് എഴുത്തച്ഛൻ ഇന്നത്തെ സാഹിത്യഭാഷയുടെ പിതാവെന്നു പറയപ്പെടുന്നതും. കേരളഭാഷാസാഹിത്യ ചരിത്രം രചിച്ച ആർ. നാരായണപണിക്കരും എഴുത്തച്ഛനെ മലയാള ഭാഷയുടെ പിതാവായി അംഗീകരിക്കുന്നു.

ആധുനിക സാഹിത്യത്തിൽ കാണുന്ന ഉത്കൃഷ്ടങ്ങളായ മിക്ക പ്രവണതകളുടെയും ഉല്പത്തിസ്ഥാനം എഴുത്തച്ഛനായിരുന്നു. അദ്ദേഹത്തിന്റെ ഭാഷയ്ക്കുള്ള പുതുമ ഇതുവരെ അവസാനിച്ചിട്ടില്ല. അത് അവസാനിക്കുന്നതുമല്ല. അതിനാൽ അദ്ദേഹത്തിന് ആധുനികഭാഷയുടെ പിതൃസ്ഥാനം നൽകുന്നതിൽ ആക്ഷേപത്തിനു വകയില്ല എന്നതാണ് അദ്ദേഹത്തിന്റെ അഭിപ്രായം. എഴുത്തച്ഛനെ ഭാഷാപിതാവായി വിശേഷിപ്പിക്കുന്ന പ്രവണത സാഹി

ത്യചരിത്രങ്ങളിൽ അടയാളപ്പെടുത്തിയിരിക്കുന്നത് എപ്രകാരമാണെന്ന് അന്വേഷിക്കുമ്പോൾ പിൽക്കാലത്ത് ഭാഷയിൽ രചിക്കപ്പെട്ട സാഹിത്യചരിത്രങ്ങളിൽ എഴുത്തച്ഛൻ നിർവ്വഹിച്ച സാഹിത്യധർമ്മത്തെ സവിസ്താരം ചൂണ്ടിക്കാണിക്കുമ്പോഴും ഭാഷാപിതാവെന്ന വിശേഷണം ഒഴിവാക്കാവുന്ന പ്രവണതയാണുള്ളതെന്ന് കാണാനാവും. കവിതാസാഹിത്യചരിത്രത്തിൽ ഡോ. എം. ലീലാവതി, എഴുത്തച്ഛനെ പുതുമലയാണ്മതൻ മഹേശ്വരനായി വള്ളത്തോൾ വാഴ്ത്തിയതിന്റെ സാരമന്വേഷിക്കുന്നുണ്ട്. ആര്യഎഴുത്ത് അക്ഷരമാലയിൽ കലർത്തിയതോ മണിപ്രവാളഭാഷാരീതി പാട്ടിൽ വിലയിപ്പിച്ചതോ എഴുത്തച്ഛൻ വരുത്തിയ പരിഷ്ക്കാരമല്ലാ എന്നിട്ടും ആ ബഹുമതി നൽകപ്പെട്ടതിന്റെ രഹസ്യം അദ്ദേഹത്തിന്റെ കവിത ഒരു അഭൂതപൂർവ്വമായ ശക്തിശ്രോതസ്സായിരുന്നു വെന്നതല്ലാതൊന്നുമല്ല എന്നു രേഖപ്പെടുത്തുന്നു. എൻ. കൃഷ്ണപിള്ളയാവട്ടെ എഴുത്തച്ഛന്റെ ഭാഷ സാഹിത്യത്തിലെ പൂർവ്വഭാഷാകൃതികളുടെ സ്വഭാവികമായ പരിണാമമായിരുന്നുവെന്നും വ്യക്തമാക്കുന്നു. എന്നാൽ എഴുത്തച്ഛന്റെ ഭാഷാരീതിവരെ പരിണമിച്ചു നിലവാരപ്പെട്ട മലയാള പദ്യഭാഷയ്ക്ക് അതിനപ്പുറം പറയത്തക്ക യാതൊരു പരിവർത്തനവും ആധുനിക കവിത്രയത്തിന്റെയും പിന്നീടുവന്ന പ്രമാണികളുടെയും കൃതികളിൽ കാണുന്നില്ല എന്നും വ്യക്തമാക്കുന്നുണ്ട്. മണിപ്രവാളസങ്കല്പത്തെ ഔചിത്യപൂർവ്വം പരിഷ്ക്കരിച്ച് അതിനെ പാട്ടുസാഹിത്യത്തിൽ പ്രയോഗിച്ചു ഫലിപ്പിക്കുകയാണ് എഴുത്തച്ഛൻ ചെയ്തത്.

ഭാവസാന്ദ്രവും രൂപശുദ്ധവുമായ കലാശില്പത്തെ സംസ്ക്കരിച്ചു ശക്തിപ്പെടുത്തി സാമൂഹ്യ നന്മയ്ക്കുപയോഗിപ്പാൻ കവിയും യോഗിയും ആയ ഒരു മഹാപുരുഷൻ നടത്തിയ പരിശ്രമമാണ് എഴുത്തച്ഛന്റെ കിളിപ്പാട്ടിൽ കാണുന്നതെന്നും അദ്ദേഹം പുതിയതായി ഒന്നും ഉണ്ടാക്കിയില്ലെന്നും ഡോ. കെ. എൻ. എഴുത്തച്ഛൻ പറഞ്ഞുവെച്ചു. ഭാഷയുടെയും പ്രതിപാദനത്തിന്റെയും ഒരു നല്ല മാതൃക സൃഷ്ടിക്കാൻ എഴുത്തച്ഛനു കഴിഞ്ഞുവെന്നും അദ്ദേഹം കൂട്ടിച്ചേർക്കുന്നു. സമ്പൂർണ്ണ മലയാള സാഹിത്യചരിത്രത്തിൽ ഡോ. സി. കെ. ചന്ദ്രശേഖരൻ നായർ, ആധുനിക മലയാളത്തിന്റെ ആവിഷ്ക്കർത്താവ്, ഉത്ക്കൃഷ്ടമായ ഒട്ടേറെ സാഹിത്യികഭാവങ്ങളുടെ പ്രയോക്താവ്, സംസ്ക്കാരസംരക്ഷകൻ എന്നീ മൂന്നംശങ്ങളിൽ എഴുത്തച്ഛന്റെ പദവി അംഗീകരിക്കുന്നു. എഴുത്തച്ഛന്റെ ജനകീയമായ ശൈലിയും ഭക്തിപ്രസ്ഥാനം രചനാകർമ്മത്തിൽ സഹായകര

മായി വർത്തിച്ചതും കിളിയെക്കൊണ്ട് കഥാകഥനം നടത്തുന്ന രീതിയോടെ ഭാരതത്തിലെ ഇതിഹാസങ്ങൾ കുറേക്കൂടി ജനങ്ങൾക്ക് സ്വീകാര്യമായി തീർന്നതും അദ്ദേഹത്തിന്റെ സ്വീകാര്യതയ്ക്ക് കാരണമായി. കൂടാതെ മലയാളഭാഷയ്ക്ക് അനുയോജ്യമായ അക്ഷരമാല സ്വീകരിച്ചതിലൂടെയും സാമാന്യജനത്തിന് സ്വീകരിക്കാവുന്ന രീതിയിൽ ഇതിഹാസങ്ങളുടെ സാരാംശം അവതരിപ്പിച്ചതിലൂടെയും ഭാഷയുടെ സംശ്ലേഷണമാണ് എഴുത്തച്ഛന് സാധ്യമായത്.

സ്തുത്യർഹമായ ഈ സേവനങ്ങൾ എഴുത്തച്ഛൻ നിർവ്വഹിക്കുന്നതിനാലാണ് ഭാഷാശാസ്ത്രജ്ഞരും ചരിത്രകാരന്മാരും രാമാനുജൻ എഴുത്തച്ഛനെ മലയാളഭാഷയുടെ പിതാവെന്ന് വിശേഷിപ്പിച്ചു പോരുന്നത്.

സഹായക ഗ്രന്ഥങ്ങൾ

1. ഉള്ളൂർ, കേരള സാഹിത്യചരിത്രം, കേരളസർവകലാശാല, തിരുവനന്തപുരം, ഒക്ടോബർ 2015.

2. കൃഷ്ണപിള്ള, എൻ., കൈരളിയുടെ കഥ, ഡി. സി. ബുക്സ്, കോട്ടയം, ജൂൺ 2016.

3. ജോർജ്, കെ. എം. (എഡി.), സാഹിത്യചരിത്രം പ്രസ്ഥാനങ്ങളിലൂടെ, സാഹിത്യപ്രവർത്തക സഹകരണസംഘം, കോട്ടയം, മെയ് 2011.

4. നാരായണപണിക്കർ ആർ., കേരളഭാഷാ സാഹിത്യചരിത്രം

5. പരമേശ്വരൻ നായർ, പി. കെ., മലയാള സാഹിത്യചരിത്രം, സാഹിത്യ അക്കാദമി, തൃശൂർ, 2010.

6. രാമചന്ദ്രൻനായർ, പത്മന (എഡി.), സമ്പൂർണ്ണ മലയാള സാഹിത്യചരിത്രം, കറന്റ് ബുക്സ്, കോട്ടയം, ഓഗസ്റ്റ് 2008.

7. ലീലാവതി, എം., മലയാളകവിതാസാഹിത്യ ചരിത്രം, സാഹിത്യ അക്കാദമി, തൃശൂർ, 2011.

8. ശങ്കരൻ നമ്പ്യാർ, പി., മലയാള സാഹിത്യചരിത്രസംഗ്രഹം, തുഞ്ചത്തെഴുത്തച്ഛൻ മലയാള സർവ്വകലാശാല, തിരൂർ, മലപ്പുറം, ജൂലൈ 2017.

സാഹിത്യവിവാദങ്ങളും സാഹിത്യ ചരിത്രങ്ങളും

സൗമ്യ ജോസ്

വിവാദങ്ങൾ ആശയവിനിമയ രൂപങ്ങളുടെ വളരെ സങ്കീർണ്ണമായ ഒരു കുലത്തെ രൂപപ്പെടുത്തുന്നു, അത് സാമൂഹിക സംഘടനയുടെ പശ്ചാത്തലം, പരസ്പര അറിവ്, ദിനചര്യകൾ, പാരമ്പര്യങ്ങൾ, മാനദണ്ഡങ്ങൾ, മാധ്യമങ്ങളുടെ ഉപയോഗം, മറ്റ് സാമൂഹിക-ചരിത്ര ഘടകങ്ങൾ എന്നിവയെ ആശ്രയിച്ചിരിക്കുന്നു. വിറ്റ്ജൻസ്റ്റൈന്റെ അർത്ഥത്തിൽ ഭാഷാ ലീലകൾ . അവയും ചരിത്രപരമായ മാറ്റത്തിന് വിധേയമാണ്. ചരിത്രപരമായ വീക്ഷണകോണിൽ ആശയവിനിമയത്തിന്റെ ഒരു രൂപമായി സാഹിത്യ വിവാദങ്ങളെ പഠിക്കുമ്പോൾ, അവയുടെ പശ്ചാത്തലം വിശകലനം ചെയ്യുന്നത് ഉപയോഗപ്രദമാണ്. സാഹിത്യവിവാദങ്ങൾ ആഴമേറിയതും വിശാലവും ദൈർഘ്യമേറിയതുമാണ്.ചരിത്രം, നാടോടിക്കഥകൾ, കലകൾ എന്നിവയുടെ വലിയ അതിക്രമിക്കലിലാണ് വിവാദത്തിന്റെ വസ്തുതകൾ നിലനിൽക്കുന്നത്. അതിന്റെ ഉറവിടങ്ങൾ അച്ചടിച്ച മെറ്റീരിയലുകളിലേക്കും കൈയെഴുത്തുപ്രതികളിലേക്കും പരിമിതപ്പെടുത്തുന്നത് അതിന്റെ അർത്ഥം പരിമിതപ്പെടുത്തുന്നതിന് തുല്യമാണ്. അതിന്റെ ഉറവിടങ്ങളെ ഗോസിപ്പുകൾ, അഭിമുഖങ്ങൾ, കഥകൾ, സംഭാഷണങ്ങൾ എന്നിവയിലേക്ക് പരിമിതപ്പെടുത്തുന്നത് മറ്റൊരു വിധത്തിൽ അതിന്റെ പ്രാധാന്യം പരിമിതപ്പെടുത്തുന്നതായിരിക്കും.വലിയ സമൂഹത്തിൽ വളരെ നിസ്സാരമായ പ്രശ്നങ്ങളെക്കുറിച്ചുള്ള നിസ്സാരമായ വൈരാഗ്യങ്ങളുടെ ഒരു ഫലമായി അതിനെ തെറ്റിദ്ധരിപ്പിക്കുവാനും പാടില്ല. വിവാദങ്ങൾ മാറ്റത്തിന്റെ പൂർത്തിയാകാത്ത പ്രക്രിയയിൽ ഒരു സമൂഹം സ്വയം വീക്ഷിക്കാൻ കഴിയുന്ന നാടകവേദി ഒരുക്കുന്നു.

മലയാള സാഹിത്യത്തിലും പല വിവാദങ്ങളും ഉണ്ടായിട്ടുണ്ട്. അവയിൽ ചിലവ അല്പായുസുകളായിരുന്നു. അവ വലിയ പ്രതികരണങ്ങൾ സൃഷ്ടിക്കാതെ കെട്ടടങ്ങി. മറ്റു ചിലവ ദീർഘായുസുകളായിരുന്നു. അവ സാഹിത്യത്തിൽ ഉന്നതചിന്തകൾ കാഴ്ചവെച്ചു.

മലയാള സാഹിത്യത്തിലുണ്ടായിട്ടുള്ള പ്രബലമായ വാദങ്ങൾ പ്രാസാവാദം, കവിരാമായണവാദം, ബാലകലേശവാദം, രൂപഭദ്രതാവാദം എന്നവയാണ്.

അവ സാഹിത്യത്തിലും സമൂഹത്തിലും ഉണ്ടാക്കിയിട്ടുള്ള ചലനങ്ങൾ പരിശോധിക്കുകയാണിവിടെ. പ്രബലമായ ഈ നാലു വാദഗതികളോടൊപ്പം തന്നെ ലീലാനിരൂപണവാദം ചിത്രയോഗനിരൂപണവാദം, കല്യാണ സൗഗന്ധികവാദം, കരുണാനിരൂപണവാദം എന്നിവയെപ്പറ്റിയും സാമാന്യമായി വിവരിച്ചു പോകുന്നു.

ലീലാനിരൂപണവാദം

1914 –ൽ ആണ് കുമാരനാശാൻ തന്റെ ഖണ്ഡകാവ്യമായ 'ലീല' പ്രസിദ്ധീകരിച്ചത്. ആ സമയത്തുതന്നെ വള്ളത്തോൾ തന്റെ പത്രാധിപത്യത്തിൽ നടക്കുന്ന 'ആത്മപോഷിണി' യിൽ 'ലീല'യെ നിരൂപണം ചെയ്തു. വള്ളത്തോളിന്റെ നിരൂപണനത്തിനു പിന്നിൽ ജാതിസ്പർദ്ധയും അസൂയയും ഉണ്ടെന്ന് അക്കാലത്ത് ചിലർ വ്യക്തമാക്കി.

ലീല പുറത്തിറങ്ങി നാല്പത്തിരണ്ടുവർഷത്തിനുശേഷം 1956-ൽ കുട്ടിക്കൃഷ്ണമാരാർ 'ലീല'ക്കു ഒരു നിരൂപണം എഴുതി. അതിൽ ലീല ഭർത്തൃഘാതിനിയാണെന്നു വ്യക്തമാക്കി. അത് കൂടുതൽ കോളിളക്കത്തിനു കാരണമായി തീർന്നു. മാരാരുടെ ആരോപണത്തെ പലരും എതിർത്തു. ലീലാ നിരൂപണത്തെക്കുറിച്ചുള്ള വള്ളത്തോളിന്റെ വാദഗതികളുടെ ചുരുക്കം ഇതാണ്. വള്ളത്തോൾ തന്റെ വാദഗതി ആരംഭിക്കുന്നത് ഇങ്ങനെയാണ്.

'വിപ്രലംഭശൃഗാരത്തെ തദനുഗുണമായ കരുണരസത്തിന്റെ സ്പൂർത്തിയോടു കൂടി' ഇത്ര മനോഹരമായി വർണ്ണിക്കുന്ന ഒരു കാവ്യം മലയാള ഭാഷയിൽ ഇതേവരെ അവതരിപ്പിച്ചിട്ടില്ലെന്നു കൂടി പറയാൻ തോന്നുന്നു. എല്ലാം കൊണ്ടും ലീലയോട് ഒരു കൃതി വേറെയുണ്ടെങ്കിൽ 'നളിനി' മാത്രമാണ്. 'നളിനി'യിലെ നായികാ നായകന്മാർ രാജസം മിക്കവാറും വിട്ട് സാത്വികാവസ്ഥയിൽ എത്തി നില്ക്കുന്ന പുണ്യാത്മാക്കളാണെങ്കിൽ അതിനടുത്തതാണ പടിയിൽ സ്ഥിതി ചെയ്യുന്നവരാണ് 'ലീല'യും 'മദന'നും.

നളിനി കാട്ടിൽവെച്ച് കണ്ടെത്തിയ കാമുകന്റെ മാറിൽ ചാഞ്ഞു മരിക്കുന്നു. ലീലയോ, പ്രിയതമന്റെ പുറകെ പുഴയിൽ ചാടി പ്രാണത്യാഗം ചെയ്യുന്നു. ഇങ്ങനെ മിക്ക സംഗതികൾകൊണ്ടും നളിനിയുടെ അടുത്ത അനുജത്തിയാണ് 'ലീല.'

തുടർന്ന് 'ലീല'യിൽ താൻ കണ്ട ദോഷങ്ങളും അദ്ദേഹം നിരൂപണത്തിൽ ചൂണ്ടി കാണിക്കുന്നു. അവയിൽ ഏറ്റവും പ്രധാനം കഥാഘടനയിൽ തനിക്കു തോന്നിയ വിപ്രതിപത്തിയാണ്. അതിനെ തുടർന്ന് ആകെ 231 ശ്ലോകങ്ങൾ ഉള്ള ഈ കാവ്യത്തിൽ ക്ലിഷ്ടതയില്ലാത്തതോ, തെല്ലൊരു ശ്രവണത്തെ തരുന്നതോ ആയി പത്തു ശ്ലോകങ്ങൾ ലഭിച്ചാൽ ഭാഗ്യമായി എന്നാണ് വള്ളത്തോൾ പ്രസ്താവിക്കുന്നത്. അതുപോലെതന്നെ സന്ധിപ്രയോഗങ്ങളിലെ വൈകല്യങ്ങൾ, പാദപൂരണത്തിനായുള്ള നിരർത്ഥക പദപ്രയോഗങ്ങൾ, ദുരർഥ സൂചനകൾ, വിശേഷണ വിശേഷ്യപ്പൊരുത്തക്കേടുകൾ, അപശബ്ദങ്ങൾ, ലുപ്തപദപ്രയോഗങ്ങൾ, പച്ചമലയാളപ്രയോഗം തുടങ്ങിയ അനേകം പദവാക്യദോഷങ്ങളും കാവ്യത്തിൽ കാണാനാകും.

എന്നാൽ ഈ ദോഷങ്ങളെല്ലാം എടുത്തു പറഞ്ഞു കാവ്യത്തിന്റെ മേന്മ കുറച്ചുകാട്ടുക അല്ലെന്നും ഇതെല്ലം വേണ്ടവിധം പരിശോധിച്ച് എഴുതിയിരുന്നുവെങ്കിൽ മലയാള ഭാഷയ്ക്ക് മഹത്തായ ഒരു നിധിയായി തീരുമായിരുന്നു ഈ കാവ്യമെന്നാണ് വള്ളത്തോൾ വ്യക്തമാക്കുന്നത്. വള്ളത്തോളിന്റെ നിരൂപണത്തെ പരാമർശിച്ചുകൊണ്ടാണ് മാരാർ തന്റെ നിരൂപണം ആരംഭിക്കുന്നത്. ഇതിവൃത്ത രചനയിൽ കഥാപാത്രങ്ങളെ പെട്ടന്ന് മരിച്ചുവിടുന്നത് കൊലപാതകമാണെന്നും മാരാർ വാദിക്കുന്നു.

മാരാരുടെ വാദങ്ങളെ സുകുമാർ അഴീക്കോട് ശക്തിയുക്തം ഖണ്ഡിക്കുകയുണ്ടായി. ലീല ഭർതൃഘാതിനിയാണെന്ന വാദത്തെയാണ് മുഖ്യമായും എതിർത്തത്. ഇതിവൃത്തഘടനയിലെ ആകസ്മിക മരണങ്ങൾ യാഥാർത്ഥത്തിലേതു പോലെ അനുവദനീയങ്ങളാണെന്നും അതുകൊണ്ട് ലീലയുടെ ഭർത്താവിന്റേതും ഒരു സ്വാഭാവിക മരണമാണെന്നും അഴിക്കോട് വാദിക്കുന്നു. എന്നാൽ ഈ വാദങ്ങൾക്കും വിവാദങ്ങൾക്കും എല്ലാം ശേഷം വള്ളത്തോൾ മറ്റൊരുകാര്യം വ്യക്തമാക്കി താൻ പത്രാധിപരായിരുന്ന കാലത്താണ് ലീലാനിരൂപണം നടത്തിയതെന്നും ആ വേഷം സ്വീകരിച്ച് നിരൂപണം നടത്തുമ്പോൾ അത്തരത്തിലുള്ള ഗുണദോഷ വിചിന്തനമാണ് നല്ലതെന്നും വള്ളത്തോൾ പറഞ്ഞു. യഥാർത്ഥത്തിൽ 'ലീല' ഒരു ദുരന്തകാവ്യമാണ്. അതിലെ നായിക ഒരു ദുരന്തനായികയും. തീവ്രമായ സംഘട്ടനത്തിന്റെ ഫലമായി ഉദാത്തമായ മനുഷ്യസത്ത പിളർന്നു പോകുന്നതാണു ദുരന്തകാവ്യത്തിന്റെ പ്രമേയം. ലീലയിൽ ഇത് തികച്ചും അനുഭവവേദ്യമാണ്.

ചിത്രയോഗ നിരൂപണ വാദം

ശക്തമായൊരു വാദപ്രതിപാദത്തിലേക്കു നീണ്ടുപോയില്ലെങ്കിലും നമ്മുടെ കാവ്യാഭിരുചിയിൽ സാരമായ മാറ്റങ്ങൾ വരുത്തുവാൻ സഹായകമായി തീർന്ന ഒന്നാണ് കുമാരനാശാൻ, മഹാകവി വള്ളത്തോളിന്റെ ചിത്രയോഗത്തിനെഴുതിയ നിരൂപണം. ചിത്രയോഗനിരൂപണത്തിൽ ആശാൻ വ്യക്തമാക്കുന്ന കാര്യമിതാണ്. പഴയ ക്ഷേത്രങ്ങളിൽ നടത്തിവരാറുള്ള 'നെടുങ്കുതിര' കെട്ടിയെടുപ്പിനോടാണ് ഈ മഹാകാവ്യത്തെ അദ്ദേഹം താരതമ്യം ചെയ്തത്. കാരണം സംസ്കൃത കാവ്യാനുസരണിയിൽ രൂപപ്പെട്ടതാണ് മഹാകാവ്യങ്ങൾ.

ആ കാവ്യസരണിയെ സ്വരൂപത്തിലും സ്വഭാവത്തിലും യാതൊരു വ്യത്യാസവുമില്ലാതെ 'ചിത്രയോഗം' പോലുള്ള മഹാകാവ്യങ്ങൾ രചിക്കുന്നതിനേക്കാൾ നല്ലത് സംസ്കൃത മഹാകാവ്യങ്ങൾ തർജ്ജമ ചെയ്യുന്നതാണെന്ന് ആശാൻ വാദിച്ചു. അതോടൊപ്പം കാവ്യത്തിൽ നിരർത്ഥകം, അപുഷ്ടർത്ഥം, നേയാർത്ഥം തുടങ്ങി അവശ്യം വർണ്ണിക്കേണ്ട കാവ്യദോഷങ്ങൾ ധാരാളം ചിത്രയോഗത്തിലുണ്ട്. അതുപോലെ തന്നെ പദങ്ങളെ സന്ധി ചെയ്തിരിക്കുന്നതിലും ദോഷങ്ങൾ കാണാനാകും.

ആശാന്റെ ഈ നിരൂപണത്തിന് വി. ഉണ്ണികൃഷ്ണൻ നായർ പ്രത്യാഖ്യാനം എഴുതി. അദ്ദേഹത്തിന്റെ അഭിപ്രായമനുസരിച്ച് ചിത്രയോഗ മഹാകാവ്യം ഗുണ ശ്രേഷ്ഠതായാലും ദോഷ ദൗർഭലഭ്യത്താലും ആധുനിക സാഹിത്യത്തിൽ ഒരദ്വിതീയ സ്ഥാനം അലങ്കരിക്കുന്നു എന്നതാണ്. ചിത്രയോഗ മഹാകാവ്യത്തെ ശ്രേഷ്ഠകൃതയാണെന്നു പ്രതികരിച്ച മറ്റൊരു നിരൂപകൻ സ്വദേശിഭിമാനി രാമകൃഷ്ണപിള്ളയാണ്. ആത്മപോഷിണിയിലാണ് അദ്ദേഹം തന്റെ ലേഖനം പ്രസിദ്ധീകരിച്ചത്. ചിത്രയോഗം മലയാള സാഹിത്യത്തിനു ലഭിച്ച ഒരു ഉത്തമ സൃഷ്ടിയാണെന്ന് അദ്ദേഹം വാദിച്ചു.

ഉണ്ണികൃഷ്ണൻ നായരുടെ വാദത്തിന് ആശാൻ മറുപടി നല്കി. കാവ്യത്തിൽ കണ്ടെത്താൻ കഴിയുന്ന രചനാവൈകല്യങ്ങൾ, ഛായാനുകരണങ്ങൾ, ആശയനുകരണങ്ങൾ എന്നിങ്ങനെയുള്ള കാവ്യദോഷങ്ങൾക്കു വേണ്ടത്ര ഉദാഹരണങ്ങൾ എടുത്തു കാണിച്ചു കൊണ്ടാണ് ആശാൻ മറുപടി നല്കിയത്. ചുരുക്കത്തിൽ ആശാന്റെ ചിത്രയോഗ വിമർശനം തികച്ചും ഉദ്ദേശശുദ്ധിയോടും കൂടി തന്നെയായിരുന്നു എന്നു കരുതാൻ. ഈ നിരൂപണം കൊണ്ടും ഗുണമുണ്ടായതും വള്ളത്തോളിനും തന്നെയാണ്.

കല്യാണസൗഗന്ധികവാദം

കുഞ്ചൻ നമ്പ്യാരുടെ തുള്ളൽ കൃതിയാണ് കല്യാണ സൗഗന്ധികം. ഈ കൃതിയിലെ കല്യാണ സൗഗന്ധികം എന്ന സമസ്ത പദത്തിലെ 'കല്യാണ' പദത്തിന് കവി ലക്ഷ്യം വെച്ച അർത്ഥമെന്ത് എന്നതിനെ ചൊല്ലിപൊട്ടിപ്പുറപ്പെട്ട വാദത്തിനെയാണ് കല്യാണസൗഗന്ധികവാദം എന്നു പറയുന്നത്. 'കല്യാണം' എന്ന പദത്തിന് 'സ്വർണ്ണം' എന്നും 'മംഗളം' എന്നും രണ്ട് അർത്ഥമുണ്ട്. ഇതിൽ മംഗളർത്ഥത്തിലാണ് കവി പ്രയോഗിച്ചിരിക്കുന്നതെന്ന് സി. ഐ. രാമൻ നായരും സ്വർണ്ണാർത്ഥത്തിലാണ് എന്ന് സാഹിത്യപഞ്ചനനൻ പി.കെ. നാരായണ പിള്ളയും വാദിച്ചു.

സി. ഐ. രാമൻ നായർ തന്റെ വാദത്തെ യുക്തി ഭദ്രമാക്കുന്നതിനുവേണ്ട വാദഗതികൾ ഉന്നയിച്ചു. എന്നാൽ ആ വാദഗതികളെല്ലാം ഖണ്ഡിച്ചുകൊണ്ട് സാഹിത്യവിനോദിനിയിൽ 'കല്യാണസൗഗന്ധിക'ത്തിലെ 'കല്യാണപദം' എന്ന ലേഖനം പി. കെ. നാരായണപിള്ള പ്രസിദ്ധപ്പെടുത്തി. അതിൽ കല്യാണപദത്തിനു 'സ്വർണ്ണം' എന്ന അർത്ഥമാണ് സ്വീകാര്യം എന്നതിനു പല യുക്തികളും അദ്ദേഹം ഉന്നയിച്ചു. സാഹിത്യപഞ്ചാനനൻ പി. കെ. നാരായണ പിള്ള അനുകരിച്ചുകൊണ്ട് ഉള്ളൂരും രംഗത്തെത്തി. ഇവരുടെ വാദഗതികളെല്ലാം ഖണ്ഡിച്ചുകൊണ്ട് രാമൻ നായർ വീണ്ടും രംഗപ്രവേശനം ചെയ്തു. ഇദ്ദേഹത്തെ അനുകൂലിച്ച് ശിരോമണി കൃഷ്ണൻ നായരും ലേഖനം പ്രസിദ്ധീകരിച്ചു. തുടർന്ന് എ. ഡി. ഹരിശർമ്മ കല്യാണസൗഗന്ധികം തുള്ളലിനെഴുതിയ അവതാരികയിൽ കല്യാണശബ്ദത്തിനു സ്വർണ്ണ വർണ്ണമെന്നുള്ള അർത്ഥത്തിനു പ്രാധാന്യം നൽകി. 'കല്യാണ' ശബ്ദത്തെ തുടർന്നുള്ള വാദങ്ങളും പ്രതിവാദങ്ങളും തുടർന്നുകൊണ്ടിരുന്നു. ഈയൊരു അവസ്ഥ അനുവാചകലോകത്തിന് മുഷിപ്പിന് ഇടയാക്കി. കവി 'കല്യാണ' ശബ്ദ പ്രയോഗത്തിലൂടെ രണ്ടർത്ഥങ്ങളും മനസ്സിൽ കണ്ടിരിക്കണം. ഈ സത്യം രണ്ടു വിഭാഗക്കാർക്കും അറിയാമായിരുന്നു. അവരതും പേരിനും സമ്മതിക്കുകയും ചെയ്തു ആകയാൽ ശാസ്ത്രജ്ഞനാധിഷ്ഠിതമായ വൈദൂഷ്യ പ്രകടമായി ഈ വാദത്തെ നമുക്ക് കാണാൻ കഴിയൂ.

കരുണാ നിരൂപണ വാദം

കവിയത്രത്തിലെ ശ്രദ്ധാർഹനായ കവിയാണ് കുമാരനാശാൻ. അദ്ദേഹത്തിന്റെ അവസാന കൃതിയാണ് കരുണ. ഈ കൃതിയെ മുൻനിറുത്തി ഉയർന്നുവന്ന വാദഗതിയാണ് കരുണാ നിരൂപണ

വാദം. പ്രശസ്ത നിരൂപകനായ സാഹിത്യപഞ്ചാനനൻ പി.കെ. നാരായണ പിള്ള 'സഹൃദയ' എന്ന മാസികയുടെ പ്രഥമ ലക്കത്തിൽ പ്രസിദ്ധീകരിച്ച 'കുചേലവൃത്തത്തിനു മുമ്പും പിമ്പും' എന്നൊരു ലേഖനത്തിൽ, 'കുചേലവൃത്തം' വഞ്ചിപ്പാട്ടിലെ ആശയങ്ങളുടെയും രചനാരീതിയുടെയും പ്രതിഫലനങ്ങൾ 'കരുണ'യിൽ കാണാമെന്നു പ്രസ്താവിക്കുകയുണ്ടായി. മലയാള സാഹിത്യാന്തരീക്ഷത്തിലും സമുദായമണ്ഡലത്തിലും ഈ ലേഖനം ഏറെ കോളിളക്കം സൃഷ്ടിച്ചു. പണ്ഡിതവരേണ്യരും വിമർശകശ്രേഷ്ഠരുമായ സി.വി കുഞ്ഞുരാമൻ, മൂർക്കോത്ത് കുമാരൻ, ഐ.സി ചാക്കോ, എ.ഡി. ഹരിശർമ്മ തുടങ്ങിയവർ ശക്തിപൂർവ്വം പി.കെ. യുടെ അഭിപ്രായത്തെ എതിർത്തു. ആ വാദകോലാഹലങ്ങളുടെ സംക്ഷിപ്ത ചരിത്രമാണ് കരുണാനിരൂപണവാദം. പി.കെ യുടെ വാദഗതികളെ 'കുചേലവൃത്തവും കരുണയും' എന്ന ലേഖനത്തിലൂടെ സി.വി. കുഞ്ഞുരാമൻ നായർ നിശിതമായി വിമർശിച്ചു. മൂർക്കോത്തുകുമാരൻ 'സാഹിത്യപഞ്ചാനനന്റെ വനസഞ്ചാരം' എന്ന ലേഖനത്തിലൂടെ പി.കെ.യുടെ വാദങ്ങളെ ശക്തമായി എതിർത്തു. പി.കെ. പേന എടുത്തതുതന്നെ ആശാനെ ഒന്ന് ഇടിച്ചു താഴ്ത്തണമെന്ന ഉദ്ദേശത്തോടു കൂടിയാണെന്നു അദ്ദേഹം വ്യക്തമാക്കി. ഐ.സി. ചാക്കോയും കരുണയും പഞ്ചാനനവീക്ഷണവും എന്ന ലേഖനത്തിലൂടെ പ്രതികരിച്ചു. പി.കെ.യുടെ നിരീക്ഷണത്തെപ്പറ്റി അദ്ദേഹത്തിന്റെ ജീവചരിത്രകാരനായ പി.കെ. പരമേശ്വരൻ നായരുടെ നിരീക്ഷണം ശ്രദ്ധേയമാണ്. ആശാനെക്കുറിച്ച് പി.കെ. നടത്തിയ നിരീക്ഷണം ന്യായീകരിക്കത്തതല്ല. ചുരുക്കത്തിൽ താരതമ്യവീക്ഷണമാണ് പി.കെ.യുടെ വിമർശനത്തിന്റെ സവിശേഷത. ഈ താരതമ്യവീക്ഷണത്തെ മുൻനിർത്തി ആധുനിക സാഹിത്യപ്രവണതകളെ തികഞ്ഞ ആർജവബുദ്ധിയോടെ കാണുവാൻ പി.കെ. ക്ക് സാധിച്ചില്ല. അതുകൊണ്ടുതന്നെ ആധുനിക മഹാകവിയായ ആശാനെ അദ്ദേഹം അർഹിക്കുന്നവിധം വിലയിരുത്തുവാനും അംഗീകരിക്കുവാനും പി.കെ. ക്ക് കഴിയാതെപോയി.

പ്രാസവാദം

മലയാള സാഹിത്യത്തിൽ നാലു ഘട്ടങ്ങളിലായി മുപ്പതുവർഷക്കാലം നീണ്ടുനിന്ന സാഹിത്യവാദമാണ് പ്രാസവാദം. ശ്ലോകങ്ങളിൽ സജാതീയ ദ്വിതീയാക്ഷരപ്രാസം നിർബന്ധമാക്കണമെന്നതായിരുന്നു കേരളവർമ്മയുടെ ആവശ്യം. രൂപശില്പത്തിലുള്ള അയവില്ലാത്ത ഈ നിർബന്ധത്തെയാണ് എ.ആർ. രാജരാജവർമ്മ

ചോദ്യം ചെയ്തത്. അർത്ഥചമത്കാരത്തിനാണ് പ്രാമുഖ്യം നൽകേണ്ടതെന്നായിരുന്നു അദ്ദേഹത്തിന്റെ അഭിപ്രായം. യാഥാർത്ഥത്തിൽ ദ്വിതീയാക്ഷരപ്രാസത്തിനെതിരെയുള്ള സിംഹഗർജനം എ. ആറിൽ തുടങ്ങുന്നുവെന്ന് കൃത്യകത്തിന്റെ അഭിപ്രായങ്ങളിലെ സാദൃശ്യങ്ങളെ വശീകരിച്ചു സമർത്ഥിക്കാൻ ശ്രമിച്ചിട്ടുണ്ട്. മലയാളത്തിൽ, സംസ്കൃതത്തിന്റെ ആധിപത്യകാലമായിരുന്നു അത്. പാശ്ചാത്യസാഹിത്യവുമായുണ്ടായ പരിചയം മൂലം പരിഷ്കൃതാശയരായ ഒരു കൂട്ടം ചെറുപ്പക്കാരാണ് ക്ലാസ്സിക് - നിയോക്ലാസ്സിക് സങ്കല്പനങ്ങളെ നിഷേധിക്കുന്നതിനും ചോദ്യം ചെയ്യുന്നതിനും മുതിർന്നത്. തന്മൂലം കവിതയെക്കുറിച്ചും നിരൂപണത്തെക്കുറിച്ചും സാഹിത്യകാരന്മാരിൽ മാത്രമല്ല സഹൃദയനിൽപ്പോലും പുതിയ അവബോധം സൃഷ്ടിച്ചു ഭാവുകത്വമാറ്റത്തിനു വഴിയൊരുക്കുവാൻ കഴിഞ്ഞു. അതുകൊണ്ടുതന്നെ സാഹിത്യത്തിൽ വിശേഷിച്ചും കവിതയിൽ ശബ്ദാടോപത്തിനല്ല അർത്ഥചമത്കാരത്തിനാണ് പ്രാധാന്യം നൽകേണ്ടതെന്നബോധം സഹൃദയരിലും പരക്കെ വ്യാപിക്കാൻ തുടങ്ങി. നവീനവിദ്യാഭ്യാസം പൂർണ്ണമായും സ്വായത്തമാക്കിയിരുന്ന കേരളവർമ്മയും അദ്ദേഹത്തിനു അകമ്പടി സേവിച്ച ഉള്ളൂരും അർത്ഥപക്ഷത്തിന്റെ പ്രാധാന്യം മനസിലാക്കിയിരുന്നു. പാരമ്പര്യവും നവീനതയും തമ്മിലുള്ള ബലപരീക്ഷണത്തിൽ പാരമ്പര്യവാദിയാകാനാണ് ഉത്പതിഷ്ണവായിരുന്നിട്ടും കേരളവർമ്മ ശ്രമിച്ചത്. അതിനുകാരണം തന്റെ സാഹിത്യസർവഭൗമസ്ഥാനം നിലനിർത്തുന്നതിനു വേണ്ടിയാണ്. മറ്റൊരുവാദത്തിലും കാണാനാകാത്തവിധത്തിലുള്ള എ. ആറിന്റെ മാദ്ധ്യസ്ഥവിധി ഇതിനുത്തമ നിദർശനമായി ചൂണ്ടിക്കാട്ടിയിട്ടുണ്ട്. മാതുലഭാഗിനേയന്മാരുടെ സങ്കർഷഭരിതമായ മനസികാവസ്ഥകളെ വിശദീകരിച്ച് അതൊന്നുകൂടി വ്യകത്മാക്കിയിട്ടുമുണ്ട്. യഥാർത്ഥത്തിൽ പ്രാസവാദം സമഗ്രമായി ഫലിക്കതെ പോയതിനുള്ള കാരണവും മറ്റൊന്നല്ല.

പ്രാസവാദത്തെക്കുറിച്ചുള്ള പഠനം ഇവിടംകൊണ്ടവസാനിപ്പിക്കാതെ പ്രാസവാദത്തിലൂടെ എ.ആറിന് ലഭിച്ച ദർശനം പൂർണ്ണവികാസം പ്രാപിച്ചതെങ്ങനെയെന്ന് സവിസ്തരം പ്രതിപാദിച്ചിട്ടുണ്ട്. മലയാള കവിതയിലെ ആദ്യത്തെ നവോത്ഥാനകവിയും ആദ്യനവോത്ഥാന വിമർശകനുമാകാൻ അദ്ദേഹത്തിന് കഴിഞ്ഞ കാര്യവും വിശദീകരിച്ചിട്ടുണ്ട്. എ.ആറിന്റെ ഗുളികച്ചെപ്പേന്തിയ ശിഷ്യനാകാൻ കഴിഞ്ഞതിലൂടെ ആശാൻ കൈവരിച്ച നേട്ടവും ആശാന്റെ

'നളിനി'യ്ക്ക് അവതരികാകാരനായതിലൂടെ എ.ആർ. മലയാളനിരൂപണ ശാഖയിലെ വിമർശരാജനായ വസ്തുതയും വിശദമായി ചർച്ച ചെയ്തിട്ടുണ്ട്. ദ്വിതീയാക്ഷരപ്രാസവാദത്തിന് ശേഷവും ദ്വിപ്രാസം മലയാള കവിതയിൽ ഉത്തമഘടകമായി വർത്തിക്കുന്നതിനുള്ള സാംഗത്യവും കണ്ടെത്തിയിട്ടുണ്ട്. സാഹിത്യത്തിലുണ്ടാകുന്ന രൂപഭാവപര്യങ്ങളായ പരിവർത്തനങ്ങൾക്ക് ചാലക ശക്തിയായിത്തീരുന്നത് സമൂഹമാണെന്നും സാഹിത്യത്തിലെ അന്തരംഗബഹിരംഗ പരിവർത്തനത്തിന് സമൂഹപരിവർത്തനവുമായി ബന്ധമുണ്ടെന്നും വ്യക്തമാക്കിയിട്ടുണ്ട്.

കവി രാമായണ വാദം

കേരളത്തിൽ സാംസ്കാരിക രംഗത്തു കോളിളക്കം സൃഷ്ടിച്ച കൃതിയാണ് കൊടുങ്ങല്ലൂർ കുഞ്ഞിക്കുട്ടൻ തമ്പുരാന്റെ കവിഭാരതം. ഈ കൃതിയുടെ രചനക്ക് അദ്ദേഹത്തിന് പ്രേരകമായത് വെണ്മണി മഹന്റെ 'കവിപുഷ്പമാല'യാണ്.

കവിഭാരതം പ്രസിദ്ധീകരിച്ച് മൂന്നുകൊല്ലം കഴിഞ്ഞപ്പോൾ കണ്ടത്തിൽ വറുഗ്ഗീസുമാപ്പിള കോട്ടയത്തുനിന്ന് മലയാള മനോരമ പത്രം ആരംഭിച്ചു. മറ്റു വിഷയങ്ങളോടൊപ്പം ഒരു 'കവിതാപംക്തി'യും അദ്ദേഹം ആരംഭിച്ചു. അതിനെ തുടർന്ന് തന്റെ പത്രത്തിൽ എഴുതുന്നവരും അല്ലാത്തവരുമായ കവികളെ കോട്ടയത്തു ക്ഷണിച്ചു വരുത്തി ഒരു കവി സമാജം ആരംഭിക്കാൻ തീരുമാനിച്ചു. ഇതിൽ അവർണ്ണ കവികൾക്കു ലഭിക്കാവുന്ന അവഗണനയെപ്പറ്റി പെരുന്നെല്ലികൃഷ്ണൻ വൈദ്യനെപ്പോലുള്ളവർക്ക് ഏറെ ആശങ്ക ഉണ്ടായിരുന്നു എങ്കിലും കണ്ടത്തിൽ വറുഗ്ഗീസ് മാപ്പിളയുടെ നയകോവിദത്വം അതെല്ലാം ദുരീകരിക്കുകയും എ.ആർ. രാജരാജവർമ്മയുടെ അദ്ധ്യക്ഷതയിൽ ആദ്യ സമ്മേളനം നടക്കുകയും ചെയ്തു. അതിനോടനുബന്ധിച്ച് നടത്തിയ സാഹിത്യ മത്സരങ്ങളിൽ പെരുന്നെല്ലി സമ്മാനം നേടുകയും ചെയ്തു. ഈ കവി സമാജം വഴി കുഞ്ഞിക്കുട്ടൻ തമ്പുരാന് ഏറെ കവികളെ പരിചയപ്പെടാൻ അവസരം ലഭിച്ചു. അതിനാൽ കവി ഭാരതം ഒന്നു പരിഷ്കരിക്കാൻ അദ്ദേഹം തീരുമാനിച്ചു. എന്നാൽ കവി ഭാരതം പരിഷ്കരിച്ചാലും അതിൽ അവർണ്ണകവികൾക്ക് വലിയ സ്ഥാനമൊന്നും ലഭിക്കില്ല എന്നുമനസിലാക്കിയ വെറും ഇരുപത്തിരണ്ടു വയസ്സു മാത്രം പ്രായമുള്ള മൂലൂർ എസ്. പദ്മനാഭപ്പണിക്കർ കവിഭാരതത്തിൽ സ്വസമുദായത്തിൽപ്പെട്ട പ്രധാന കവികൾക്ക് പ്രാധാന്യം നല്കണമെന്ന് ആവശ്യപ്പെട്ടുകൊണ്ട് പരവൂർ കേശവനാശാന്റെ

പത്രാധിപത്യത്തിലുള്ള 'കേരളമിത്ര'ത്തിൽ എഴുതി. എന്നാൽ ആ അഭ്യർത്ഥന തമ്പുരാൻ സ്വീകരിച്ചില്ല. കാരണം എല്ലാ വിഭാഗത്തിലുള്ള കവികളെയും ഉൾപ്പെടുത്തി കവിഭാരതം പരിഷ്കരിച്ചാൽ അത് അനർത്ഥമാകുമെന്ന ചിന്ത തമ്പുരാന് ഉണ്ടായി അതിനാൽ തമ്പുരാൻ സവർണ്ണ കവികളെ മാത്രം ഉൾപ്പെടുത്തി കവിഭാരതം പുതിയ പതിപ്പ് പ്രസിദ്ധീകരിച്ചു. ഇതിൽ അമർഷം പൂണ്ട മൂലൂർ ഇങ്ങനെ വ്യക്തമാക്കി. കവിഭാരതത്തിൽ കടന്നു കൂടാൻ അവസരം ലഭിച്ച കവികളെയും അപ്രശസ്തരോ അപ്രസക്തരോ അപ്രഗത്ഭരോ ആയിരുന്നു. എങ്കിലും തമ്പുരാൻ അവർക്ക് അവസരം നൽകിയത് ജാതി ചിന്തയാൽ ആണ്. തുടർന്ന് പ്രശസ്തരായ ഈഴവ കവികളെ തമ്പുരാൻ പരിഗണിക്കാതെ പോയത് സവർണ്ണ മേധാവിത്വ ചിന്തയാലാണെന്നും മൂലൂർ വ്യക്തമാക്കി. തമ്പുരാന്റെ ഈ ചിന്താഗതിയിൽ അമർഷം പൂണ്ട മൂലൂർ 'കവി രാമായണം' നിർമ്മിക്കാൻ തീരുമാനിച്ചു. ഇദ്ദേഹത്തെ ഈ തീരുമാനത്തിൽ നിന്ന് പിന്തിരിപ്പിക്കാൻ പലരും ശ്രമിച്ചു. എന്നാൽ മൂലൂർ അതിനു തയ്യാറായില്ല. അനീതിയിൽ അമർഷം പൂണ്ട മൂലൂർ എന്തിനെയും നേരിടാനുള്ള സന്നദ്ധതയോടുകൂടി 'കവിരാമായണം' രചിച്ചു. ഒരു നവീന സ്വർഗ്ഗം സൃഷ്ടിച്ച വിശ്വാമിത്രന്റെ സർഗ്ഗപാടവത്തോടു കൂടിയാണ് അദ്ദേഹം ഇത് രചിച്ചത്. മൂലൂർ രചിച്ച ഈ കൃതിയിൽ ചില കവികൾക്കു നൽകിയ സ്ഥാനത്തെക്കുറിച്ചും പ്രത്യേകിച്ച് പെരുനെല്ലിക്കും വെളുത്തേരിക്കും നൽകിയ സ്ഥാന (ഹനുമാനും, ബലിയും)ങ്ങളെക്കുറിച്ച് അമർഷം പൂണ്ട തമ്പുരാനും അനുയായികളും രംഗത്തെത്തി. മൂലൂരാകട്ടെ ചക്രവ്യൂഹം ഭേദിച്ച അഭിമന്യുവിനെപ്പോലെ, എന്നാൽ അഭിമന്യുവിന്റെ ദുരന്തം ഏറ്റുവാങ്ങാതെ, ഒറ്റയ്ക്കു നിന്ന് വാക്ശരങ്ങളാൽ എതിരാളികളെ നേരിട്ടു.

കവി രാമായണവാദത്തിന്റെ തുടക്കം കുറിച്ചത് കുഞ്ഞിക്കുട്ടൻ തമ്പുരാനാണ്. കവിരാമായണത്തിൽ 'നന്ദി'യെ ഉൾപ്പെടുത്തിയതിന്റെ അനൗചിത്യമാണ് ആദ്യമേ അദ്ദേഹം ചൂണ്ടിക്കാണിച്ചത്. കൂടാതെ രാമായണത്തിലെ വജ്രമണിയായ ഹനുമാന്റെ സ്ഥാനം കൊച്ചുകവിയായ കൃഷ്ണനും നൽകിയത് ഉചിതമായില്ലെന്നും അദ്ദേഹം അഭിപ്രായപ്പെട്ടു. തമ്പുരന്റെ അഭിപ്രായങ്ങൾക്ക് കൃത്യമായ മറുപടികൾ മൂലൂർ നല്കി. അങ്ങനെ ഇവർ തമ്മിലുള്ള വാദം കുറച്ചുകാലം നീണ്ടു നിൽകുകയും തുടർന്ന് തൽക്കാലത്തേക്ക് അവസാനിക്കുകയും ചെയ്തു. എന്നാൽ ഈ വാദവുമായി ബന്ധപ്പെട്ട് പല പ്രമുഖരായ പല കവികളും മുഖംമൂടികളണി

ഞ്ഞു കൊണ്ട് രംഗത്തേക്ക് വന്നു. അവർ വ്യാജ നാമങ്ങളിലാണ് മൂലൂരിനെ നേരിട്ടത്. ഈ വ്യാജ പടയിൽ പ്രമുഖൻ ഒടുവിൽ കുഞ്ഞികൃഷ്ണമേനോൻ ആയിരുന്നു. അദ്ദേഹം ഹനുമാൻ എന്ന വ്യാജനാമം സ്വീകരിച്ചു കൊണ്ടാണ് ഈ വാദത്തിൽ പങ്കെടുത്തത്. ഈ വാദപ്രതിവാദങ്ങളുടെ അനന്തര ഫലമെന്ന നിലയിൽ പ്രസിദ്ധീകരിക്കപ്പെട്ട കൃതിയാണ് ഒടുവിൽ കുഞ്ഞികൃഷ്ണമേനോന്റെ കവി മൃഗാവാലി. കവിമൃഗാവലിക്ക് എതിരെ വാദഗതികളുമായി മൂലൂരും പ്രത്യക്ഷപ്പെടും. ഒടുവിൽ കവിരാമായണവും, കവിഭാരതവും ഉയർത്തിയ വാദപ്രതിവാദങ്ങളുടെ ഫലമായി കവി ശാകുന്തളം, കവി മത്സ്യാവലി, കവി വൃക്ഷാവലി, കവി പക്ഷിമാല പല കൃതികളും രചിക്കപ്പെട്ടു. യഥാർത്ഥത്തിൽ കവിരാമായണം കേവലം ഭാഷാപരമായ സമരമല്ല. പിന്നോക്കം തള്ളപ്പെട്ട സമുദായത്തിന്റെ ശബ്ദമാണ് ഈ വാദത്തിലൂടെ മുഴങ്ങുന്നത്.

ബാലകലേശവാദം

പണ്ഡിറ്റ് കെ. പി. കറുപ്പൻ രചിച്ച 'ബാലാകലേശം' എന്ന നാടകം നമ്മുടെ സാഹിത്യത്തിൽ ഒരു വിവാദത്തിനു വഴിവെച്ചു. അതാണ് ബാലകലേശവാദം. കൊച്ചിരാജ്യം ഭരിച്ചിരുന്ന 'രാജർഷി' എന്ന് പ്രശസ്തനായിത്തീർന്ന രാമവർമ്മ മഹാരാജാവിന്റെ ഷഷ്ടി പൂർത്തിയോടനുബന്ധിച്ച് റാവു സാഹിബ് എമ്പെരുമാൻ ചെട്ടി ഏർപ്പെടുത്തിയ സാഹിത്യ മത്സരത്തിനുവേണ്ടിയാണ് കറുപ്പൻ നാടകം രചിച്ചത്. നവീന രീതിയിലുള്ള ഒരു നാടക രചനയാണ് കറുപ്പൻ നടത്തിയത്. തന്റെ ജീവിത ലക്ഷ്യമായ അധഃകൃതോദ്ധാരണം സാധ്യമാകും വിധം നടകേതിവൃത്തത്തെ കരുപ്പിടിപ്പിക്കുകയാണു അദ്ദേഹം ചെയ്തത്. അതിനാൽ നാട്യശാസ്ത്രപ്രകാരമുള്ള നാടക ലക്ഷണങ്ങൾ സർവ്വവും സമ്മേളിക്കുന്ന പ്രഖ്യാതമായ ഇതിവൃത്തം സ്വീകരിക്കാൻ ഒരുങ്ങാതെ അന്യാപദേശരീതിയിൽ കാര്യങ്ങൾ വിരുതോടെ അവതരിപ്പിക്കുകയാണു ചെയ്തത്. കറുപ്പന്റെ നാടകമാണ് സമ്മാനാർഹമായത്. തുടർന്ന് അദ്ദേഹം ആമുഖക്കുറിപ്പിൽ 'കൊച്ചി സാഹിത്യസമാജം വക ബാലകലേശം' എന്ന് എഴുതിയിരുന്നു. എന്നാൽ സാഹിത്യ സമാജത്തിന്റെ അംഗീകാരം മുൻകൂട്ടി വാങ്ങിയിരുന്നില്ല. അതിനു കാരണം സമാജത്തിന്റെ അംഗവും പത്രാധിപരുമായ സി.പി. അച്യുതമേനോൻ ഒന്നാം സമ്മാനത്തിന് അർഹമെന്നും പ്രഖ്യാപിച്ചതും സമാജത്തിന്റെ സെക്രട്ടറി ടി.കെ. കൃഷ്ണമേനോൻ മുഖവരയെഴുതിയിട്ടുള്ളതുമായ കൃതി സമാജം അംഗീകരിക്കുമെന്ന ഉത്തമവി

ശ്വാസം ഗ്രന്ഥകാരന് ഉണ്ടായിരുന്നു. എന്നാൽ എന്തുകൊണ്ടോ ആർക്കോ അതിൽ എതിർപ്പ് തോന്നുകയും കൊച്ചി സാഹിത്യ സമാജം വക പ്രസ്തുത നാടകം പ്രസിദ്ധീകരിക്കാൻ അർഹതയുണ്ടോ എന്നു പരിശോധിക്കാൻ സ്വദേശാഭിമാനി രാമകൃഷ്ണപിള്ള കൂടി ഉൾപ്പെടുന്ന ഒരു കമ്മറ്റിയെ നിയമിച്ചു. രാമകൃഷ്ണപിള്ള നാടകത്തെ പരിശോധിച്ച് മംഗളോദയത്തിൽ ഒരു ലേഖനത്തിലൂടെ ഇതിനെ വിമർശിക്കുകയും ചെയ്തു. അതാണ് ബാലകലേശ വാദത്തിന്റെ തുടക്കം. തന്റെ വാദത്തിലൂടെ സ്വദേശാഭിമാനി പറഞ്ഞു വെച്ചത് ഇതായിരുന്നു. ഈ കൃതി നാടകം എന്ന പേരിന് അർഹമല്ലെന്നാണ്. എന്നാൽ സ്വദേശാഭിമാനിയുടെ വാദഗതിക്ക് കറുപ്പൻ ചുട്ട മറുപടി നൽകി. ഒടുവിൽ ഉള്ളൂരിന്റെ മധ്യസ്ഥതയിൽ ഈ വാദം ഒതുക്കിത്തീർക്കുകയായിരുന്നു.

രൂപഭദ്രതാവാദം

ഒരാഗോള പ്രതിഭാസത്തിന്റെ ഭാഗമെന്ന നിലയിലാണ് ജീവത്സ സാഹിത്യസംഘടനയും അതിനെ പിന്തുടർന്നു രൂപംകൊണ്ട പുരോഗമന സാഹിത്യ സംഘടനയും കേരളത്തിൽ നിലവിൽ വന്നത്. സംഘടനക്ക് ആദ്യകാലം മുതൽക്കേ പലതരത്തിലുള്ള എതിർപ്പുകളെയും നേരിടേണ്ടി വന്നു. ആത്മാവിഷ്കാര പ്രാധാന്യമായതുകൊണ്ടു തന്നെ 'കല കലക്കുവേണ്ടി' എന്ന വാദമായിരുന്നു ആദ്യമായി ഉയർന്നു വന്ന എതിരഭിപ്രായം. ഉള്ളടക്കമാണ് സാഹിത്യത്തിന്റെ പുരോഗമന സ്വഭാവം നിർണ്ണയിക്കുന്നതെന്ന അഭിപ്രായം പൊതുവെ അംഗീകരിക്കപ്പെട്ടിരുന്നെങ്കിലും തങ്ങളുടെ ആശയഗതിക്കനുസരണമായവയെ മാത്രമേ പുരോഗമനസ്വഭാവമുള്ളതായി അംഗീകരിക്കു എന്ന നിലപാടാണ് കമ്മ്യൂണിസ്റ്റ് സാഹിത്യകാരന്മാർ കൈക്കൊണ്ടത്. സാഹിത്യത്തിന്റെ കലാപരമായ അംശത്തിൽ അവർ തികച്ചും ഉദാസീനരുമായിരുന്നു. ഇതിനെതിരെയാണ് മുണ്ടശ്ശേരി 'തോട്ടിയുടെ മകൻ' എന്ന കൃതിക്കെഴുതിയ നിരൂപണത്തിലൂടെ പ്രതികരിച്ചത്. ഇതാണ് പ്രചണ്ഡമായ ആശയവാദത്തിന് തിരികൊളുത്തിയ രൂപഭദ്രതാ വാദമായി മാറിയത്. ജീവിതത്തിൽ നിന്നുണ്ടാകുന്ന സാഹിത്യം സാഹിത്യമാകണമെങ്കിൽ ആ ജീവിതം പ്രതിപാദ്യ വിഷയമായാൽപ്പോരാ, പ്രതിപാദ്യത്തിന് സുഘടിതരൂപം കൂടി ഉണ്ടാകണമെന്നാണ് മുണ്ടശ്ശേരി വാദിച്ചത്. അത് തികച്ചും ന്യായവുമായിരുന്നു. പൗരസ്ത്യവും പാശ്ചാത്യവുമായ കാവ്യമീമാംസകളിൽ മാത്രമല്ല, മാർക്സിയൻ സൗന്ദര്യ ശാസ്ത്രത്തിലും അത് അംഗീകരിക്കപ്പെട്ടിട്ടുണ്ട് എന്ന

വസ്തുത വിശദീകരിച്ചിട്ടുണ്ട്. പുരോഗമനസാഹിത്യ സംഘടനക്കു വേണ്ടി കമ്യൂണിസ്റ്റു പാർട്ടിയുടെ കൽക്കത്താ തീസസ് അനുസരിച്ചുള്ളൊരു പ്രകടനപത്രികയാണ് അവതരിപ്പിക്കപ്പെട്ടതെന്ന ഉറച്ച വിശ്വാസമാണ് പുരോഗമനവാദികളെങ്കിലും മാനവികതാവാദികളായ സാഹിത്യകാരന്മാരെ സംഘടനയിൽ നിന്ന് പിന്തിരിയാൻ പ്രേരിപ്പിച്ചത്.

പുരോഗമനവാദികളെന്നതിനു പുറമേ കമ്മ്യൂണിസ്റ്റു സോഷ്യലിസം നടപ്പാക്കിയേ മതിയാകു എന്ന ദൃഢവ്രതക്കാർ കൂടിയായിരുന്നു കമ്മ്യൂണിസ്റ്റു സാഹിത്യനായകന്മാരടങ്ങിയ മറുചേരി. തന്മൂലമാണ് 1948- ലെ തൃശൂർ സമ്മേളനം പ്രസ്ഥാനത്തിന്റെ ചരിത്രത്തിലെ നാഴികക്കല്ലായി മാറിയതെന്ന കാര്യം വിശദമാക്കിയിട്ടുണ്ട്. കലയിലെ 'രൂപഭദ്രത'യെ രാഷ്ട്രീയവൽക്കരിച്ച് എല്ലാ പിന്തിരിപ്പൻ ശക്തികളെയും 'രൂപഭദ്രന്മാർ' എന്നു മുദ്രകുത്തുകയാണ് കമ്മ്യൂണിസ്റ്റ് സാഹിത്യനായകന്മാർ ചെയ്തത്. ലോകത്തിൽ ആകെ രണ്ടു ചേരികളെ ഉള്ളുവെന്നും ഒന്ന് ആംഗ്ലോ അമേരിക്കൻ ബ്ലോക്കിന്റേതാണെന്നും മറ്റൊന്ന് റഷ്യ, ചൈന മുതലായ പുരോഗമന ജനാധിപത്യ രാഷ്ട്രങ്ങളുടേതാണെന്നും ഇതിൽ രണ്ടാമത്തെ ചേരിയിലാണ് കേരളത്തിലെ സാഹിത്യകാരന്മാർ നില്ക്കേണ്ടതെന്നും ഉറച്ചു പ്രഖ്യാപിക്കണമെന്നാണ് അവർ എന്നും ആഹ്വാനം ചെയ്തതും.

സാഹിത്യകാരൻ ഒരു രാഷ്ട്രീയപാർട്ടിയുടെയും ആശയസംഹിതയുടെയും കാവൽക്കാരനായിക്കൂടെന്നും അപ്രകാരമായാൽ അയാളുടെ രചനാസ്വാതന്ത്ര്യത്തിന് ഭംഗം സംഭവിക്കുമെന്നും ആണ് മുണ്ടശ്ശേരി അഭിപ്രായപ്പെട്ടത്. ഇതു സമ്മതിച്ചുകൊടുക്കാൻ കൂട്ടാക്കാതെ എതിരാളികൾ രൂപഭദ്രതാവാദത്തെ 'കല കലക്കുവേണ്ടി' എന്ന പഴഞ്ചൻ വാദത്തിന്റെ പുതിയ പതിപ്പാക്കിക്കാണിച്ചതെങ്ങനെയെന്നും വിശദമായി ചർച്ച ചെയ്തിട്ടുണ്ട്. ഉത്തമ സാഹിത്യത്തിന്റെ ഗുണാംശങ്ങളെ വിശദമാക്കുകയും ചെയ്തിട്ടുണ്ട്. രൂപഭദ്രതാവാദത്തിന്റെ ചരിത്രത്തിലവസാനിപ്പിക്കാതെ പുരോഗമന സാഹിത്യ പ്രസ്ഥാനം പിന്നിട്ട ചരിത്രവും അത് മലയാള സാഹിത്യത്തിലുണ്ടാക്കിയ വിപ്ലവാത്മകമായ പരിവർത്തനവും വിശദമായി ചർച്ച ചെയ്യാനും മുതിർന്നിട്ടുണ്ട്. മാർക്സിസ്റ്റ് സൗന്ദര്യ വീക്ഷണത്തിലുള്ള സങ്കുചിതബോധം തങ്ങളുടെ ആശയങ്ങളെ എങ്ങനെ വികലമാക്കിയെന്ന് കമ്മ്യൂണിസ്റ്റ് നായകന്മാർ തന്നെ പിൽക്കാലത്ത് ഏറ്റുപറഞ്ഞ കാര്യം വിശദമാക്കാൻ ശ്രമിച്ചിട്ടുണ്ട്. സാഹിത്യ

ത്തിലെ വിവാദങ്ങൾ സാഹിത്യത്തിലെ രൂപഭാവങ്ങളെ മാത്രമല്ല സമുദായസ്ഥിതിയെയും സ്പർശിക്കുന്നുണ്ട്. ഇവിടെ ചർച്ച ചെയ്ത വിവാദങ്ങൾക്ക് പശ്ചാത്തലമായി നിലകൊണ്ട സാമൂഹിക സ്ഥിതിയിൽ പില്ക്കാലത്തു പല പരിവർത്തനങ്ങളു മുണ്ടായി. ആ പരിവർത്തനങ്ങൾ സാഹിത്യത്തിന്റെ ഗതിവിഗതികളെ സാരമായി സ്പർശിക്കുകയും ചെയ്തിട്ടുണ്ട്.

OO

സ്ത്രീപക്ഷ സാഹിത്യ ചരിത്രം

അർച്ചന കെ. നായർ

സ്ത്രീകളുടെ സാഹിത്യചരിത്രം എഴുതുന്നതിനെ പുരാവസ്തു ഗവേഷണത്തോടും അനന്തരാവകാശസ്വീകരണത്തോടും അമ്മയുടെ തോട്ടം വീണ്ടും നട്ടുപിടിപ്പിക്കലിനോടും താരതമ്യപ്പെടുത്താമെന്ന് മാർഗരറ്റ് ജെഎം എസെൽ എഴുതിയിട്ടുണ്ട്. വിർജീനിയ വൂൾഫ് മുതൽ ഇന്നുവരെയുള്ള ബ്രിട്ടീഷ്-അമേരിക്കൻ ഫെമിനിസ്റ്റ് എഴുത്തുകാരികൾ പരമ്പരാഗതമായി സ്ത്രീകളുടെ രചനകളിലെ ചരിത്രപരമായ വിഷയങ്ങളെ കണ്ടെടുക്കുന്നതിലും, നഷ്ടപ്പെട്ട ഗ്രന്ഥങ്ങളും പാരമ്പര്യങ്ങളും വീണ്ടെടുക്കുന്നതിലും ശ്രദ്ധാലുക്കളായിരുന്നു. അത്തരം ശ്രമങ്ങൾ പുതിയ ഫെമിനിസ്റ്റ് സാഹിത്യചരിത്രമായി വാഴ്ത്തപ്പെടുന്നതിൽ കലാശിച്ചു എന്ന് സ്ത്രീസാഹിത്യചരിത്രമെഴുത്തിൽ മാർഗരറ്റ് ജെ എം.എസെൽ സൂചിപ്പിക്കുന്നു. മുൻകാലങ്ങളിലെ സ്ത്രീകളുടെ സാഹിത്യ ജീവിതത്തെക്കുറിച്ചുള്ള അടിസ്ഥാന ഉൾക്കാഴ്ചകൾ "പരീക്ഷണം, അനുബന്ധം, വിപുലീകരണം" എന്നിങ്ങനെ സംഗ്രഹിക്കാമെന്ന് അവർ പറയുന്നു. സ്ത്രീ സാഹിത്യചരിത്രത്തിന്റെ വിഷയം കഴിഞ്ഞ 250 വർഷങ്ങളിൽ സ്ത്രീകളുടെ രചനകളുടെ പരിണാമ ഘട്ടങ്ങൾ വിവരിക്കുകയല്ലെന്നു അവർ വ്യക്തമാക്കി. ഒരു പുതിയ അക്കാദമിക് മേഖലയുടെ വരവിനെ അത് സൂചിപ്പിക്കുന്നു. സാഹിത്യ നിരൂപണത്തിലെ പരമ്പരാഗത പുരുഷാധിപത്യ വ്യവസ്ഥയിൽ നിന്ന് വ്യത്യസ്തമായ ഒന്നായി അത്തരം ചരിത്രം സ്വയം അവതരിക്കുന്നു. എന്നിരുന്നാലും, ഫെമിനിസ്റ്റ് സൈദ്ധാന്തികർ വളരെക്കാലമായി ചൂണ്ടിക്കാണിച്ചതുപോലെ, സ്ഥാപനപരമായ പദവി ഉണ്ടായിരിക്കുന്നത് സ്ഥാപനത്തിന് പുറത്തുള്ള കാഴ്ചപ്പാടുകളുടെ വ്യത്യാസം നഷ്ടപ്പെടാനുള്ള സാധ്യത നൽകുന്നു. ഫെമിനിസ്റ്റ് സാഹിത്യസിദ്ധാന്തം അതിന്റെ പ്രയോജനം എത്രത്തോളം നേടി എന്ന ചോദ്യം ഇതിനോടകം ഉയർന്നിട്ടുമുണ്ട്.

സ്ത്രീകളുടെ സാഹിത്യ ഭൂതകാലത്തെക്കുറിച്ചുള്ള പരിണാമ

പരമായ ആഖ്യാനം സാഹിത്യ ചരിത്രത്തെക്കുറിച്ചുള്ള പരമ്പരാഗത ധാരണയിൽ നിന്ന് എത്ര വ്യത്യസ്തമാണ് എന്ന ചോദ്യം പ്രസക്തമാണ്. ഉദാഹരണത്തിന്, സ്ത്രീകളുടെ സാഹിത്യചരിത്രത്തിന്റെ നിലവിലെ മാതൃക ഇപ്പോൾ കഴിഞ്ഞ ഇരുനൂറ്റമ്പത് വർഷത്തെ സ്ത്രീകളുടെ സാഹിത്യ ജീവിതത്തിന്റെ വിവരണം വാഗ്ദാനം ചെയ്യുന്നുവെങ്കിൽ, 1700-ന് മുമ്പ് എന്താണ് സംഭവിച്ചത്, എന്തുകൊണ്ട് അത് ഈ വിവരണത്തിന്റെ ഭാഗമല്ല എന്ന ചോദ്യം ഉയരും. സ്ത്രീസാഹിത്യത്തെക്കുറിച്ചുള്ള ഗൗരവമായ പഠനം ആദ്യമായി സാധ്യമാക്കിയ സ്ത്രീകളുടെ കൃതികളെ വിവരിക്കുന്ന നിലവിലുള്ള സാഹിത്യചരിത്രങ്ങൾ, ചരിത്രപുരോഗതിയുടെ ചില മാതൃകകൾ തിരഞ്ഞെടുക്കുന്നതിലൂടെ ആദ്യകാല ഗ്രന്ഥങ്ങളുടെ സുപ്രധാന മാതൃകകളെ ഒഴിവാക്കുകയോ അവ്യക്തമാക്കുകയോ ചെയ്യുന്നുണ്ടോ? സ്ത്രീകളുടെ സാഹിത്യചരിത്രം എഴുതുന്നതിനെക്കുറിച്ചുള്ള അന്വേഷണം നിലവിലെ സ്ത്രീ സാഹിത്യചരിത്രത്തിലെ തിരഞ്ഞെടുക്കലിന്റെയും ഒഴിവാക്കലിന്റെയും തത്വങ്ങൾ എന്തൊക്കെയാണെന്നും സ്ത്രീകളുടെ ഗ്രന്ഥങ്ങളെക്കുറിച്ചും ചരിത്ര കാലഘട്ടങ്ങളെക്കുറിച്ചും കർത്തൃത്വത്തിന്റെ സ്വഭാവത്തെക്കുറിച്ചും എന്തൊക്കെ പറഞ്ഞിരിക്കുന്നുവെന്നും പരിശോധിച്ചു കൊണ്ട് ആരംഭിക്കേണ്ടതുണ്ട്. ചുരുക്കത്തിൽ, ഭൂതകാലത്തെക്കുറിച്ചുള്ള നമ്മുടെ വിശകലനങ്ങൾ നിർമ്മിക്കുന്നതിൽ ഫെമിനിസ്റ്റ് സാഹിത്യ നിരൂപകർ അധ്വാനിച്ചു നേടിയ അനുമാനങ്ങൾ കണ്ടെത്താനും തിരിച്ചറിയാനും നമുക്ക് കഴിയണം. സ്ത്രീകളുടെ സാഹിത്യ ചരിത്രത്തിന്റെ ആഖ്യാനത്തെ രൂപപ്പെടുത്താൻ ഉപയോഗിച്ച ഘടനകൾ, സ്ത്രീകളുടെ രചനകളിൽ ഭൂരിഭാഗവും സാഹിത്യചരിത്രത്തിൽ നിന്നും അധ്യാപന ഗ്രന്ഥങ്ങളിൽ നിന്നും തുടക്കത്തിൽ മായ്ച്ചുകളഞ്ഞ നിയന്ത്രിത പ്രത്യയശാസ്ത്രങ്ങളുടെ അസ്തിത്വം എന്നിവ പരിശോധിക്കണം. അതായത്, ലിംഗഭേദം, ചരിത്രപരമായ പുരോഗതി എന്നിവയെക്കുറിച്ചുള്ള നിരവധി അടിസ്ഥാന അനുമാനങ്ങൾ വിലയിരുത്തേണ്ടതുണ്ട്. ചിലർ ഭൂതകാലത്തെ നിരാകരിക്കുന്നു. ചിലർ ഭൂതകാലത്തെ വിളിക്കുന്നു.

സ്ത്രീയുടെ ജീവിതാനുഭവങ്ങളെ വ്യത്യസ്തമായി ആവിഷ്കരിക്കുന്നതാണ് സ്ത്രീപക്ഷസാഹിത്യം. പുരുഷാധിപത്യ മൂല്യങ്ങളെ സംരക്ഷിക്കാനും നിലനിർത്താനുമായി കാലങ്ങളായി പുരുഷൻ സൃഷ്ടിച്ച സാഹിത്യത്തിൽ നിന്നും വ്യത്യസ്തമാണത്. പുരുഷാധിപത്യത്തെ വളർത്താനും നിലനിർത്താനുമായി പുരുഷൻ

സൃഷ്ടിച്ച ഭാഷാവ്യവഹാരങ്ങൾ കാലങ്ങളോളം സ്ത്രീയെ എന്ന പോലെ അവളുടെ എഴുത്തിനേയും തളച്ചിട്ടിരുന്നു. ഈ ചട്ടക്കൂടിനുള്ളിൽ നിന്നും പുറത്തു കടക്കാനായി സ്ത്രീ നടത്തുന്ന ശ്രമങ്ങളായി സ്ത്രീപക്ഷസാഹിത്യത്തെ നിർവ്വചിക്കാം.

നവോത്ഥാനാനന്തരം കേരള സമൂഹത്തിലുണ്ടായ മാറ്റങ്ങൾ സ്ത്രീ ജീവിതത്തിലും പ്രതിഫലിച്ചു. കൈകൊട്ടികളിപ്പാട്ടും, ദൈവസ്തുതിയും മാത്രമാണ് സ്ത്രീക്ക് പറഞ്ഞിട്ടുള്ള സാഹിത്യപ്രവർത്തനം എന്ന സ്ഥിതിക്ക് മാറ്റം വരാൻ കാരണം അവൾ നേടിയ വിദ്യാഭ്യാസമാണ്. മേരിജോൺ തോട്ടം, മേരിജോൺ കൂത്താട്ടുകുളം, മുതുകുളം പാർവ്വതിയമ്മ, കടത്തനാട്ട് മാധവിയമ്മ, ബാലാമണിയമ്മ, ലളിതാംബിക അന്തർജനം എന്നിവർ ഈ കാലത്താണ് എഴുതി തുടങ്ങിയത്. ഒൻപത് നോവലുകൾ എഴുതിയ കെ. ഭാരതിയമ്മ ആറ് നോവലുകൾ എഴുതിയ ആനി തയ്യിൽ ഇവരെയൊന്നും സാഹിത്യലോകം ശ്രദ്ധിക്കാതിരുന്നത് അവർ സ്ത്രീകൾ ആയതുകൊണ്ട് മാത്രമാണ്.

വിവാഹം സ്ത്രീക്ക് തടവറയാണെന്ന് പുരുഷാധിപത്യ ലോകത്തോട് വിളിച്ചുപറഞ്ഞ കെ. സരസ്വതിയമ്മ അൻപതുകളിലും അറുപതുകളിലും സാഹിത്യ ലോകത്തുണ്ടാക്കിയ കോളിളക്കം ചെറുതല്ലായിരുന്നു. സ്ത്രീകൾ സമൂഹത്തിന്റെയും സാഹിത്യത്തിന്റെയും മുഖ്യധാരയിൽ നിന്നും അകറ്റി നിർത്തപ്പെട്ടിരിക്കുന്ന ഒരു കാഴ്ചയാണ് കേരള സമൂഹത്തിൽ കണ്ടിരുന്നത്. പുരുഷൻ നോക്കിക്കണ്ട സ്ത്രീ ഭാവങ്ങളും വികാരങ്ങളുമാണ് മലയാള സാഹിത്യത്തിലും ആധിപത്യം പുലർത്തിപ്പോന്നത്. എങ്കിലും 19-ാം നൂറ്റാണ്ടു മുതൽക്കേ സത്രീകളുടെ രചനകൾ വെളിച്ചം കണ്ടിരുന്നു. പുരുഷാധിപത്യ നിലപാടുകളോടുള്ള വിയോജിപ്പ് അവരുടെ രചനകളിൽ പ്രത്യക്ഷമായും പരോക്ഷമായും പ്രകടമായിരുന്നു. പ്രമേയത്തിലും അവതരണത്തിലും ധീരമായ നിലപാടുകൾ സ്വീകരിക്കാൻ സരസ്വതിയമ്മയെ പോലുള്ളവർ ശ്രമിച്ചിരുന്നു. നിലനിന്നിരുന്ന സാമൂഹിക സാമ്പത്തിക സാഹചര്യങ്ങളോടും വ്യവസ്ഥകളോടും ഉള്ള കലഹം എന്ന നിലയിലാണ് എഴുത്തുകാരികൾ സാഹിത്യത്തെ സമീപിച്ചത്. പെൺബുദ്ധി, കനത്തമതിൽ, കീഴ്ജീവനക്കാരി, ചോലമരങ്ങൾ, ഒരുക്കത്തിന്റെ നടുവിൽ, വിവാഹസമ്മാനം, സ്ത്രീജീവിതം, ചുവന്നപ്പൂക്കൾ, കലാമന്ദിരം, പ്രേമപരീക്ഷണം, എല്ലാം തികഞ്ഞ ഭാര്യ ഇടിവെട്ട് തൈലം എന്നീ കഥാസമാഹാരങ്ങളും, പുരുഷൻമാരില്ലാത്ത ലോകം എന്ന ലേഖനവും പ്രേമഭാ

ജനം, പൊന്നിൻകുടം എന്നീ നോവലുകളും ദേവദൂതി എന്ന നാടകം എന്നിവ സരസ്വതിയമ്മയുടെ കൃതികളാണ്.

അഗ്നിസാക്ഷി എന്ന നോവലിലൂടെ സ്ത്രീചിന്തക്ക് പുതുവെളിച്ചം പകർന്ന എഴുത്തുകാരിയാണ് ലളിതാംബിക അന്തർജനം. അനേകം ചെറുകഥകളിലൂടെ സ്ത്രീ ജിവിതങ്ങൾക്ക് പുതുജീവൻ പകരാൻ അവർക്കായി മനുഷ്യപ്രകൃതിയിൽ സഹജമായ സംഘർഷങ്ങൾക്ക് ഇതിഹാസാഖ്യാനങ്ങളിലൂടെ പുതുജീവൻ നല്കിയ കവിയത്രിയാണ് ബാലാമണിയമ്മ. മാതൃത്വത്തിന്റെ കവയിത്രി എന്ന ചട്ടക്കൂടിനുള്ളിൽപെടുത്തി അവരുടെ ഗൗരവമേറിയ രചനകളെപ്പോലും ലഘൂകരിച്ചു കാണാനേ നിരൂപകർ ശ്രമിച്ചിട്ടുള്ളൂ. സ്ത്രീയോടും പ്രകൃതിയോടുമുള്ള മനുഷ്യന്റെ ക്രൂരതകൾക്കെതിരെ നിരന്തരം എഴുതുന്ന കവയിത്രിയാണ് സുഗതകുമാരി. പ്രണയവും പ്രകൃതിയും ഒരുപോലെ അവരുടെ കവിതയിൽ കടന്നുവരുന്നു.

സ്വന്തം പീഡകളെ അടിസ്ഥാനമാക്കി കഥകളെഴുതിയ കഥാകാരിയും നോവലിസ്റ്റുമാണ് രാജലക്ഷ്മി. മകൾ എന്ന രചനകളിലൂടെയാണ് രാജലക്ഷ്മി ശ്രദ്ധിക്കപ്പെടുന്നത്. 1956-ൽ മാതൃഭൂമി ആഴ്ചപ്പതിപ്പിലാണ് രാജലക്ഷ്മിയുടെ നിണ്ടകഥയായ മകൾ പ്രസിദ്ധീകരിച്ചത്. 1965 ജനുവരി 18ന് രാജലക്ഷ്മി ആത്മഹത്യ ചെയ്തു. കേരളത്തിൽ വേണ്ടത്ര തിരിച്ചറിയപ്പെടാതെ പോയ എഴുത്തുകാരിയാണ് മാധവിക്കുട്ടി. സ്ത്രീകളുടെ വൈകാരിക സ്വാതന്ത്ര്യത്തെ വിളംബരം ചെയ്യുന്ന അവരുടെ കൃതികൾ ഒരു ഭ്രാന്തിയുടെ ശബ്ദങ്ങളായി മാത്രമേ ചിലർക്കെങ്കിലും കാണാൻ കഴിഞ്ഞുള്ളൂ. എഴുതിയ രചനകളുടെ പേരിൽ ഇത്രയധികം കല്ലെറിയപ്പെട്ട എഴുത്തുകാരികൾ വേറെയുണ്ടായിട്ടില്ല. കേരളസമൂഹം ഇനിയും എത്രമാത്രം മാറേണ്ടതുണ്ടന്നാണ് മാധവിക്കുട്ടിയുടെ അനുഭവം സൂചിപ്പിക്കുന്നത്. തന്റെ പിൻഗാമികളെ സ്വതന്ത്ര്യമായി ചിന്തിക്കാനും എഴുതാനും പ്രാപ്തരാക്കിയത് മാധവിക്കുട്ടിയും അവരുടെ രചനകളുമാണ്.

വയനാട്ടിലെ ആദിവാസി ജീവിതത്തിന്റെ പശ്ചാത്തലത്തിൽ ധാരാളം എഴുതിയ പി. വത്സല സ്ത്രീ എഴുത്തുകാരിൽ വേറിട്ട ശബ്ദമാണ്. സമൂഹത്തിൽ നിന്ന് സ്ത്രീകളും മേലാളൻ എന്ന് സ്വയം കരുതുന്നവരിൽ നിന്നും ആദിവാസികളും അനുഭവിക്കുന്ന യാദനകളുടെ നേർചിത്രമാണ് അവരുടെ കൃതികളിൽ കാണുന്നത്. നെല്ല്, ആഗ്നേയം, കൂമൻകൊല്ലി നിഴലുറങ്ങുന്ന വഴികൾ, പാളയം,

ചാവേർ ആരും മരിക്കുന്നില്ല, ഗൗതമൻ, മുതലായ നോവലുകളും പേബി, അനുപമയുടെ കാവൽക്കാരൻ, തുടങ്ങിയ കഥാസമാഹാര ങ്ങളും രചിച്ച പി. വത്സല ആദിവാസി ജീവിതത്തിന്റെ ഇരുളടഞ്ഞ കാഴ്ചകളിലേക്കാണ് അനുവാചകരെ കൈപിടിച്ചു നടത്തിയത്. പുരുഷാധിപത്യ പ്രത്യയ ശാസ്ത്രത്തോട് പൊരുത്തപ്പെടാതെ സ്ത്രീയുടെ സ്വതന്ത്ര്യ വ്യക്തിത്വത്തെ വിളംബരം ചെയ്യുന്നവയാണ് ഗ്രേസിയുടെ രചനകൾ പുരുഷനെയല്ല പുരുഷാധിപത്യ മൂല്യങ്ങ ളെയാണ് അവർ അംഗീകരിക്കാതിരുന്നത്. സ്ത്രീപുരുഷന്മാർക്കി ടയിൽ വളർന്നുവരേണ്ട ശക്തമായ സൗഹൃദത്തെയാണ് അവർ സ്വാഗതം ചെയ്തത് പടിയിറങ്ങി പോയ പാർവ്വതി, നരകവാതിൽ, ഭ്രാന്തൻപൂക്കൾ, പനിക്കണ്ണ്, രണ്ട് സ്വപ്ന ദർശികൾ, പ്രണയം അഞ്ചടി ഏഴിഞ്ച് എന്നിവ കഥാസമാഹാരങ്ങൾ അധീശ വർഗ്ഗമു ല്ല്യങ്ങളുടേയും പുരുഷാധിപത്യ പ്രത്യശാസ്ത്രത്തേയും നിരന്തരം ചോദ്യം ചെയ്യുന്ന എഴുത്തുകാരിയായ സാറാജോസഫ് സ്ത്രീയെ മഹത്വവത്കരിക്കുന്ന മൃദുല ഭാവങ്ങളേയും അംഗീകരിക്കുന്നില്ല.

സാമൂഹിക അസമത്വങ്ങൾ അധീശ വർഗ്ഗത്തിന്റെ സൃഷ്ടിയാ ണെന്ന് അവർ കരുതുന്നു. സ്ത്രീവിമോചനപ്രസ്ഥാനത്തിന്റെ സാക്ഷാത്കാരത്തിലൂടെയേ മനുഷ്യ വിമോചനം സാധ്യമാകൂ എന്ന പ്രായോഗിക വിക്ഷണമാണ് അവരുടേത്. പാപത്തറ, കാടിന്റെ സംഗീതം മനസ്സിലെ തീ മാത്രം നിലാവ് അറിയുന്നു. ഒടുവിലത്തെ സൂര്യകാന്തി, കാടിതു കണ്ടാലോ കാന്ത എന്നീ കഥാസമാഹാര ങ്ങളും, ഊരുകാവൽ, അലാഹയുടെ പെൺമക്കൾ ആളോഹരി, ആനന്ദം, എന്നീ നോവലുകളും പ്രസിദ്ധീകരിച്ചിട്ടുണ്ട്.

ഏതെങ്കിലും പ്രസ്ഥാനത്തിന്റേയോ ആശയങ്ങളുടേയോ പിന്നാലെ പോകുന്നതിലെ അർഥമില്ലായ്മ തിരിച്ചറിഞ്ഞു മാനു ഷികവും വൈകാരികവുമായ വൈകാരികവുമായ തലങ്ങളിലൂടെ എഴുത്തിനെ സമീപിച്ച എഴുത്തുകാരിയാണ് കെ.ആർ മീര. പുരുഷൻ സാഹിത്യത്തിൽ ആവഷ്കരിച്ച ഏകപക്ഷീയമായ പ്രണയത്തെ പുറന്തള്ളി സ്ത്രീകളുടേതായ പ്രണയലോകം സാക്ഷാൽകരി ക്കുന്നവയാണ് മീരയുടെ കഥകൾ. സ്ത്രീയുടെ പ്രണയം ബന്ധങ്ങ ളിൽ നിന്ന് മുക്തമാകണം എന്ന കാഴ്ചപ്പാടാണ് മീരക്കുള്ളത്. പുരുഷനെ തോൽപ്പിക്കുകയില്ല സ്ത്രീയുടെ സ്വത്വത്തെ സാഹിത്യ ത്തിൽ ഉറപ്പിക്കുകയായിരുന്നു മീരയുടെ കഥകൾ. ഓർമ്മയുടെ ഞരമ്പ്, ആവേമരിയ, മോഹമഞ്ഞ് എന്നീ കഥാസമാഹാരങ്ങളും, ആരാച്ചാർ, സൂര്യനെ അണിഞ്ഞ ഒരു സ്ത്രീ എന്നീ നോവലുകളും

അവർ പ്രസിദ്ധീകരിച്ചു.

സ്ത്രീജീവിതത്തിലെ പൊള്ളുന്ന മുഹൂർത്തങ്ങൾ വികാരവത്തായി ആവിഷ്കരിക്കുന്ന എഴുത്തുകാരിയാണ് അഷിത. വിസ്മയ ചിത്രങ്ങൾ, അപൂർണ്ണ വിരാമങ്ങൾ, നിലാവിന്റെ നാട്ടിൽ, ഒരു സ്ത്രീയും പറയാത്തത്, അഷിതയുടെ കഥകൾ, എന്നിവ കഥാസമാഹാരങ്ങൾ ജാലവിദ്യ, അന്തർധാര മേഘ്ന, ഈ കഥകളുടെ രചിതാവായ ശോഭാവാര്യരുടെ കൃതികളുടെ അന്തർധാരയും പെണ്ണെഴുത്താണ് ഗ്രാമസർഗ്ഗ ചാരുതയോടെ കഥപറയുന്ന എഴുത്തുകാരിയാണ് ചന്ദ്രമതി. സങ്കീർണ്ണമായ ജീവിത പ്രശ്നങ്ങൾ അവതരിപ്പിക്കാതെ സ്ത്രീയും പുരുഷനും ചേർന്നു കഴിയുന്ന കുടുംബ വൃത്തത്തിനുള്ളിലെ വ്യവഹാരങ്ങൾ തെളിമയോടെ അവർ അവതരിപ്പിക്കുന്നു. ദേവീഗ്രാമം, ആര്യാവർത്തനം, ദൈവം സ്വർഗത്തിൽ, തട്ടാരക്കുടിയിലെ വിഗ്രഹങ്ങൾ തുടങ്ങിയവയാണ് കഥാസമാഹാരങ്ങൾ.

○○

സാഹിത്യചരിത്രസംഗ്രഹം- ഒരു പഠനം

ഷാലിമ ലിസ്സി ഷാജൻ

നൂറ്റാണ്ടുകൾ പിന്നിട്ട ചരിത്രമാണ് നമ്മുടെ സാഹിത്യലോകത്തിനുള്ളത്. വിവിധ കാലഘട്ടങ്ങളിൽ വ്യത്യസ്തരായ ചരിത്രകാരന്മാരിലൂടെ മലയാള സാഹിത്യലോകത്തെ വികാസപരിണാമങ്ങളെ നാം മനസ്സിലാക്കിയിട്ടുമുണ്ട്. വിമർശനാത്മകം, വിവരണാത്മകം, ഗവേഷണാത്മകം, താരതമ്യാത്മകം തുടങ്ങിയ സമീപനരീതികൾ പഠനത്തിൽ ഇവർ കൈക്കൊള്ളുന്നുണ്ട്. വിവരണാത്മകമായ സാഹിത്യ ചരിത്രങ്ങൾക്കിടയിൽ സംഗ്രഹ രൂപത്തിലുള്ളവ വളരെ കുറവാണ്. ചരിത്രത്തെ ചുരുക്കി പറയുക പ്രയാസമാണല്ലോ. പ്രത്യേകിച്ച് സാഹിത്യ ചരിത്രത്തെ. സംഗ്രഹ രൂപത്തിലുള്ള സാഹിത്യചരിത്രങ്ങളിൽ ശ്രദ്ധേയമാണ് പ്രൊഫ. പി.എൻ. ഇളംകുളം കുഞ്ഞൻപിള്ളയുടെ 'സാഹിത്യചരിത്രസംഗ്രഹം എഴുത്തച്ഛനു മുമ്പ്" എന്ന കൃതി. പി. ശങ്കരനമ്പ്യാർ, പി.കെ. ശിവശങ്കരപിള്ള, ജി. രാമകൃഷ്ണപിള്ള തുടങ്ങിയവരും സംഗ്രഹരൂപത്തിൽ സാഹിത്യചരിത്രങ്ങൾ രചിച്ചവരിൽ പ്രമുഖരാണ്. ഇളംകുളം ചരിത്രകാരൻ കൂടിയായതിനാൽ ഭാഷാചരിത്രത്തെ കുറേക്കൂടി അനായാസം കൈകാര്യം ചെയ്യാൻ സാധിച്ചിട്ടുണ്ട്. "ഭാഷയുടെയും സാഹിത്യത്തിന്റെയും ചരിത്രം രചിക്കാൻ ഒരുമ്പോടുന്നവർ, ആ ഭാഷ ഉപയോഗിക്കുന്ന ജനതയുടെ ചരിത്രം സൂക്ഷ്മമമായി ഗ്രഹിച്ചിരിക്കണം" (സാഹിത്യചരിത്രസംഗ്രഹം, പുറം 8.) എന്ന് ഇളംകുളം തന്റെ ഈ ഗ്രന്ഥത്തിൽ അഭിപ്രായപ്പെടുന്നുണ്ട്. ലീലാതിലകം, ഉണ്ണുനീലി സന്ദേശം, രാമചരിതം തുടങ്ങി നിരവധി പ്രാചീന മലയാളകൃതികൾ വ്യാഖ്യാനിക്കുകയും മലയാള ഭാഷയുടെ ഉൽപത്തി വികാസപരിണാമങ്ങളെ സംബന്ധിച്ച് സ്വകീയമായ സിദ്ധാന്തങ്ങൾ അവതരിപ്പിക്കുകയും ചെയ്ത ബഹുഭാഷാപണ്ഡിതനാണിദ്ദേഹം.

ഇളംകുളം കുഞ്ഞൻപിള്ള - ജീവചരിത്രസൃഷ്ടിയിലൂടെ

1904 നവംബർ 8 -ാം തീയതി കൊല്ലം ജില്ലയിലെ ഇളംകുളം എന്ന സ്ഥലത്ത് ജനിച്ചു. പിതാവ് കടയക്കോടത്തു കൃഷ്ണക്കു

റുപ്പ്, മാതാവ് പുത്തൻവീട്ടിൽ നാരായണിയമ്മ. പരവൂർ, ചാത്തന്നൂർ, ആദിച്ചനല്ലൂർ എന്നിവിടങ്ങളിലായിരുന്നു സ്കൂൾ വിദ്യാഭ്യാസം. തിരുവനന്തപുരം എസ്.എം.വി. സ്കൂളിൽ നിന്നും ഫൈനൽ പരീക്ഷ പാസ്സായി. തുടർന്ന് തിരുവനന്തപുരം ആർട്ട്സ് കോളേജ്, അണ്ണാമല യൂണിവേഴ്സിറ്റി, മദ്രാസ് യൂണിവേഴ്സിറ്റി എന്നിവിടങ്ങളിൽ നിന്നും ഉന്നത വിദ്യാഭ്യാസം നേടിയ ശേഷം 1934-ൽ തിരുവനന്തപുരം ആർട്സ് കോളേജിൽ ഭാഷാവിഭാഗത്തിൽ ലക്ചററായി ജോലിയിൽ പ്രവേശിച്ചു. 1942-ൽ തിരുവനന്തപുരം ആർട്ട്സ് ആന്റ് സയൻസ് കോളേജുകൾ സംയോജിപ്പിച്ചപ്പോൾ ഇളംകുളം തിരുവനന്തപുരം യൂണിവേഴ്സിറ്റി കോളേജിൽ അധ്യാപകനായി തീരുകയും ചെയ്തു. ഈ കാലയളവിൽ കേരളചരിത്രം പഠിപ്പിക്കേണ്ട ചുമതല അദ്ദേഹത്തിൽ വന്നുചേർന്നു. പഠനസാമഗ്രികളുടെ അഭാവംമൂലം മറ്റെല്ലാവരും ഒഴിഞ്ഞുമാറിയപ്പോൾ ആ വെല്ലുവിളി ഏറ്റെടുക്കുകയായിരുന്നു ഇളംകുളം. പഠിപ്പിക്കാനാവശ്യമായ ഉപാദാനങ്ങൾ തേടിയുള്ള യാത്ര കേരളചരിത്രത്തിന്റെ ഇരുളടഞ്ഞ ഏടുകളിലേയ്ക്ക് അദ്ദേഹത്തെ കൊണ്ടെത്തിച്ചു. ഭാഷാസാഹിത്യ അദ്ധ്യാപകൻ കേരളചരിത്രകാരൻ കൂടിയായി മാറുകയായിരുന്നു ഇങ്ങനെ.

സാഹിത്യമാലിക 2 ഭാഗങ്ങൾ, ഉണ്ണുനീലി സന്ദേശം ചരിത്രദൃഷ്ടിയിലൂടെ, കേരളചരിത്രത്തിന്റെ ഇരുളടഞ്ഞ ഏടുകൾ, കേരളഭാഷയുടെ വികാസപരിണാമങ്ങൾ, ഭാഷയും സാഹിത്യവും നൂറ്റാണ്ടുകളിൽ, സംസ്കാരത്തിന്റെ നാഴികക്കല്ലുകൾ, ജന്മിസമ്പ്രദായം കേരളത്തിൽ, അന്നത്തെ കേരളം, ചേരസാമ്രാജ്യം ഒമ്പതും പത്തും നൂറ്റാണ്ടുകളിൽ, ചരിത്രത്തിന്റെ പശ്ചാത്തലത്തിൽ, സാഹിത്യചരിത്രസംഗ്രഹം, ചില കേരളചരിത്ര പ്രശ്നങ്ങൾ 3 ഭാഗങ്ങൾ എന്നിവയാണ് അദ്ദേഹത്തിന്റെ പ്രധാന രചനകൾ. ഇവ കൂടാതെ ഉണ്ണുനീലി സന്ദേശം, ലീലാതിലകം, കോകസന്ദേശം, ചന്ദ്രോത്സവം, നളചരിതം, രാമചരിതം എന്നിവയുടെ വ്യാഖ്യാനവും നിർവചിച്ചിട്ടുണ്ട്.

സാഹിത്യചരിത്രസംഗ്രഹം എഴുത്തച്ഛനു മുമ്പ്

ഗ്രന്ഥസ്വരൂപം

1962-ൽ ഇളംകുളം കുഞ്ഞൻപിള്ള രചിച്ച് കോട്ടയം നാഷണൽ ബുക്സ്സ്റ്റാൾ പ്രസിദ്ധീകരിച്ച ഈ ഗ്രന്ഥം 1600 വരെയുള്ള സാഹിത്യത്തിന്റെ സംക്ഷിപ്ത ചരിത്രത്തെ അവതരിപ്പിക്കുന്നു. ആറ് അദ്ധ്യായങ്ങളും അനുബന്ധവും ചേർന്നതാണ് ഈ ഗ്രന്ഥ

ത്തിന്റെ ഘടന. നവയുഗം, ജയഭാരതം, മാതൃഭൂമി എന്നീ മാസിക കളിൽ പ്രസിദ്ധീകരിച്ച ലേഖനങ്ങളുടെ സമാഹാരമാണീ ഗ്രന്ഥം.

കൈരളിയുടെ ജനനം എന്ന ഒന്നാം അദ്ധ്യായത്തിൽ മലയാള ഭാഷയുടെ ഉല്പത്തിയെക്കുറിച്ചാണ് വിവരിക്കുന്നത്. ഇന്ത്യയിലെ പ്രധാനപ്പെട്ട എട്ടുഭാഷകളിൽ (ഹിന്ദി, മറാഠി, ബംഗാളി, ഗുജറാത്തി, തെലുങ്ക്, തമിഴ്, കന്നട, മലയാളം) ഒന്നായിട്ടാണ് ഇദ്ദേഹം മല യാളത്തെ പരിഗണിക്കുന്നത്. ഭൂമിശാസ്ത്രപരമായ കാരണങ്ങൾ കൊണ്ടുണ്ടായ ഭാഷാസങ്കലനമാണ് ഭാഷയുടെ ഉദയത്തിനു വഴി തെളിച്ചതെന്ന് ഇളംകുളം വിശദമാക്കുന്നു. ഏ.ഡി. 800 കൂടിയാണ് മലയാളം തമിഴിൽ നിന്നു വേർതിരിഞ്ഞത് എന്ന് നിരീക്ഷിക്കുന്ന ഇദ്ദേഹം ഭാഷയുടെ ഉത്ഭവം കൊല്ലവർഷാരംഭത്തോടെയാണെന്ന കേരളപാണിനിയുടെ അഭിപ്രായത്തോട് അനുഭാവം പ്രകടിപ്പിക്കു ന്നുണ്ട്. 8-ാം നൂറ്റാണ്ടോടുകൂടി ആരംഭിച്ച ആര്യജനപ്രവാഹവും അതിന്റെ ഫലമായി അവരുടെ ഭാഷയായ സംസ്കൃതം, കന്നഡ, തെലുങ്ക് തുടങ്ങിയ ഭാഷകളുമായി തമിഴ് ഭാഷയ്ക്കും സങ്കലനം നടക്കുകയും അങ്ങനെ ഒരു മിശ്രഭാഷ ഇവിടെ പ്രചാരത്തിലാവു കയും ചെയ്തു. ഇതു നിമിത്തം 9-ാം നൂറ്റാണ്ടു മുതൽ ക്രമേണ പാണ്ഡ്യതമിഴിൽ നിന്നും കേരളത്തിലെ തമിഴ് അകലാൻ തുടങ്ങി. എന്നാൽ ഇന്നു കാണുന്ന മലയാളമായി തീരാൻ പിന്നെയും നൂറ്റാ ണ്ടുകൾ പിന്നിടേണ്ടി വന്നിട്ടുണ്ട്. കാരണം 16-ഉം 17-ഉം നൂറ്റാണ്ടു കളിലെ യൂറോപ്യൻ മിഷനറിമാരുടെ കൃതികളിൽ തമിഴ് ലിപി ഉപ യോഗിച്ചു കാണുന്നുണ്ട്. കൊല്ലവർഷാരംഭം മുതൽ ഇവിടെ നല്ല മലയാളമുണ്ടായിരുന്നു എന്ന പണ്ഡിതമതത്തെ ഇളങ്കുളം അവഗ ണിക്കുന്നു.

'പ്രാചീന മണിപ്രവാളം' എന്ന രണ്ടാമദ്ധ്യായത്തിൽ ഏ.ഡി. പതി നൊന്നാം ശതകത്തോടുകൂടി സാമ്പത്തികമായും സാംസ്കാരിക മായും നമ്പൂതിരിമാർ നേടിയെടുത്ത ആധിപത്യത്തെക്കുറിച്ചും തന്മൂലം സാമൂഹികമായി ഉണ്ടായ മാറ്റങ്ങളേയും ആമുഖമായി പ്രതിപാദിക്കുന്നു. ജാതിവ്യത്യാസവും മരുമക്കത്തായവും ജന്മിസ മ്പ്രദായവും ഇവിടെ പ്രചാരത്തിലായത് ഈ ഘട്ടത്തിലാണ്. ആദ്യ അദ്ധ്യായത്തിൽ സൂചിപ്പിച്ച ഭാഷാ സങ്കലനം വഴിയായി സംസ്കൃതവും കേരളഭാഷയും ചേർന്നുണ്ടായ മിശ്രഭാഷയ്ക്കു ഇവിടെ പ്രചാരം ലഭിച്ചു. അതായത് മണിപ്രവാളം. തുടർന്നു മണി പ്രവാള ലക്ഷണത്തെ വിശദമാക്കിയശേഷം വൈശികതന്ത്രം, ആട്ടപ്രകാരങ്ങൾ, ഉണ്ണിയച്ചിചരിതം, ഉണ്ണിച്ചിരുതേവി ചരിതം,

ഉണ്ണിയാടീ ചരിതം, സന്ദേശകാവ്യങ്ങൾ, മണിപ്രവാള ലഘുകാവ്യങ്ങൾ, സ്തോത്രകാവ്യങ്ങൾ എന്നിവയെക്കുറിച്ച് സംക്ഷിപ്തമായി വിവരിക്കുന്നു. ഈ കൃതികളുടെ കാലഘട്ടം, പ്രമേയം, ഭാഷാപരമായ പ്രത്യേകതകൾ ഇവയുടെ സാമൂഹിക പശ്ചാത്തലം എന്നിവയെ ഉദാഹരണ സഹിതം വിവരിച്ചിരിക്കുന്നു ഈ അദ്ധ്യായത്തിൽ. ആര്യാധിനിവേശത്തിന്റെ സമ്പൽസമൃദ്ധിയിൽ ഉടലെടുത്ത അസ്സന്മാർഗീയ ജീവിതത്തിൽ തളിർത്തുവന്ന ശൃംഗാരകാവ്യങ്ങളാണ് മണിപ്രവാളകാവ്യങ്ങൾ എന്നതിനോടു ഇളങ്കുളവും യോജിക്കുന്നുണ്ട്. എന്നാൽ ഇവയൊക്കെയും കാവ്യഭംഗിയിൽ മികവു പുലർത്തുന്നവയുമാണെന്നും കേരളത്തിലെ സാമാന്യജനങ്ങളുടെ ജീവിതമല്ല ഈ കൃതികൾ പ്രകടമാക്കുന്നതെന്നും ഇളംകുളം നിരീക്ഷിക്കുന്നു.

ഭാഷയിലെ തമിഴ് കാവ്യങ്ങൾ എന്ന മൂന്നാം അദ്ധ്യായത്തിൽ ആര്യന്മാരല്ലാത്ത സാമാന്യജനങ്ങളുടെ ജീവിതരീതികളേയും മാനസികാവസ്ഥയേയും പ്രതിഫലിപ്പിച്ചിരുന്ന നാടൻപാട്ടുകളെക്കുറിച്ചാണ് ആദ്യമായി പ്രതിപാദിക്കുന്നത്. തുടർന്ന് പാട്ടുകാവ്യങ്ങളുടെ ഉദയത്തെക്കുറിച്ചും ഭക്തിപ്രസ്ഥാനത്തിന്റെ ആരംഭത്തെക്കുറിച്ചും വിവരിക്കുന്നു. തീയാട്ടുപാട്ടുകൾ, സർപ്പപാട്ടുകൾ, കൃഷിപ്പാട്ടുകൾ, വള്ളപ്പാട്ടുകൾ എന്നിവ നാടൻപാട്ടുകൾക്ക് ഉദാഹരണമായി ചേർത്തിരിക്കുന്നു. ആര്യേതരരായ ഇന്നാട്ടുകാരെ അക്കാലത്ത് തമിഴരെന്നും അവരുടെ ഭാഷയെ തമിഴെന്നുമാണ് പറഞ്ഞിരുന്നതെന്നും ഇളംകുളം പ്രസ്താവിക്കുന്നു. (ഈ തമിഴ് എന്നത് മലയാളം തന്നെയാണ്. അന്ന് 'മലയാളം' എന്ന പ്രയോഗം പ്രചാരത്തിൽ വന്നിരുന്നില്ല.) തുടർന്ന് 10 മുതൽ 15 വരെയുള്ള നൂറ്റാണ്ടുകളിൽ സാമാന്യജനങ്ങളുടെ ഭാഷയിൽ സംഭവിച്ച പരിവർത്തനത്തെക്കുറിച്ചും പത്താം നൂറ്റാണ്ടിൽ കേരളീയർ ചെന്തമിഴിൽ കൃതികൾ എഴുതിയിരുന്നതായും സൂചിപ്പിക്കുന്നു. എന്നാൽ മണിപ്രവാളത്തിന്റെ ആധിപത്യം ഇവയെ അമർത്തി കളഞ്ഞു. 13-ാം ശതകത്തോടെ മണിപ്രവാളശൈലി അബ്രാഹ്മണ കവികൾക്കു വശംവദമായി. ഇതോടെ ദ്രവിഡസംഘാതത്മകമായ സംസ്കൃത തദ്ഭവങ്ങളും കൂടി ചേർന്നുള്ള പ്രയോഗങ്ങൾ കലർത്തി എഴുതുവാൻ തുടങ്ങി. അങ്ങനെയാണ് പാട്ട് കാവ്യങ്ങൾ ഇവിടെ പ്രചാരം നേടുന്നത്. തുടർന്നു രാമചരിതത്തെക്കുറിച്ചും അതിന്റെ ഘടന, മണിപ്രവാള സ്വാധീനത്തിൽ അതിനുണ്ടായ പരിവർത്തനങ്ങളേയും വിശദമാക്കുന്നു. "കേരളത്തിൽ ബ്രാഹ്മണരും അന്തരാളവർഗ്ഗക്കാരും

ഒഴിച്ചുള്ളവർ ഒരു കാലഘട്ടത്തിൽ സംഭാഷണത്തിനുപയോഗിച്ചിരുന്ന ഭാഷയുടെ സാഹിത്യരൂപമാണ് രാമചരിതത്തിൽ നാം കാണുന്നത്. അതുകൊണ്ടു ഭാഷാവികാസത്തിൽ അതിപ്രധാനമായ ഒരു സ്ഥാനം ആ ഗ്രന്ഥത്തിനുണ്ട്. വർണ്ണനയിലും പദഘടനയിലും കവി കാണിക്കുന്ന പാടവം അന്യാദൃശ്യമാണ്" (സാഹിത്യചരിത്രസംഗ്രഹം, പുറം 38.) തമിഴ് കവികൾ മാത്രമല്ല മണിപ്രവാളകവികളും പാട്ടുകൾ രചിച്ചിരുന്നതായി ഉണ്ണിയച്ചി ചരിതത്തെ മുൻനിർത്തി അനുമാനിക്കുന്നു. വെള്ളാങ്ങല്ലൂർ ശങ്കരന്റെ ഭാരതമാല, നിരണത്തു രാമപ്പണിക്കരുടെ കണ്ണശരാമായണം, ഭാഗവതം, ശിവരാത്രി മാഹാത്മ്യം, മാധവപണിക്കരുടെ ഭാഷാഭഗവത്ഗീത എന്നീ കൃതികളെക്കുറിച്ചും പ്രതിപാദിച്ചിരിക്കുന്നു. സീതാസ്വയംവരം, അമ്മാനപ്പാട്ട്, തൃക്കപാലീശ്വരസ്തോത്രം, ശ്രീവല്ലഭസ്തോത്രം, ശ്രീരാമസ്തോത്രം, നളചരിതപാട്ട്, പാശുപതാസ്ത്രലാഭം പാട്ട്, എന്നിങ്ങനെ ഒട്ടനവധി തമിഴ് കാവ്യങ്ങൾ ലഭ്യമാണെന്നും ഭക്തിമയകാവ്യങ്ങളല്ലാതെ ശൃംഗാരകവിതകളൊന്നും തമിഴ് കവികൾ രചിച്ചില്ല എന്നും വിശദമാക്കുന്നു. തുടർന്ന് ഭാഷയിൽ ഉണ്ടായ ഗദ്യകാവ്യങ്ങളെക്കുറിച്ച് പറഞ്ഞിരിക്കുന്നു. നളോപാഖ്യാനം, അംബരീഷോപാഖ്യാനം, ദേവീമാഹാത്മ്യം, ബ്രഹ്മാണ്ഡപുരാണം, രാമായണം, ഭാഗവതം, ഉത്തരരാമായണം തുടങ്ങിയവയാണവ.

അവസാനഭാഗത്ത് ഭക്തിപ്രസ്ഥാനത്തിന്റെ ഉത്ഭവത്തിനു കാരണമായ സാമൂഹിക പശ്ചാത്തലത്തെപ്പറ്റി വിവരിക്കുന്നു. 7 മുതൽ 9 ശതകങ്ങളിൽ ശക്തമായ ഭക്തിപ്രസ്ഥാനം കേരളത്തിലും തമിഴ്നാട്ടിലും സാഹിത്യത്തിൽ അഭൂതപൂർവ്വമായ മാറ്റം സൃഷ്ടിച്ചു. ജന്മിത്വസമ്പ്രദായം ഉടലെടുത്തതോടെ ഉണ്ടായ സാമൂഹികമായ അപചയവും 14-ാം ശതകത്തിൽ ഉണ്ടായ മധുര സുൽത്താന്റെ ആക്രമണങ്ങളും ഊരാളരുടെ ക്ഷേത്രഭരണരീതികളേയും സാമാന്യജനങ്ങളുടെ സാമ്പത്തിക ജീവിതത്തെയും താറുമാറാക്കുകയും ചെയ്തു. ഈ പരിതസ്ഥിതിയിലാണ് ഭക്തിപ്രസ്ഥാനം പൊട്ടിപുറപ്പെട്ടത്. തുടർന്ന് ഇസ്ലാം മതത്തിന്റെയും ക്രിസ്തുമതത്തിന്റെയും സ്വാധീനം ഭക്തിപ്രസ്ഥാനത്തിന്റെ വളർച്ചയ്ക്കു ആക്കംകൂട്ടി. ഭക്തിപ്രസ്ഥാനം പോർച്ചുഗീസ് കാലത്ത് അതിന്റെ പാരമ്യത്തിലെത്തുകയും ചെയ്തു.

കവിത പതിനഞ്ചാം ശതകത്തിൽ എന്ന നാലാം അദ്ധ്യായത്തിൽ ത്രൈവർണ്ണികരുടെ സാഹിത്യപ്രവർത്തനങ്ങളെക്കുറിച്ചാണ് പരാമർശിച്ചിരിക്കുന്നത്. ആദ്യഭാഗത്ത് ലീലാതിലകത്തിന്റെ ഘടനയെ

പരിചയപ്പെടുത്തുന്നു. തുടർന്ന് അക്കാലഘട്ടത്തിലെ വേശ്യാകീർത്തനങ്ങളെപ്പറ്റി സൂചിപ്പിക്കുന്നു. ശങ്കരവാരിയർ പുനം നമ്പൂതിരി, രാഘവവാരിയർ തുടങ്ങിയവരുടെ വേശ്യാപദാനങ്ങളെക്കുറിച്ച് സൂചിപ്പിക്കുന്നു.അക്കാലഘട്ടത്തിലെ ലഘുകാവ്യങ്ങളും, മുക്തകങ്ങളും ഗണികാവർണ്ണനത്തിൽ പെടുന്നവയാണെന്നും വിശദമാക്കുന്നു. തുടർന്ന് മണിപ്രവാള സാഹിത്യത്തിന്റെ സാമൂഹിക പശ്ചാത്തലത്തെപ്പറ്റി വിവരിക്കുന്നു. ഇവിടെ ചരിത്രകാരന്റെ സൂക്ഷ്മത ശ്രദ്ധേയമാണ്. പോർച്ചുഗീസുകാരുടെ ആഗമനകാലത്ത് ജന്മി സമ്പ്രദായംമൂലം വന്ന സാന്മാർഗിക അധഃപതനം അതിന്റെ പാരമ്യത്തിലായിരുന്നുവെന്നും ബർബോസയുടെ വിവരണങ്ങളുടെ അടിസ്ഥാനത്തിൽ ഇളംകുളം പ്രസ്താവിക്കുന്നു. അബ്ദുർ റസാക്ക് നിക്കോളോകാണ്ടി, കാസ്റ്റെൻ ഹെഡ, വർത്തേമ തുടങ്ങിയ വിദേശ സഞ്ചാരികളുടെ അഭിപ്രായവും ബർബോസയുടെ നിരീക്ഷണങ്ങളോട് കൂട്ടിചേർത്തുമാണ് മണിപ്രവാളകാലത്തെ സാമൂഹ്യപശ്ചാത്തലത്തെ ഇളംകുളം വിവരിക്കുന്നത്. ശേഷം ചന്ദ്രോത്സവം, കൃഷ്ണഗാഥ, ഭാരതഗാഥ എന്നിവയെക്കുറിച്ചും വിശദീകരിച്ച് ഈ അദ്ധ്യായം അവസാനിപ്പിക്കുന്നു. മണിപ്രവാള കാലത്തെ അസന്മാർഗീയ സാമൂഹികാവസ്ഥയിൽ നിന്നും കവികളേയും സമുദായത്തേയും രക്ഷിക്കാൻ രചിക്കപ്പെട്ട പരിഹാസകാവ്യമാണ് ചന്ദ്രോത്സവമെന്ന് ഇളംകുളം നിരീക്ഷിക്കുന്നു.

മധ്യകാലചമ്പുകൾ എന്ന അഞ്ചാം അദ്ധ്യായത്തിൽ ചമ്പുകാവ്യങ്ങളുടെ വികസനത്തെക്കുറിച്ചാണ് വിവരിക്കുന്നത്. മതപ്രചരണത്തിനായിട്ടാണ് നമ്പൂതിരുമാർ ചമ്പുക്കൾ രചിച്ചുതുടങ്ങിയത്. 16-ാം ശതകമായപ്പോഴേയ്ക്കും ഈ പ്രസ്ഥാനം തഴച്ചു വളർന്നു. രംഗപ്രയോഗത്തിൽ ചാക്യാന്മാരല്ല നമ്പ്യാന്മാരാണ് ചമ്പുക്കൾ പ്രയോഗിച്ചിരിക്കുന്നത് എന്ന് എൻ.വി. കൃഷ്ണവാരിയരുടെയും ഉള്ളൂരിന്റെയും അഭിപ്രായത്തോടു ഇളങ്കുളവും യോജിക്കുന്നുണ്ട്. തുടർന്ന് രാമായണ ചമ്പുവിന്റെ കർത്താവ് പുനം നമ്പൂതിരിയാണെന്ന് വസ്തുതകളെ ഇളംകുളം പാടേ നിഷേധിക്കുന്നു. ഉള്ളൂർ കേരളസാഹിത്യചരിത്രത്തിൽ സൂചിപ്പിക്കുന്ന നമ്പൂതിരിയുടെ കാലഘട്ടത്തെ പറ്റിയുള്ള നിരീക്ഷണങ്ങൾ തെറ്റാണെന്ന് ചരിത്രപരമായ വസ്തുതകളെ ആസ്പദമാക്കി ഇളംകുളം ന്യായീകരിക്കുന്നു.

1500 മുതൽ 1650 വരെയാണ് ചമ്പുക്കളുടെ കാലമായി ഇളംകുളം പരിഗണിക്കുന്നത്. കാവ്യഗുണംകൊണ്ട് മികവും പുലർത്തുന്ന

രാമായണം, നൈഷധം ചമ്പുകളുടെ പ്രത്യേകതകളെ ഉദാഹരണ സഹിതം വിവരിക്കുന്നു. ഈ ചമ്പുക്കളാണ് തുള്ളൽ പ്രസ്ഥാനത്തിനു മാർഗ്ഗദർശനം നല്കിയതെന്ന നിരീക്ഷണവും അവതരിപ്പിച്ചിരിക്കുന്നു. 17-ാം ശതകത്തോടെ ചമ്പുകളുടെ കാലം അവസാനിക്കുകയും ആട്ടക്കഥകൾ ആ സ്ഥാനം പിടിച്ചു പറ്റുകയും ചെയ്തു.

ഭക്തിപ്രസ്ഥാനത്തിന്റെ പശ്ചാത്തലം എന്ന ആറാം അദ്ധ്യായം മൂന്നാം അദ്ധ്യായത്തിന്റെ തുടർച്ചയെന്നു പറയാവുന്നതാണ്. ഭക്തിപ്രസ്ഥാനത്തിന്റെ ഉച്ചാവസ്ഥയെ പറ്റിയാണ് ഈ അദ്ധ്യായത്തിൽ ഇളംകുളം പ്രതിപാദിക്കുന്നത്. കേരളത്തിനു പോർച്ചുഗീസ് ആധിപത്യത്തോടെ സാമ്പത്തിക തകർച്ച നേരിടേണ്ടി വന്നു. പോർച്ചുഗീസുകാരുടെ പീഡനങ്ങളാൽ ബ്രാഹ്മണരും സാമാന്യജനങ്ങളും ഏറെ വലഞ്ഞു. ബ്രാഹ്മണർ സർവ്വാധിപത്യത്തിലുള്ള വിശ്വാസം ജനങ്ങൾക്കു നഷ്ടമായി. മലബാർ പ്രദേശങ്ങളിൽ ഇസ്ലാംമതം വ്യാപിച്ചു തുടങ്ങിയതു പോർച്ചുഗീസു മിഷണറിമാരുടെ പ്രവർത്തനത്താൽ അനേകംപേർ ക്രിസ്തുമതം സ്വീകരിച്ചതും മാറ്റത്തിന് വഴി തെളിച്ചു. ജാതിവ്യത്യാസമില്ലാതെ വിദ്യാഭ്യാസത്തിനുള്ള അനുമതി ക്രിസ്ത്യൻ മിഷണറി പ്രവർത്തനം നടപ്പിലാക്കി. ശൂദ്രരിൽ പലരും വിദ്യ അഭ്യസിക്കാനും പുരാണ ഗ്രന്ഥങ്ങൾ പാരായണം ചെയ്യാനം ആരംഭിച്ചത് ഈ പരിതസ്ഥിതിയിലാണ്. 16-ാം ശതകത്തിലുള്ള ഈ സാമൂഹികവും സാംസ്കാരികമായും വന്ന മാറ്റങ്ങൾ ത്രൈവർണിതരായ കവികളെ ജനങ്ങളിലേയ്ക്ക് എത്തിച്ചു. ഭക്തിയും സന്മാർഗ്ഗവും കാവ്യവിഷയങ്ങളായി മാറി. എഴുത്തച്ഛന്റെയും പൂന്താനത്തിന്റെയും കൃതികൾ ഈ പരിവർത്തനത്തിന്റെ ഫലമാണ്. ജാതീയമായും മതപരവുമായഅവശതകളിൽ നിന്നും മാറ്റം നേടുന്നതിൽ എഴുത്തച്ഛന്റെയും ശ്രീനാരായണ് ഗുരുവിന്റെയും പ്രവർത്തനങ്ങൾ വളരെ സ്വാധീനം ചെലുത്തിയിട്ടുണ്ട്.

കിളിപ്പാട്ടു പ്രസ്ഥാനത്തിന്റെ ഉപജ്ഞാതാവ് എഴുത്തച്ഛനാണെന്ന് പറയാറുണ്ട്. എന്നാൽ അതിനു മുമ്പുള്ള ഭാഷാഗാനങ്ങളിൽ കിളിക്ക് പ്രവേശം കാണുന്നില്ല എന്ന ഉള്ളൂരിന്റെ അഭിപ്രായത്തെ നിശ്ശേഷം തള്ളികളയുന്നു. 1300 നു അടുത്തുണ്ടായ ഉണ്ണിച്ചിരുതേവിയിൽ കോതോർമ്മൻ കുയിൽവൃത്തം ചൊന്നാൽ" എന്ന പ്രയോഗത്തെക്കുറിച്ചുള്ള പരാമർശം അതിനുമുൻപേ 'കുയിൽ വൃത്തം' എന്നൊന്ന് ഉണ്ടായിരുന്നതിന്റെ സൂചനയാണെന്നും ഇളംകുളം പ്രസ്താവിക്കുന്നു. ഇളംകുളത്തിന്റെ അഭിപ്രായത്തിൽ സംഘകൃതികൾ മുതൽ കിളിപ്പാട്ട് കാണാൻ സാധിക്കും എന്നാണ്.

നാടൻ പാട്ടുകളുടെയത്രയും ജനകീയമാകുന്നവയാണ് എഴുത്തച്ഛന്റെ കിളിപ്പാട്ടുകൾ. അദ്ദേഹത്തിന്റെ ഭാഷാരീതിയാണ് അദ്ദേഹത്തിന്റെ വിജയത്തിന് കാരണമാകുന്നത്.

ചമ്പുക്കളിലെ സാമൂഹ്യപരാമർശം എന്ന അനുബന്ധത്തിൽ ചമ്പുകാവ്യങ്ങളിലെ സാമൂഹ്യപരാമർശത്തെ ഉണ്ണിയച്ചി ചരിതം, ഉണ്ണിച്ചിരുതേവി ചരിതം, അനന്തപുരവർണ്ണനം, ഉണ്ണിയാടി ചരിതം എന്നീ കൃതികളിലെ ഭാഗങ്ങൾ ഉദ്ധരിച്ച് പരിശോധിക്കയാണ്.

സവിശേഷതകൾ

ഒരു ചരിത്രകാരന്റെ സൂക്ഷ്മതയോടെ രചിക്കപ്പെട്ടതാണീ ഗ്രന്ഥം. എഴുത്തച്ഛന്റെ കാലം വരെയുള്ള സാഹിത്യത്തിന്റെ ഉദയവികാസത്തെ സംക്ഷിപ്തമായി അവതരിപ്പിച്ചിരിക്കുന്നു. മലയാളഭാഷയുടെ ഉദ്ഭവം മുതൽ മണിപ്രവാള കാവ്യങ്ങൾ, നാടൻപാട്ടുകൾ, പാട്ടുകാവ്യങ്ങൾ, ഗാഥ, കിളിപ്പാട്ട് തുടങ്ങിയ ഓരോ പ്രധാനപ്പെട്ട സാഹിത്യപ്രസ്ഥാനങ്ങളേയും വളരെ വ്യക്തതയോടെ ഇളങ്കുളം അവതരിപ്പിച്ചിരിക്കുന്നു. സാഹിത്യചരിത്രത്തെപ്പറ്റി സാമാന്യം ധാരണയുണ്ടാക്കാൻ ഈ കൃതി സഹായകമാണ്.

ചരിത്രരേഖകളുടെ വസ്തുനിഷ്ഠവും ഗഹനവുമായ പഠനത്തിലൂടെ യഥാർത്ഥ ചരിത്രത്തെ രചിക്കാൻ ഇളങ്കുളം ശ്രമിക്കുന്നു. ആദ്യ അദ്ധ്യായം മുതൽ ഈ സൂക്ഷ്മത ദൃശ്യമാണ്. ഏത് വസ്തുത അവതരിപ്പിച്ചാലും അതിനെപ്പറ്റി വെറുതെ പറയുകയല്ല അതിന്റെ ഭാഷാപരവും സാമൂഹികവുമായ സവിശേഷതകളെ വളരെ കൃത്യതയോടെ ഉദാഹരണസഹിതം അവതരിപ്പിക്കുവാൻ അദ്ദേഹം പ്രത്യേകം ശ്രദ്ധിച്ചിരിക്കുന്നു. “ഭാഷാചരിത്രം ശരിയായി ഗ്രഹിക്കണമെങ്കിൽ ഭാഷാശാസ്ത്രം മാത്രം ഗ്രഹിച്ചാൽ പോരെന്നും ആ ഭാഷ സംസാരിക്കുന്ന രാജ്യത്തിന്റെയും അയൽരാജ്യങ്ങളുടെയും ചരിത്രം സവിസ്തരം അറിഞ്ഞിരിക്കേണ്ടതാണെന്നും വ്യക്തമാക്കുന്നു” (സാഹിത്യചരിത്രസംഗ്രഹം പേജ് 9). സാഹിത്യചരിത്രത്തെ സാമൂഹിക ചരിത്രവുമായി ചേർത്തു വായിക്കുകയാണ് ഇളംകുളം കുഞ്ഞൻപിള്ള ഈ കൃതിയിൽ. രണ്ടാമദ്ധ്യായം മുതൽ ഓരോ കാവ്യങ്ങളെപ്പറ്റി വിവരിക്കുമ്പോഴും അതിലെ സാഹിത്യഭംഗിയെ അടയാളപ്പെടുത്തുവാൻ ഇളങ്കുളം മടി കാണിക്കുന്നില്ല. മണിപ്രവാള കാവ്യങ്ങളുടെ പ്രമേയപരമായ സവിശേഷതകളെ പിന്തള്ളുമ്പോഴും ഈ കൃതികളുടെ കാവ്യഗുണങ്ങളെ പ്രശംസിക്കുകയും ചെയ്യുന്നു. അതിനു ഉദാഹരണമായി കാവ്യഭാഗങ്ങൾ കൂട്ടി ചേർക്കുകയും ചെയ്തിരിക്കുന്നു. ഗ്രന്ഥത്തിൽ ഘടനയിൽ

മാത്രമല്ല ഭാഷാപരമായും ലളിതമായ ശൈലിയാണദ്ദേഹം കൈക്കൊണ്ടിരിക്കുന്നത്. മറ്റുഭാഷകളുമായും മലയാള ഭാഷയ്ക്കും അതിലെ കൃതികൾക്കുമുള്ള ബന്ധം വിശദമാക്കികൊണ്ടുള്ള താരതമ്യസമീപനമാണ് ഈ ഗ്രന്ഥത്തിൽ ഉപയോഗിച്ചിരിക്കുന്നത്.

ഗ്രന്ഥസൂചി

1. ഇളംകുളം കുഞ്ഞൻപിള്ള, സാഹിത്യചരിത്രസംഗ്രഹം എഴുത്തച്ഛനുമുമ്പ്, നാഷണൽ ബുക്ക് സ്റ്റാൾ, 1970

2. ഡോ. സാം എസ്., ഇളംകുളം കുഞ്ഞൻപിള്ളയുടെ തിരഞ്ഞെടുത്ത കൃതികൾ ഭാഗം ഒന്ന്, അന്താരാഷ്ട്ര കേരള പഠനകേന്ദ്രം, കേരളസർവ്വകലാശാല കാര്യവട്ടം, തിരുവനന്തപുരം, 2005.

3. ഡോ. തോമസ് സ്കറിയ, സാഹിത്യചരിത്രവിജ്ഞാനീയം, അസെൻഡ് പബ്ലിക്കേഷൻസ്, കോട്ടയം, 2013

4. ഡോ. പ്രിൻസ്മോൻ ജോസ്, സാഹിത്യചരിത്രങ്ങളുടെ ചരിത്രം, അസെൻഡ് പബ്ലിക്കേഷൻസ്, കോട്ടയം, 2015.

5. ഡോ. കെ.എം.ജോർജ് (എ.ഡി.) സാഹിത്യചരിത്രം പ്രസ്ഥാനങ്ങളിലൂടെ, സാഹിത്യപ്രവർത്തക സഹകരണ സംഘം, കോട്ടയം, 2013.

സാഹിത്യചരിത്രങ്ങളുടെ പേരുകളും ഉള്ളടക്കവും

രാഗീ ശേഖരൻ കെ.

സാഹിത്യതുടർച്ചയെ അവതരിപ്പിക്കുകയാണ് സാഹിത്യചരിത്രങ്ങൾ ചെയ്യുന്നത്. ഓരോ കാലഘട്ടത്തിലെ സവിശേഷതകളും സാംസ്കാരികവും രാഷ്ട്രീയവുമായ മാറ്റങ്ങളും അടയാളപ്പെടുത്തുകയും സാഹിത്യരചനകളെ അറിയപ്പെടുന്ന കാലം മുതൽ കോർത്തിണക്കി അവതരിപ്പിക്കുകയുമാണ് സാഹിത്യചരിത്രങ്ങൾ ചെയ്യുന്നത്. മലയാള സാഹിത്യത്തിന്റെ ചരിത്രം പല കാലഘട്ടങ്ങളിൽ പലരാൽ അവതരിപ്പിക്കപ്പെട്ടിട്ടുണ്ട്. മലയാള സാഹിത്യത്തിന്റെ ഉത്ഭവചരിത്രം മുതലുള്ള വസ്തുതകളെ വിവിധരീതിയിൽ ക്രമീകരിച്ചവയാണവ. സാഹിത്യ പ്രസ്ഥാനങ്ങളുടേയും സാഹിത്യ സംഭവങ്ങളുടേയും കാലഘട്ടത്തിന്റേയും ചരിത്രം സാഹിത്യകാരിലൂടെ അവതരിപ്പിക്കുകയാണ് സാഹിത്യചരിത്രങ്ങൾ ചെയ്തിട്ടുള്ളത്. കാനോനീകരിക്കപ്പെട്ട സാഹിത്യ രചനകൾ മാത്രമാണ് ഓരോ കാലത്തും രചിക്കപ്പെടുന്ന സാഹിത്യചരിത്രങ്ങളിൽ ഉൾപ്പെടുത്തിയിരിക്കുന്നത്.

കർതൃകേന്ദ്രിതമായ സാഹിത്യചരിത്രങ്ങൾ, സൗന്ദര്യാത്മകതയ്ക്കും രൂപപരതയ്ക്കും പ്രാധാന്യം നൽകിയിട്ടുള്ള സാഹിത്യചരിത്രങ്ങൾ, വായനക്കാരന്റെ സ്വീകാര്യതയ്ക്ക് പ്രാധാന്യം നൽകപ്പെട്ട സാഹിത്യ ചരിത്രങ്ങൾ എന്നിങ്ങനെ സാഹിത്യചരിത്രനിർമ്മിതിയിൽ മൂന്ന് കൈവഴികൾ ഉണ്ടായിരുന്നതായി കാണാൻ സാധിക്കും.

എന്നാൽ, സമഗ്രസാഹിത്യചരിത്രങ്ങളും സാഹിത്യരൂപ-പ്രസ്ഥാന ചരിത്രങ്ങളും എന്നിങ്ങനെ മലയാളസാഹിത്യചരിത്രനിർമ്മിതിയിൽ മറ്റൊരു വിഭജനരീതിയാകും അഭികാമ്യം.

സമഗ്ര സാഹിത്യ ചരിത്രങ്ങളുടെ വിഭാഗം

1. മലയാള ഭാഷാ ചരിത്രം - പി.ഗോവിന്ദപ്പിള്ള

സമഗ്ര സാഹിത്യവിഭാഗത്തിൽ ഉൾപ്പെടുന്ന മലയാളത്തിലെ ആദ്യത്തെ സാഹിത്യ ചരിത്രം 1881-ൽ രചിക്കപ്പെട്ട പി.ഗോവിന്ദ

പ്പിള്ളയുടെ മലയാള ഭാഷാ ചരിത്രമാണ്. 1881 വരെയുള്ള മലയാളത്തിലെ എല്ലാ സാഹിത്യ കൃതികളെയും പ്രാധാന്യ ബോധത്തോടെ തന്നെ ഈ ഗ്രന്ഥത്തിൽ ഉൾപ്പെടുത്താൻ എഴുത്തുകാരൻ ശ്രദ്ധിച്ചിട്ടുണ്ട്. ഭാഷാചരിത്രം എന്നാണ് ഗ്രന്ഥനാമമെങ്കിലും ഭാഷാ ചരിത്രത്തോടൊപ്പം മലയാള സാഹിത്യ ചരിത്രവും ഇതിൽ ആഖ്യാനം ചെയ്യപ്പെട്ടിട്ടുണ്ട്. ഒന്നാം അദ്ധ്യായത്തിൽ മലയാള ഭാഷയുടെ ഉത്ഭവ ചരിത്രത്തോടെ ആരംഭിക്കുന്ന ഗ്രന്ഥത്തിൽ മലയാളം പ്രത്യേകഭാഷയായി തീർന്നതു മുതലുള്ള സംഭവവിശേഷങ്ങളെ നാടോടിപാരമ്പര്യത്തേയും ഐതിഹ്യങ്ങളേയും ഒക്കെ മുൻനിർത്തി വിവരിക്കുന്നു. കലിവർഷാരംഭം മുതൽ കൊല്ലവർഷം 1100 വരെയുള്ള സാഹിത്യ ചരിത്ര കാലഘട്ടങ്ങളെ കാലാനുക്രമമായി ഈ കൃതിയിൽ സംഗ്രഹിച്ചിരിക്കുന്നു. ആര്യന്മാരും സംസ്കൃത ഭാഷയും ദ്രാവിഡരും ദ്രാവിഡ ഭാഷയും എന്നത് ഒന്നാം അദ്ധ്യായത്തിലും കേരളത്തിന്റേയും കേരള ഭാഷയുടേയും ഉത്ഭവം എന്നത് രണ്ടാം അദ്ധ്യായത്തിലും വിവരിച്ചശേഷം മൂന്നാം ഭാഗം മുതൽ കലിവർഷാരംഭം തുടങ്ങി കൊല്ലവർഷം 1100 വരെയുള്ള കാലഘട്ടത്തിലെ ദേശചരിത്രം, ഭാഷാ സവിശേഷതകൾ, സാഹിത്യകാരന്മാർ എന്നിവ പഠന വിധേയമാക്കുന്നു. മിഷനറിമാരുടെ ഗ്രന്ഥങ്ങൾ, മലയാള പത്രമാസികൾ എന്നിവയുടെ ചരിത്രാവലോകനം ഉൾക്കൊള്ളുന്ന പ്രസ്താവനയോടെയാണ് ഗ്രന്ഥം അവസാനിക്കുന്നത്. പി.ഗോവിന്ദപ്പിള്ള മലയാളഭാഷാ ചരിത്രത്തെ കരിന്തമിഴുകാലം, പഴയ മലയാളകാലം, മധ്യ മലയാളകാലം, നവീന മലയാളകാലം എന്നിങ്ങനെ നാലു ഘട്ടങ്ങളായി തിരിച്ചു. സാഹിത്യ ചരിത്ര രചനയിലെ ആദ്യ കൃതി ആയതു കൊണ്ടു തന്നെ പല കൃതികളുടേയും കാലം, കർത്തൃത്വം മുതലായവ തെറ്റായി അടയാളപ്പെടുത്തപ്പെട്ടു എന്ന ന്യൂനതയും നമുക്ക് കാണാം. കൂടാതെ ഐതിഹ്യങ്ങളേയും നാടോടികഥകളേയും അമിതമായി വിശ്വസിച്ചു എന്നതും ഒരു പോരായ്മയാണ്.

2. മലയാള സാഹിത്യ ചരിത്ര സംഗ്രഹം -പി.ശങ്കരൻ നമ്പ്യാർ

1922-ൽ പ്രസിദ്ധീകരിച്ച സാഹിത്യചരിത്ര ഗ്രന്ഥമാണ് മലയാള സാഹിത്യചരിത്രസംഗ്രഹം. കവി തിലകൻ പി ശങ്കരൻ നമ്പ്യാരാണ് ഈ ഗ്രന്ഥത്തിന്റെ രചയിതാവ്. മലയാള സാഹിത്യ ചരിത്രത്തെ ശാസ്ത്രീയമായ കാഴ്ചപ്പാടോടെ സംഗ്രഹിച്ച് അവതരിപ്പിക്കുന്ന രീതിയാണ് ഈ ഗ്രന്ഥത്തിൽ അവലംബിച്ചിട്ടുള്ളത്. ആറ് അദ്ധ്യായങ്ങളിലായിട്ടാണ് സാഹിത്യ ചരിത്രത്തെ അവതരിപ്പിച്ചിട്ടുള്ളത്.

ഒന്നാം അദ്ധ്യായത്തിൽ ഭാഷയുടെ ഉത്പത്തിയും രണ്ടാം അദ്ധ്യായത്തിൽ മലയാള സാഹിത്യത്തിലെ പദ്യരചനകളുടെ സ്വഭാവ വിവരണം, ഭാഷാ സ്വരൂപം, എന്നിവയും മൂന്നാം അദ്ധ്യായത്തിൽ കൊല്ലം 5-ാം ശതകം മുതൽ തുഞ്ചത്തെഴുത്തച്ഛന്റെ കാലം വരെയുള്ള മദ്ധ്യകാല മലയാള സാഹിത്യത്തെയും നാലാം അദ്ധ്യായത്തിൽ എഴുത്തച്ഛന്റെ രചനാകാലം മുതലുള്ള ആധുനികമലയാള കാലത്തെയും ആറാം അദ്ധ്യായത്തിൽ ആധുനിക മലയാളസാഹിത്യത്തിന്റെ തുടർച്ചയും 1922 കാലത്തെ സാഹിത്യവും അവതരിപ്പിക്കുന്നു. ഭാഷയുടെയും സാഹിത്യത്തിന്റേയും വളർച്ചയും പ്രാചീന കാലം - മധ്യകാലം - ആധുനിക കാലം - ഭാഷാപോഷണത്തിനു വേണ്ട ആവശ്യകാര്യങ്ങൾ എന്നിവയും ചർച്ചയും ഉൾപ്പെടുന്ന ഉപസംഹാരത്തോടെയാണ് ഗ്രന്ഥം അവസാനിക്കുന്നത്.

3. മലയാളഭാഷയും സാഹിത്യവും
- ആറ്റൂർ കൃഷ്ണ പിഷാരടി

1972 ൽ പ്രസിദ്ധീകരിക്കപ്പെട്ട ഈ സാഹിത്യ ചരിത്ര ഗ്രന്ഥം മലയാളഭാഷയുടെയും സാഹിത്യത്തിന്റേയും പരിണാമതലങ്ങളെ ചരിത്രാവബോധത്തോടെ നിരൂപണാത്മകമായി വിശകലനം ചെയ്യുന്നു. ഭാഷാ സ്വഭാവം, മലയാളഭാഷയുടെ ഉല്പത്തിയും വളർച്ചയും, ഒരു ഭാഷ പലതായി പിരിയുന്ന വഴികൾ, ഭാഷ മാറുന്ന സമ്പ്രദായം, ഭാഷയുടെ മാറ്റത്തിനുള്ള വകഭേദം, ഭാഷോല്പത്തിയെപ്പറ്റിയുള്ള മതഭേദങ്ങൾ, ഭാഷയുടെ വ്യവസ്ഥിതരൂപം എന്നിങ്ങനെ ഭാഷാനുബന്ധിതവും, ഭാഷോത്പത്തിപരവുമായ വസ്തുതകൾ ആദ്യ 7 അദ്ധ്യായങ്ങളിൽ വിവരിക്കുന്നു. തുടർന്ന് 19 വരെയുള്ള അദ്ധ്യായങ്ങളിൽ സാഹിത്യസ്വരൂപം, സാഹിത്യത്തിന്റെ കാലഭേദങ്ങൾ, മണിപ്രവാളപ്രസ്ഥാനങ്ങൾ, മണിപ്രവാളരീതിയുടെ ഉത്ഭവം, ഗാഥകൾ, ചമ്പൂഗ്രന്ഥങ്ങൾ, മിശ്രഭാഷാകൃതികൾ, കിളിപ്പാട്ടുകൾ, കഥകളികൾ, തുള്ളലുകൾ, പലവകപാട്ടുകൾ, ഗദ്യങ്ങൾ എന്നിവയെയും പഠനവിധേയമാക്കുന്നു. ഗദ്യസാഹിത്യ വിശകലനത്തോടെയാണ് ഗ്രന്ഥം അവസാനിക്കുന്നത്.

4. കേരളഭാഷാസാഹിത്യചരിത്രം - ആർ.നാരായണപ്പണിക്കർ

ഏഴു ഭാഗങ്ങളായി രചിക്കപ്പെട്ട ഈ സാഹിത്യചരിത്ര ഗ്രന്ഥത്തിന്റെ ആദ്യഭാഗം 1927 ലും ഏഴാംഭാഗം 1951 ലും മാണ് പുറത്തിറങ്ങിയത്. ഭാഷയുടെ നിർവചനത്തോടെയാണ് ഗ്രന്ഥം ആരംഭിക്കുന്നത്. ഭാഷയുടെയും സാഹിത്യത്തിന്റേയും ഉല്പത്തി മുതൽ മാനവിക്രമ ഏട്ടൻ തമ്പുരാൻ വരെയുള്ള ഗ്രന്ഥകാരൻമാരെ പറ്റി

യാണ് ആദ്യ നാലു ഭാഗങ്ങളിൽ പ്രതിപാദിക്കുന്നത്. കേരളവർമ വലിയകോയിത്തമ്പുരാൻ മുതൽ കാരാട്ട് അച്യുതമേനോൻ വരെയുള്ളവരെ പറ്റി അഞ്ചാം ഭാഗത്തിലും പന്തളത്തു തമ്പുരാൻ മുതൽ കേശവദേവ് വരെയുള്ള ഒട്ടു വളരെ കവികളെയും സാഹിത്യകാരന്മാരെയും കുറിച്ച് ആറാംഭാഗത്തിലും വിട്ടുപോയ കവികളെ ഏഴാം ഭാഗത്തിലും പ്രതിപാദിക്കുന്നു.

5. ഭാഷാ ചരിത്രദീപിക - വിദ്വാൻ പി. കെ. രാമൻ പിള്ള

1933 ൽ പുറത്തിറങ്ങിയ ഗ്രന്ഥത്തിൽ ഭാഷയുടെ ആവശ്യം, ഉല്പത്തി എന്നിവയെ കുറിച്ച് പറഞ്ഞതിനുശേഷം പ്രാചീനഘട്ടം, മദ്ധ്യഘട്ടം, യൗവനഘട്ടം, ആധുനികഘട്ടം, നവീന ഘട്ടം, എന്നിങ്ങനെ സാഹിത്യകാലഘട്ടങ്ങളെ വിഭജിച്ചാണ് ചരിത്ര വിവരണം നടത്തിയിരിക്കുന്നത്.

6. ഭാഷാസാഹിത്യചരിത്രസംക്ഷേപം
- പി. കെ. ശിവശങ്കരപിള്ള

മലയാളഭാഷയുടെ ഉല്പത്തി മുതൽ എഴുത്തച്ഛനു മുമ്പുള്ള കാലഘട്ടം വരെയുള്ള ചരിത്രമാണ് ഈ കൃതിയിലുള്ളത്.

7. കേരളഭാഷാസാഹിത്യ ചരിത്രസംഗ്രഹം
- ജി. രാമകൃഷ്ണപിള്ള

1952 ൽ പ്രസിദ്ധപ്പെടുത്തിയ എട്ടദ്ധ്യായങ്ങളുള്ള ഒരു ലഘു സാഹിത്യചരിത്രഗ്രന്ഥമാണിത്.

8. മലയാള സാഹിത്യവും ക്രിസ്ത്യാനികളും
-ഡോ. പി. ജെ. തോമസ്

1935 ൽ പുറത്തിറങ്ങിയ ഈ ഗ്രന്ഥത്തിന്റെ ആദ്യ പതപ്പിന്റെ പേര് കേരളത്തിലെ ക്രിസ്തീയ സാഹിത്യം എന്നായിരുന്നു. 18-ാം നൂറ്റാണ്ടു വരെയുള്ള ക്രൈസ്തവ സാഹിത്യ ചരിത്രത്തെയാണിതിൽ വിവരിക്കുന്നത്. 1961-ൽ പുറത്തിറങ്ങിയ ഇതിന്റെ രണ്ടാം പതിപ്പിൽ 19-ാം നൂറ്റാണ്ടിലെ രചനകൾ ഉൾപ്പെടുത്തുന്നതോടൊപ്പം മലയാള സാഹിത്യവും ക്രിസ്തൃനികളും എന്ന് ഗ്രന്ഥനാമം പരിഷ്കരിക്കുകയും ചെയ്തു. ഗ്രന്ഥത്തിന്റെ ഒന്നാം ഭാഗത്ത് 13 അദ്ധ്യായങ്ങളും രണ്ടാം ഭാഗത്ത് എട്ട് അദ്ധ്യായങ്ങളുമാണുള്ളത്.

9. കുഞ്ചന്റെ ശേഷം - മാടശേരി മാധവവാര്യർ

1952 ൽ പുറത്തിറങ്ങിയ ഈ ഗ്രന്ഥം 17 അധ്യായങ്ങളിലായി ഉള്ളടക്കിയിരിക്കുന്നു. പതിനൊന്നാം നൂറ്റാണ്ടു കണ്ട കേരളം, ആദ്യത്തെ നാമ്പുകൾ, അരുണോദയം, കേരള വർമ്മ വലിയകോയിതമ്പുരാൻ, ഉയർന്ന ഭാഷാസാഹിത്യം, ചില കുട്ടിത്തരക്കാർ,

ഭാഷാശാസ്ത്രവും ശാസ്ത്രകാരന്മാരും, ഭാഷാകവിതയുടെ സുവർണദശയും മലയവിലാസവും, ഉള്ളൂരിന്റെ സംഭാവനകൾ, കുമാരനാശാൻ കവിതകൾ , ഗദ്യത്തിന്റെ വളർച്ച, കഥയുടെ കഥ, ഗദ്യനാടകങ്ങൾ, ആധുനികപദ്യസാഹിത്യം, ആധുനിക പദ്യസാഹിത്യത്തിലെ പോഷകനദികൾ, ഇന്നത്തെ കഥ, കുറച്ചുകൂടി കാര്യം എന്നീ 17 അദ്ധ്യായങ്ങളിലായി സാഹിത്യചരിത്രത്തെ വിവരിക്കുന്നു.

10. കേരളസാഹിത്യചരിത്രം - ഉള്ളൂർ എസ്. പരമേശ്വരയ്യർ

1953 ജൂൺ, 1954 സെപ്റ്റംബർ, 1955 ജൂൺ, 1957 ജനുവരി, 1957 ആഗസ്റ്റ്, എന്നീ വർഷങ്ങളിൽ അഞ്ചു വാല്യങ്ങളിലായി ഈ ഗ്രന്ഥം പുറത്തിറങ്ങി. മഹാകവി ഉള്ളൂർ 7 വാല്യങ്ങളിലായിട്ടാണ് ഈ ഗ്രന്ഥം വിഭാവനം ചെയ്തത്. പ്രസ്തുതകൃതിയുടെ പ്രസിദ്ധീകരണത്തിനു മുമ്പ് മഹാകവി ചരമമടഞ്ഞതിനാൽ പ്രസിദ്ധീകരണച്ചുമതല തിരുവിതാംകൂർ സർവ്വകലാശാല ഏറ്റെടുക്കുകയും അച്ചടിയുടെ സൗകര്യം പ്രമാണിച്ച് ഏഴ് വാല്യങ്ങളെ അഞ്ച് വാല്യങ്ങളാക്കി പ്രസിദ്ധീകരിക്കുകയും ചെയ്തു. ആകെ അറുപത്തിനാല് അദ്ധ്യായങ്ങളിൽ പത്തെണ്ണത്തോളം കേരളത്തിലെ സംസ്കൃത സാഹിത്യത്തിന്റെ ചരിത്രവും ബാക്കിയുള്ള 54 അദ്ധ്യായങ്ങൾ ഭാഷാസാഹിത്യ ചരിത്രവുമാണ് ഉള്ളടക്കം.

11. ആധുനിക മലയാളസാഹിത്യം: എഴുത്തച്ഛൻ മുതൽ കവിത്രയം വരെ - പി. കെ. പരമേശ്വരൻ നായർ

1954 ൽ പ്രസിദ്ധീകരിച്ച 17 അദ്ധ്യായങ്ങളുള്ള ഈ ഗ്രന്ഥത്തിൽ എഴുത്തച്ഛന്റെ കാലം മുതൽ കവിത്രയം വരെയുള്ള മലയാളസാഹിത്യത്തിന്റെ വിമർശനാത്മക ചരിത്രമാണ് ഉള്ളടങ്ങിയിരിക്കുന്നത്.

12. സാഹിത്യചരിത്രം: പ്രസ്ഥാനങ്ങളിലൂടെ
- ഡോ. കെ. എം. ജോർജ് (എഡിറ്റർ)

1958 ൽ സാഹിത്യപ്രവർത്തകസംഘം പുറത്തിറക്കിയ സാഹിത്യചരിത്രഗ്രന്ഥമാണിത്. 10 ലേഖകൻമാരുടെ പന്ത്രണ്ടുഖണ്ഡങ്ങളും സൂചികയും ചേർന്ന ബൃഹത്തായ ഘടനയാണ് ഈ ഗ്രന്ഥത്തിനുള്ളത്. മലയാള ഭാഷ, ഭാഷയും സാഹിത്യവും, ശുദ്ധ മലയാള ശാഖ, തമിഴ് മിശ്ര സാഹിത്യം, സംസ്കൃത മിശ്ര ശാഖ, ഗാഥ, കിളിപ്പാട്ട്, ഭാഷാചമ്പു, ആട്ടക്കഥ, തുള്ളൽ, ഭാഷാഗദ്യം, വിട്ടുപോയ കണ്ണികൾ എന്നിവയാണ് ആ 12 ഖണ്ഡങ്ങൾ

13. കൈരളിയുടെ കഥ - പ്രൊഫ. എൻ. കൃഷ്ണപ്പിള്ള

1958 ൽ ജൂണിൽ പുറത്തിറങ്ങിയ ഈ സാഹിത്യ ചരിത്ര ഗ്രന്ഥത്തിൽ പിറവി എന്ന്? എങ്ങനെ?, വളർച്ച രണ്ടു വഴിക്ക്-1, വളർച്ച

രണ്ടു വഴിക്ക് - 2, പുതു മലയാണ്മതൻ മഹേശ്വരനും - കിടയറ്റ പാനപാടിയ കവിയും, മണ്ണിന്റെ മണമൂറുന്ന പാട്ടുകൾ - പിന്നെ കുറെ ദീർഘ ഭാഷ ഗാനങ്ങളും, ആട്ടത്തിനു വേണ്ടി കഥകൾ, കവിത ചാട്ടവാറാക്കിയ പടയണിക്കവിയും - ശ്രദ്ധിക്കേണ്ട മറ്റു ചിലരും, ഒരായിരം കൊല്ലത്തെ ഗദ്യം 1 അല്പം അന്ധകാരം തൊട്ടടുത്ത് അരുണോദയം, പുതുയുഗപുലരി പൊട്ടി വിടരുന്നു, കാലം കുറഞ്ഞ ദിനമെങ്കിലുമർത്ഥദീർഘം എന്നിങ്ങനെ 11 ഭാഗങ്ങൾ ഉള്ളടക്കിയിരിക്കുന്നു.

14. മലയാള സാഹിത്യ ചരിത്രം - പി.കെ പരമേശ്വരൻ നായർ

1958 ൽ പ്രസിദ്ധീകൃതമായ ഈ സാഹിത്യ ചരിത്ര ഗ്രന്ഥത്തിൽ 24 അദ്ധ്യായങ്ങളിലായി ഭാഷയുടെ ഉത്ഭവവും വളർച്ചയും മുതൽ 1958 വരെയുള്ള സാഹിത്യചരിത്രം ആലേഖനം ചെയ്യപ്പെട്ടിരിക്കുന്നു.

15. സാഹിത്യ ചരിത്രം - ഭാഷാ പ്രസ്ഥാനങ്ങളിലൂടെ - ജെ. സി. പാലക്കി

1958 - ൽ പ്രസിദ്ധീകൃതമായ ഈ സാഹിത്യചരിത്രഗ്രന്ഥത്തിൽ ഭാഷാ സാഹിത്യവും കേരള ജനമണ്ഡലത്തിന്റെ ദശാപരിണാമങ്ങും, സാഹിത്യത്തിന്റെ ധർമവും കാവ്യത്തിന്റെ പ്രയോജനവും, ഭാഷയും സാഹിത്യവും, മലയാളം ഏത് ഭാഷാഗോത്രത്തിൽപ്പെടുന്നു, മലയാള ഭാഷയുടെ ശൈശവ ദശ, ഭാഷയിലെ ഗാനസാഹിത്യം, ഭാഷയിലെ ചമ്പു പ്രസ്ഥാനം, സന്ദേശകാവ്യപ്രസ്ഥാനം, ഭാഷയിലെ നാടകപ്രസ്ഥാനം, മഹാകാവ്യ പ്രസ്ഥാനം, ഭാഷാഗദ്യം എന്നിങ്ങനെ 11 അദ്ധ്യായങ്ങളിലായി ഉള്ളടക്കം ക്രമീകരിച്ചിരിക്കുന്നു.

16. മലയാള സാഹിത്യം - ഏ. ഡി. ഹരിശർമ്മ

1959 ൽ പ്രസിദ്ധീകരിക്കപ്പെട്ട ഈ സാഹിത്യ ചരിത്ര ഗ്രന്ഥത്തിൽ 23 അദ്ധ്യായങ്ങളിലായി ഉള്ളടക്കം ക്രമീകരിച്ചിരിക്കുന്നു.

17. കുഞ്ചൻ വരെ - മാടശ്ശേരി മാധവ വാര്യർ

1962 ൽ പുറത്തിറങ്ങിയ ഈ കൃതിയിൽ 13 അദ്ധ്യായങ്ങളിലായി സാഹിത്യചരിത്രത്തെ ചുരുക്കി വിവരിക്കുന്നു.

18. സാഹിത്യചരിത്ര സംഗ്രഹം - എഴുത്തച്ഛനു മുമ്പ്

1962 ൽ പുറത്തിറങ്ങിയ ഈ സാഹിത്യ ചരിത്ര ഗ്രന്ഥത്തിൽ ആറ് അദ്ധ്യായങ്ങളും അനുബന്ധവും ആണുള്ളത്.

19. മലയാളസാഹിത്യം കാലഘട്ടങ്ങളിലൂടെ - പ്രൊഫ. എരുമേലി പരമേശ്വരൻപ്പിള്ള

1998-ൽ പ്രസിദ്ധീകൃതമായ ഈ സാഹിത്യ ചരിത്രത്തിൽ ഇരുപത്തിയാറ് അദ്ധ്യായങ്ങളിലായി മലയാള സാഹിത്യത്തിന്റെ ആരംഭം മുതൽ വർത്തമാനകാലം വരെയുള്ള സാഹിത്യ കാലത്തിന്റെ ചരിത്രപരമായ വികാസപരിണാമങ്ങൾ അനുക്രമം വിശദമാക്കിയിരിക്കുന്നു.

20. ഭാഷാ സാഹിത്യചരിത്രം - സി.ജെ. മണ്ണുമൂട്

മലയാള സാഹിത്യത്തിന്റെ വളർച്ച കാലഘട്ടങ്ങളുടെ വ്യതിചലനത്തിലൂടെ വ്യതിരിക്തമായാണ് സംഭവിച്ചത്. ഇപ്രകാരം വ്യത്യസ്തമായ ഒന്നാണ് ഈ സാഹിത്യ ചരിത്ര രചന. കേരള സാഹിത്യ അക്കാദമിയുടെ മികച്ച രചനയ്ക്കുള്ള പാരിതോഷികം ലഭിച്ച ഈ കൃതി 23 അദ്ധ്യായങ്ങളിലായി ക്രമീകരിച്ചിരിക്കുന്നു.

21. കേരള സാഹിത്യചരിത്രം - ആർ. ലീലാദേവി

1969 ൽ പ്രസിദ്ധീകരിക്കപ്പെട്ട ഈ സാഹിത്യ ചരിത്രഗ്രന്ഥത്തിൽ വിവിധ കാലഘട്ടങ്ങളിലെ ഭാഷയുടെ സ്വരൂപം, മറ്റു ഭാഷകളുമായി ബന്ധപ്പെട്ട മലയാളത്തിന്റെ പൂർവ്വ ചരിത്രം, പ്രസ്ഥാനങ്ങൾ, പ്രധാന കൃതികൾ, കവികൾ, ഭാഷാ വളർച്ചയെ സ്വാധീനിച്ച വിവിധ ഘടകങ്ങൾ എന്നിവയെല്ലാം ക്രമാനുഗതമായി ചെറിയ ശീർഷകത്തിൽ അവതരിപ്പിക്കുന്ന രചനാരീതിയാണ് ഉപയോഗിച്ച് കാണുന്നത്.

22. മലയാള സാഹിത്യചരിത്രം പ്രശ്നോത്തരി
- വെട്ടം മാണി

1971-ലും1972-ലുമായി പുറത്തിറങ്ങിയ ഈ സാഹിത്യ ചരിത്രഗ്രന്ഥത്തിൽ മലയാള സാഹിത്യചരിത്രത്തെ ചോദ്യോത്തര രീതിയിൽ അപഗ്രഥിക്കുകയും വിശകലനം ചെയ്യുകയും ചെയ്തിരിക്കുന്നു. ഒന്നാം ഭാഗത്തിൽ ഭാഷോല്പത്തി മുതൽ എഴുത്തച്ഛൻ വരെയുള്ള സാഹിത്യചരിത്രം വിവരിച്ചിരിക്കുന്നു. രണ്ടാം ഭാഗത്തിൽ കുഞ്ചൻ നമ്പ്യാർ മുതൽ ആധുനികഘട്ടം വരെയുള ചരിത്രാവലോകനം നടത്തിയിരിക്കുന്നു. ഒമ്പത് അദ്ധ്യാങ്ങൾ വീതമാണ് രണ്ട് ഭാഗങ്ങളിലും ഉള്ളടക്കിയിരിക്കുന്നത്.

23. മലയാള സാഹിത്യചരിത്രം: കൃഷ്ണഗാഥ വരെ
- ഡോ.പി.വി. വേലായുധൻപിള്ള

1989-ൽ പുറത്തിറങ്ങിയ ഈ സാഹിത്യ ചരിത്രഗ്രന്ഥത്തിൽ കൃഷ്ണഗാഥാകാലം വരെയുള്ള മലയാള സാഹിത്യചരിത്രത്തെ ഉപക്രമം, രതീകവിതകൾ, ഭക്തി കവിതകൾ, പുരാണഗദ്യം എന്നിങ്ങനെ നാലുഭാഗങ്ങളിലായി അവതരിപ്പിച്ചിരിക്കുന്നു.

24. മലയാള ഭാഷാചരിത്രം: എഴുത്തച്ഛൻവരെ
– ഡോ. കെ. രത്നമ്മ

1994 ഫെബ്രുവരിയിൽ പുറത്തിറങ്ങിയ ഈ സാഹിത ചരിത്രഗ്രന്ഥത്തിൽ പന്ത്രണ്ടാം ശതകം മുതൽ പതിനഞ്ചാം ശതകം വരെയുള്ള മലയാള ഭാഷയുടെ വികാസപരിണാമങ്ങൾ എട്ട് അദ്ധ്യായങ്ങളിലായി വിവരിക്കുന്നു

25. ആധുനിക മലയാള സാഹിത്യ ചരിത്രം പ്രസ്ഥാനങ്ങളിലൂടെ – ജനറൽ എഡിറ്റർ : ഡോ. കെ. എം. ജോർജ്ജ് & ഡോ. എൻ. സാം

1998-ൽ പുറത്തിറങ്ങിയ ഈ സഹിത്യ ചരിത്രഗ്രന്ഥത്തിൽ 15 ഖണ്ഡങ്ങളിലായി മലയാള സാഹിത്യത്തിന്റെ 1995 വരെയുള്ള ചരിത്രം ആലേഖനം ചെയ്തിരിക്കുന്നു. കവിത, നോവൽ, ചെറുകഥ, നാടകം, ജീവചരിത്രം, ആത്മകഥ, ഉപന്യാസം, യാത്രാവിവരണം, പഴയ ചെടികൾ പുതിയ പൂക്കൾ , നിരൂപണം, ബാലസാഹിത്യം, മലയാള ഗവേഷണം, ശാസ്ത്ര സാഹിത്യ ചരിത്രം, പത്രമേഖല, റഫറൻസ് കൃതികൾ എന്നിങ്ങനെയാണ് പതിനഞ്ച് ഖണ്ഡങ്ങളുടെ വിവരണം

26. മലയാള സാഹിത്യചരിത്രം
– ഡോ. കല്പറ്റ ബാലകൃഷ്ണൻ

മലയാളസാഹിത്യത്തിൽ ഇരുപതാം നൂറ്റാണ്ടു വരെയുണ്ടായ സുപ്രധാന സംഭവങ്ങളെയും സംഭാവനകളെയും ചുരുക്കി സമഗ്രമായി അന്വേഷിക്കാൻ ശ്രമിക്കുന്ന സാഹിത്യ ചരിത്രകൃതിയാണിത്. പാട്ട്, മണിപ്രവാളം, മധ്യകാല ചമ്പുക്കൾ, ലീലാതിലകം, തുഞ്ചത്തെഴുത്തച്ഛൻ, പൂന്താനം, ആട്ടക്കഥ, കുഞ്ചൻ നമ്പ്യാർ, ഗദ്യത്തിന്റെ ചരിത്രം, കവിത, നോവൽ, നാടകം, ചെറുകഥ, സാഹിത്യനിരൂപണം, ഉപന്യാസം, ബാലസാഹിത്യം, തുടങ്ങി പത്തൊമ്പത് അദ്ധ്യായങ്ങളിലായി മലയാള സാഹിത്യത്തിന്റെ ഇന്നേ വരെയുള്ള വളർച്ചയെ ഈ ഗ്രന്ഥത്തിൽ അവതരിപ്പിച്ചിരിക്കുന്നു.

27. സമ്പൂർണ മലയാള സാഹിത്യചരിത്രം
– പ്രൊഫ. പന്മന രാമചന്ദ്രൻ നായർ (എഡിറ്റർ)

2008-ൽ പുറത്തിറങ്ങിയ ഈ സാഹിത്യചരിത്ര ഗ്രന്ഥത്തിൽ അഞ്ച് ഭാഗങ്ങളിലായി 45 പ്രഗല്ഭ പണ്ഡിതൻമാരെഴുതിയ 59 പ്രൗഢലേഖനങ്ങളാണുള്ളത്. മലയാള സാഹിത്യചരിത്രം 14-ാം നൂറ്റാണ്ടുവരെ, 15 ഉം 16 ഉം നൂറ്റാണ്ടുകൾ, 17 ഉം 18 ഉം നൂറ്റാണ്ടുകൾ, 19-ാം നൂറ്റാണ്ട്, 20-ാം നൂറ്റാണ്ട് എന്നിങ്ങനെ വിഭജിച്ചിരിക്കുന്നു.

മലയാള സാഹിത്യചരിത്രങ്ങളിൽ സമഗ്ര സാഹിത്യചരിത്രകൃതികൾക്കു പുറമെ രൂപാധിഷ്ഠിത സാഹിത്യ ചരിത്രകൃതികളും ഉണ്ട്. ഒരു രൂപത്തിൽ രചിക്കപ്പെടുന്ന സാഹിത്യ കൃതിയുടെ പ്രാരംഭ ചരിത്രം മുതൽ ആ ചരിത്രകൃതിയുടെ രചനാകാലം വരെയുള്ള സാഹിത്യരൂപങ്ങളുടെ വളർച്ച, പരിണാമങ്ങൾ, കൃതികൾ, സവിശേഷതകൾ, സാഹിത്യനായകൻമാർ, ഉപശാഖകൾ എന്നിവ വിശദമായ പ്രതിപാദിക്കുന്ന കൃതികളാണ് രൂപാധിഷ്ഠിത സാഹിത്യ ചരിത്രങ്ങൾ. ഈ വിഭാഗത്തിൽപ്പെട്ട സാഹിത്യ ചരിത്രങ്ങളിൽ ആദ്യം രചിക്കപ്പെട്ടവയാണ് എം.പി.പോളിന്റെ നോവൽ സാഹിത്യവും, ചെറുകഥാ പ്രസ്ഥാനവും .

1. നോവൽ സാഹിത്യം- എം.പി.പോൾ

1930-ൽ പുറത്തിറങ്ങിയ ഈ സാഹിത്യചരിത്ര ഗ്രന്ഥത്തിൽ നോവലിലെ വസ്തു നിർണ്ണയം, കഥ, ഇതിവൃത്തം, ഇതിവൃത്തത്തിന്റെ പഞ്ചഘടകങ്ങൾ, പരിണാമഗുപ്തി, പാത്രവിവരണം, ആദർശം, അന്യാപദേശം എന്നീ തത്വങ്ങൾ ആവിഷ്കരിച്ച് സമഗ്രനിരൂപണം നടത്തുന്നു. നോവൽ സാഹിത്യത്തിന്റെ അടിസ്ഥാന പ്രമാണങ്ങൾ അഭിവ്യക്തമാക്കുന്ന മലയാളത്തിലെ മികച്ച ലക്ഷണഗ്രന്ഥമാണ് എം.പി പോളിന്റെ നോവൽ സാഹിത്യം

2. ചെറുകഥാ പ്രസ്ഥാനം- എം.പി പോൾ

1932-ൽ ഖണ്ഡ കഥാ പ്രസ്ഥാനം എന്ന പേരിലാണ് ഈ കൃതി ആദ്യം പ്രസിദ്ധീകരിച്ചത്. 1946-ൽ ഗ്രന്ഥനാമം പരിഷ്കരിച്ച് ചെറുകഥാ പ്രസ്ഥാനം എന്ന പേരിൽ രണ്ടാം പതിപ്പ് പുറത്തിറങ്ങി. ചെറുകഥയുടെ മൗലികസത്തയെ അടിസ്ഥാനമാക്കി വായനക്കാരന് ആസ്വദനത്തിനനുഗുണമായ ശിക്ഷണവും കഥാരചനയ്ക്കനുപേക്ഷണീയമായ സാങ്കേതിക വിശകലനവും ഉൾക്കൊള്ളുന്ന ലക്ഷണഗ്രന്ഥമാണിത്. ചെറുകഥയെ പറ്റിയുള്ള ആദ്യവിശകലനാത്മക സാഹിത്യചരിത്രമാണ് ചെറുകഥാപ്രസ്ഥാനം.

3. പദ്യസാഹിത്യ ചരിത്രം- ടി. എം. ചുമ്മാർ

1936-ൽ പുറത്തിറങ്ങിയ ഭാഷാ കവിത അഥവാ പദ്യസാഹിത്യചരിത്രം എന്ന പേരിലുള്ള ഒന്നാം പതിപ്പിൽ രാമചരിതം മുതൽ ജി.ശങ്കരകുറുപ്പ് വരെയുള്ള കവികളുടെ കവിതകളാണ് ഉൾപ്പെടുത്തിയിരിക്കുന്നത്. പിന്നീട് 1942-ൽ വന്ന പരിഷ്ക്കരിച്ച രണ്ടാം പതിപ്പിൽ ചങ്ങമ്പുഴ കൃഷ്ണപിള്ള വരെയുള്ള കവികളെയും കാര്യങ്ങളെയും കുറിച്ച് പതിപാദിക്കുന്നു. 1961-ൽ വിപുലീകരിച്ച മൂന്നാം പതിപ്പിൽ സുഗതകുമാരി വരെയുള്ളവരുടെ കാവ്യങ്ങൾ

നിരൂപണം ചെയ്ത് അവതരിപ്പിച്ചിരിക്കുന്നു. 31 അദ്ധ്യായങ്ങളിലായി പദ്യസാഹിത്യചരിത്രത്തെ തെളിമയുള്ള നിരൂപണഭാവത്തോടെ അവതരിപ്പിച്ചിരിക്കുന്നു.

4. ഭാഷാഗദ്യസാഹിത്യ ചരിത്രം- ടി. എം. ചുമ്മാർ

1955-ൽ പുറത്തിറങ്ങിയ ഈ ഗ്രന്ഥത്തിൽ 20 അദ്ധ്യായങ്ങളിലായി ഭാഷാഗദ്യത്തിന്റെ ഉദയം മുതൽ 1955 വരെയുള്ള ഗദ്യസാഹിത്യത്തിന്റെ ചരിത്രം വിവരിക്കുന്നു.

5. നോവൽ പ്രസ്ഥാനങ്ങൾ

- കേസരി എ. ബാലകൃഷ്ണപ്പിള്ള

മലയാളനോവൽ പ്രസ്ഥാനത്തിലെ പ്രാരംഭ രചനകൾക്ക് പ്രേരകങ്ങളായ പാശ്ചാത്യ സ്വാധീനതകളെ വിശകലനം ചെയ്യുന്ന കൃതിയാണിത്. മലയാള നോവൽ പഠനത്തിന് ഒഴിവാക്കാനാവാത്ത ഒന്നാണ് ഈ ഗ്രന്ഥം.

6. ജീവചരിത്ര സാഹിത്യം- ഡോ. കെ. എം. ജോർജ്ജ്

ജീവചരിത്രം എന്ന സാഹിത്യ വിഭാഗത്തിന്റെ അടിസ്ഥാന പ്രമാണങ്ങളെക്കുറിച്ചും അതിന്റെ വികാസത്തെക്കുറിച്ചും ചർച്ച ചെയ്യുന്ന ഒരു ഗ്രന്ഥമാണിത്. 14 അദ്ധ്യായങ്ങളിലായി ഉള്ളടക്കം ക്രമീകരിച്ചിരിക്കുന്നു.

7 സംഗീത നാടക പ്രസ്ഥാനം കേരളത്തിൽ

- ചേലങ്ങാട്ട് ഗോപാലകൃഷ്ണൻ

ആദ്യ നാടക സാഹിത്യചരിത്രകൃതിയെന്ന നിലയിൽ ചരിത്രപരമായ ആകാംക്ഷ ജന പ്പിക്കുന്നതും മാലികമായതുമായ ഗവേഷണ രചനയാണ് ഈ ഗ്രന്ഥം. നാടകരൂപത്തെ കുറിച്ച് വിശദമായി തന്നെ വിവരിക്കുന്നു.

8. ചെറുകഥ ഇന്നലെ, ഇന്ന്- പ്രൊഫ. എം. അച്യുതൻ

1973-ൽ പുറത്തിറങ്ങിയ ഈ ഗ്രന്ഥം മലയാള കഥാസാഹിത്യത്തെ കാലഗണനയ്ക്കനുസരിച്ച് മനസിലാക്കുന്നതിന് ഏറ്റവും ഉപകാരപ്രദമായ ഗ്രന്ഥമാണ്.

9. മലയാള നോവൽ സാഹിത്യ ചരിത്രം

- പ്രൊഫ. കെ. എം. തരകൻ

1978-ൽ പുറത്തിറങ്ങിയ ഈ ഗ്രന്ഥത്തിൽ നേവലിന്റെ സമസ്ത ചരിത്രവഴികളെയും അടിയാളപ്പെടുത്തിയതായി കാണാം.

10. മലയാള കവിതാ സാഹിത്യ ചരിത്രം

- ഡോ. എം ലീലാവതി

1980-ൽ പുറത്തിറങ്ങിയ ഈ ഗ്രന്ഥത്തിൽ 18 അദ്ധ്യായങ്ങളിലാ

യി മലയാള കവിത സാഹിത്യത്തിന്റെ സവിശേഷതകളെയും വളർച്ചയെയും വസ്തുതാടിസ്ഥാനത്തിൽ ക്രമീകരിച്ചിരിക്കുന്നു.

11. മലയാള നാടക സാഹിത്യചരിത്രം- ജി. ശങ്കരപ്പിള്ള

1980 ൽ പുറത്തിറങ്ങിയ ഈ ഗ്രന്ഥത്തിൽ നാടകം എന്ന ദൃശ്യകലയുടെ സവിശേഷതകളും വളർച്ചയും 10 ഭാഗങ്ങളിലായി കാലാനുക്രമത്തിൽ അവതരിപ്പിച്ചിരിക്കുന്നു.

12. തുള്ളൽ സാഹിത്യചരിത്രം - ഡോ. വി. എസ്. ശർമ്മ

1981-ൽ പുറത്തിറങ്ങിയ ഈ ഗ്രന്ഥത്തിൽ 12 അദ്ധ്യായങ്ങളിലായി തുള്ളൽ കലാരൂപത്തിന്റെ ആന്തരീകാംശങ്ങളെയും ചരിത്രത്തെയും വിവരിക്കുന്നു.

13. ആത്മകഥാ സാഹിത്യം മലയാളത്തിൽ
- ഡോ. വിജയാലയം ജയകുമാർ

1982-ൽ പുറത്തിറങ്ങിയ ഈ ഗ്രന്ഥത്തിൽ ഏഴ് അദ്ധ്യായങ്ങളിലായി സ്വകീയാനുഭവങ്ങളുടെ ഭൂതകാല സ്മൃതികളെ ആത്മനിഷ്ഠമായി പുനരവതരിപ്പിക്കുന്ന എഴുത്തിന്റെ സർഗ്ഗാത്മക സഞ്ചാരങ്ങളായ ആത്മകഥകളെ സവിശേഷതകളോടെ അവതരിപ്പിച്ചിരിക്കുന്നു.

14. ആട്ടക്കഥാ സാഹിത്യം
- പ്രൊഫ. അയ്മനം കൃഷ്ണ കൈകൾ

കഥകളി എന്ന ദൃശ്യകലാരൂപത്തിന്റെയും സാഹിത്യരൂപമായ ആട്ടക്കഥാ സാഹിത്യത്തിന്റേയും വളർച്ചയും പരിണാമവും സങ്കേതങ്ങളും അടയാളപ്പെടുത്തുകയും ചരിത്രാവബോധത്തോടെ അവയെ 11 അദ്ധ്യായങ്ങളിലായി ആവിഷ്കരിക്കുകയും ചെയ്യുന്ന ഈ സാഹിത്യചരിത്രഗ്രന്ഥം 1982 ലാണ് പുറത്തിറങ്ങിയത്.

15. സഞ്ചാര സാഹിത്യം മലയാളത്തിൽ
- പ്രൊഫ. വി. രമേഷ് ചന്ദ്രൻ

മനുഷ്യന്റെ സാംസ്കാരിക ജീവിതവും വളർച്ചയും സമസ്തമേഖലകളും ദേശാടനവുമായി ബന്ധപ്പെട്ടിരിക്കുന്നു.

16. മലയാള നാടകപ്രസ്ഥാനം - കാട്ടുമാടം നാരായണൻ

1990-ൽ പുറത്തിറങ്ങിയ ഈ ഗ്രന്ഥത്തിൽ 8 ഭാഗങ്ങളിലായി നാടകചരിത്രത്തെ അവതരിപ്പിക്കുന്നു.

ഭാരതീയ നാടക സങ്കല്പത്തിലധിഷ്ഠിതമായി നാന്ദിയിൽ ആരംഭിച്ച് ഭരതവാക്യത്തിലവസാനിക്കുന്ന ഗ്രന്ഥഘടനയോടെ നാടക സാഹിത്യചരിത്രത്തെ ഒരു നാടകമെന്ന പോലെ സാഹിത്യ വേദിയിലേക്ക് ആനയിക്കുന്നു.

17. മലയാള ചെറു കഥാ സാഹിത്യ ചരിത്രം ഒന്നാം ഭാഗം-(1881-1950) ഡോ.എം.എം ബഷീർ

2002-ൽ പുറത്തിറങ്ങിയ ഈ കൃതി ചെറു കഥാചരിത്രാഖ്യാനത്തെ അന്വർത്ഥമാക്കുന്ന സവിശേഷ രചനയാണ്. മലയാള ചെറുകഥയുടെ 1881 മുതൽ 1950 വരെയുള്ള എഴുപതു വർഷത്തെ ചരിത്രം കാലാനുക്രമമായും വിവരണാത്മകമായും വിശകലനാത്മകമായും രേഖപ്പെടുത്തുന്ന സാഹിത്യ ചരിത്രമാണ് മലയാളചെറുകഥാസാഹിത്യചരിത്രം.

18. മലയാള സംഗീത നാടകചരിത്രം- ഡോ.കെ. ശ്രീകുമാർ

2022-ൽ പുറത്തിറങ്ങിയ ഈ കൃതിയിൽ അഞ്ചു ഭാഗങ്ങളായി സംഗീത നാടകചരിത്രത്തെ അവതരിപ്പിച്ചിരിക്കുന്നു.

19. മലയാള ചെറുകഥാ സാഹിത്യചരിത്രം രണ്ടാം ഭാഗം-(1950-2007) ഡോ. എം. എം. ബഷീർ

2008-ൽ പുറത്തിറങ്ങിയ ഈ ഗ്രന്ഥത്തിൽ 1950 മുതൽ 2007 വരെയുള്ള ചെറുകഥ ചരിത്രമാണ് അവതരിപ്പിച്ചിരിക്കുന്നത്.

20. കഥയുടെ കഥ - ഡോ. കെ. എസ് രവികുമാർ

ആഖ്യാനകലയുടെ സൂക്ഷ്മ ഭംഗികൾ ആവിഷ്കരിക്കുന്ന സർഗാത്മക സാഹിത്യരൂപമാണ് ചെറുകഥ. 2007-ൽ പുറത്തിറങ്ങിയ ഈ ഗ്രന്ഥത്തിൽ പതിനൊന്ന് ഭാഗങ്ങളായി കഥയുടെ എല്ലാ സവിശേഷതകളും അവതരിപ്പിക്കുന്നു.

പുതിയകാലത്തിൽ രൂപപരമായ സാഹിത്യ ചരിത്രങ്ങൾക്കു ശേഷം സ്ത്രീ ദളിത് തുടങ്ങിയ പ്രത്യയ ശാസ്ത്രാധിഷ്ഠിത സാഹിത്യചരിത്രങ്ങൾ സൃഷ്ടിക്കപ്പെടുന്നു. കവിയൂർ മുരളിയുടെ ദളിത് സാഹിത്യം, സജിത മഠത്തിലിന്റെ മലയാള നാടക സ്ത്രീ ചരിത്രം തുടങ്ങിയവ ഉദാഹരണങ്ങളാണ്. മലയാളത്തിൽ കാലക്രമമനുസരിച്ച് സാഹിത്യചരിത്ര രചനാരീതികളിൽ പിന്നീട് മാറ്റം വന്നതായി കാണാം

സഹായകഗ്രന്ഥങ്ങൾ.

1. പ്രിൻസ്മോൻ ജോസ് - മലയാളത്തിലെ സാഹിത്യ ചരിത്രങ്ങളുടെ ചരിത്രം - അസന്റ് പബ്ലിക്കേഷൻസ്
2. മലയാള പച്ച - സാഹിത്യ ചരിത്ര വിജ്ഞാനീയം പതിപ്പ്
3. മലയാളം റിസർച്ച് ജേണൽ
- ബെഞ്ചമിൻ ബെയ്‌ലി ഫൗണ്ടേഷൻ

൦൦

സാഹിത്യചരിത്രം ഒരു പുനർവായനയാണ്

ഡോ. ശോഭിത ജോയ്

പുതിയ വിമർശനാത്മകാവബോധത്തിന്റെ പശ്ചാത്തലത്തിൽ, ചരിത്രം സംഭവങ്ങളുടെ ഒരു പരമ്പരയല്ല, ബന്ധങ്ങളുടെ ഒരു കൂട്ടമാണ്. ചരിത്രരേഖയിൽ നിന്ന് നമ്മൾ അവഗണിക്കുകയോ ഒഴിവാക്കുകയോ ചെയ്തത് ഭൂതകാലത്തെക്കുറിച്ചുള്ള നമ്മുടെ ഗ്രാഹ്യത്തിന് രേഖപ്പെടുത്തപ്പെട്ടിരിക്കുന്നതുപോലെ അത്യന്താപേക്ഷിതമാണ് എന്നാണ് അതിനർത്ഥം. അല്ലെങ്കിൽ, ചരിത്രം സ്ഥാപിച്ചിട്ടുള്ള ഓർമ്മിക്കലിന്റെയും ഓർമ്മപ്പെടുത്തലിന്റെയും പ്രവൃത്തികൾക്കൊപ്പം മറക്കുന്ന പ്രക്രിയകളും പരിഗണിക്കപ്പെടണം എന്നാണ് അർത്ഥം. ചരിത്രത്തെക്കുറിച്ചുള്ള ഈ പുതിയ ധാരണയുടെ ഏറ്റവും ശക്തമായ മാതൃക ജർമ്മൻ എഴുത്തുകാരനായ ഡബ്ല്യു ജി സെബാൾഡ്ഡാണ്. മറന്നുപോയ ഒരു ലോകത്തിന്റെ വിശദാംശങ്ങൾ ഓർമ്മിപ്പിക്കാൻ ശ്രമിക്കുമ്പോൾ, ഓർമ്മയെ മറവിയുമായി ബന്ധിപ്പിക്കുന്ന ഭയാനകമായ വാദഗതികൾ അദ്ദേഹം വരച്ചുകാട്ടുന്നു. ഓർക്കാൻ ശ്രമിക്കുമ്പോൾ നമുക്ക് എത്രമാത്രം സൂക്ഷിക്കാൻ കഴിയുമെന്ന് ഓർക്കാറുണ്ടോ. ഓരോ കെട്ടുപോയ ജീവിതത്തിലും എല്ലാം നിരന്തരം വിസ്മൃതിയിലേക്ക് നീങ്ങുന്നു, ലോകം അങ്ങനെ സ്വയം വറ്റിപ്പോകുന്നു. ഓർമ്മശക്തിയില്ലാത്ത എണ്ണമറ്റ സ്ഥലങ്ങളുടെയും വസ്തുക്കളുടെയും ചരിത്രം ഒരിക്കലും കേൾക്കുകയോ വിവരിക്കുകയോ കൈമാറുകയോ ചെയ്തിട്ടില്ലാത്ത ജനതയെക്കുറിച്ച് ഓർക്കുന്നതു തന്നെ ദുഃഖം പകരും. സാഹിത്യചരിത്രം ഓർമ്മയുടെയും വായനയുടെയും പുനർനിർമ്മാണമെന്ന നിലയിൽ പരിഗണിക്കുമ്പോൾ അത്തരം ചില പ്രശ്നങ്ങളെ അഭിമുഖീകരിക്കുന്നുണ്ടെന്നു പറയേണ്ടിവരുന്നു.

ഒരേ കൃതി ആരും ഒരേ രീതിയിൽ രണ്ടു തവണ വായിക്കുന്നില്ല. നബോക്കോവ് പുനർവായനയെക്കുറിച്ച് നടത്തിയ ഒരു

നിരീക്ഷണമുണ്ട്. ഒരാൾക്ക് ഒരു പുസ്തകം വായിക്കാൻ കഴിയില്ല. ഒരാൾക്ക് അത് വീണ്ടും വായിക്കാനേ കഴിയൂ. ഒരു നല്ല വായനക്കാരൻ വീണ്ടും വീണ്ടും വായിക്കുന്നവനാണ്. അത്തരം സർഗ്ഗാത്മക വായനക്കാരനെ സാഹിത്യചരിത്രം എഴുതാനാകൂ. തുടർച്ചയായ പുനർവായനയിലൂടെ മാത്രമേ സാഹിത്യ സൃഷ്ടികളെ നിർവ്വചിക്കാനാവൂ എന്ന് ഡേവിഡ് ഗാലേഫ് വ്യക്തമാക്കുന്നു. പുനർവായനയ്ക്ക് പല ആനന്ദങ്ങളുണ്ട്. ആകാംക്ഷ പക്ഷേ, അതിലൊന്നല്ല. പ്രാരംഭവായനയ്ക്ക് ശേഷം ആകാംക്ഷ അപ്രത്യക്ഷമാവുകയും പ്രതീക്ഷയുടെ പുതിയ ചക്രവാളം തുറക്കുകയും വേണം. വുൾഫ് ഗാംഗ് ഐസർ സൂചിപ്പിച്ചതു പോലെ വായനയിൽ പ്രതീക്ഷയുടെയും പുന:പരിശോധനയുടെയും സജീവമായ ഇടപെടൽ നടക്കുന്നുണ്ട്. പുനരവലോകനവായന പുതിയ സാംസ്കാരികാനുമാനങ്ങളിലൂടെ പുരോഗമിക്കുന്നതാകണം. സാഹിത്യചരിത്രത്തിൽ അത്തരം പുനർവായനകൾ സംഭവിക്കണം.

പ്രതിഭാശാലികൾക്കു മാത്രമേ സാഹിത്യചരിത്രമെഴുതാനാകൂ. കിർക്ക ഗോറിനെ സംബന്ധിച്ചിടത്തോളം പ്രതിഭ ഒരു ഇടിമിന്നൽ പോലെയായിരുന്നു. അത് കാറ്റിനെതിരെ പായുന്നു. ആളുകളെ ഭയപ്പെടുത്തുന്നു. പ്രതിഭയിൽ നിന്നു വ്യത്യസ്തമാണ് പാടവം. പ്രതിഭ ചെയ്യേണ്ടത് ചെയ്യുന്നു പാടവം അതിന് കഴിയുന്നതു മാത്രം ചെയ്യുന്നു. പ്രതിഭ പ്രതിഭയെ തൽക്ഷണം തിരിച്ചറിയും. പ്രതിഭ ഒരു തരം മാന്ത്രിക വടിയാണ്.

ഓരോ കാലഘട്ടത്തിനും ഓരോ സംസ്കാരത്തിനും അതിന്റേതായ ആരാധ്യപുരുഷന്മാരുണ്ടാകും. എല്ലാ രാജ്യക്കാർക്കും അവരുടേതായ നായകന്മാരുണ്ട്. അറിവിന്റെ തമ്പുരാക്കന്മാർ. അവരുടെ ശിരസ്സ് ഒരു പുസ്തകശാലയായിരിക്കും. അസാധാരണ പ്രതിഭാശാലികൾ. സാഹിത്യചരിത്രമെഴുതുന്നവരുടെ കാര്യവും വ്യത്യസ്തമല്ല. പാബ്ലോ പിക്കാസോയെക്കുറിച്ചുള്ള ഒരു കഥയുണ്ട്. അദ്ദേഹം പാരീസിലെ ഒരു കഫേയിലിരിക്കുമ്പോൾ ഒരു മാന്യൻ അടുത്തു ചെന്ന് തന്റെ തൂവാലയിൽ ഒരു ചിത്രം വരച്ചു തരാമോ എന്നു ചോദിച്ചു. പിക്കാസോ വിനീതനായി സമ്മതിച്ചു. വരച്ചു കൊടുത്തതിന് പ്രതിഫലമായി ഒരു വലിയ തുക അദ്ദേഹം ചോദിച്ചു. അതു കേട്ട് ഞെട്ടിപ്പോയ ആ മാന്യൻ ഒരു മിനിറ്റ് മാത്രമല്ലേ ചിത്രം വരയ്ക്കാനെടുത്തത് എന്നു ചോദിച്ചു. അതിനിത്ര പ്രതിഫലമോ? പിക്കാസോ നൽകിയ മറുപടി ഇത് വരയ്ക്കാൻ എനിക്ക് നാൽപത് വർഷം വേണ്ടി വന്നു എന്നാണ്. അതുകൊണ്ട്

താനാവശ്യപ്പെട്ട പ്രതിഫലം തനിക്കു കിട്ടണം എന്ന് അദ്ദേഹം പറഞ്ഞു. പ്രതിഭ തൽക്ഷണം സംഭവിക്കുന്ന ഒന്നല്ല. അതിന്റെ ഫലം എളുപ്പത്തിൽ ദൃശ്യമായേക്കാം. പക്ഷേ, അതിനു പിന്നിൽ വെല്ലുവിളി നിറഞ്ഞ നീണ്ട കാലമുണ്ടാകും. സാഹിത്യ ചരിത്രങ്ങളെ വിമർശിക്കുന്നവർ ഈ സത്യം ഉൾക്കൊള്ളണം.

○○

ലേഖകർ

1. **ഡോ. ജൈനിമോൾ കെ. വി.**
അസി. പ്രൊഫസർ, മലയാളവിഭാഗം,
സി. എ. എസ്. കോളേജ്, മാടായി

2. **ഡോ. വി. അനീഷ്കുമാർ**
പോസ്റ്റ് ഡോക്ടറൽ ഫെലോ, മലയാളവിഭാഗം
മധുര കാമരാജ് സർവ്വകലാശാല, മധുര

3. **ഡോ. സിബി കുര്യൻ**
അദ്ധ്യക്ഷൻ, മലയാളവിഭാഗം
ദേവമാതാ കോളേജ്, കുറവിലങ്ങാട്

4. **ഡോ. പ്രിൻസ് മോൻ ജോസ്**
അസി. പ്രൊഫസർ, മലയാളവിഭാഗം
സെന്റ് തോമസ് കോളേജ്, പാലാ

5. **ഡോ. സുവർണ്ണനി ദേവി ഇ.**
അസി. പ്രൊഫസർ, സംസ്കൃതവിഭാഗം
സെന്റ് തോമസ് കോളേജ്, പാലാ

6. **സൗമ്യ ജോസ്**
അസി. പ്രൊഫസർ, മലയാളവിഭാഗം
സെന്റ് തോമസ് കോളേജ്, പാലാ

7. **ഡോ. സോണിയ ജോസ്**
അസി. പ്രൊഫസർ, മലയാളവിഭാഗം
പാവനാത്മാ കോളേജ്, മുരിക്കാശ്ശേരി

8. **രാഗി ശേഖരൻ കെ.**
അസി. പ്രൊഫസർ, മലയാളവിഭാഗം
എസ്. എൻ. എം. കോളേജ്, മാല്യങ്കര

9. **നിഷമോൾ തങ്കപ്പൻ**
ഗവേഷിക, മലയാളവിഭാഗം
സെന്റ് തോമസ് കോളേജ്, പാലാ

10. **ഷാലിമ ലിസി ഷാജൻ**
ഗവേഷിക, മലയാളവിഭാഗം
സെന്റ് തോമസ് കോളേജ്, പാലാ

11. **അർച്ചന കെ. നായർ**
കുമ്പഴശ്ശേരിയിൽ, ഏറത്തുവടകര പി. ഒ
പൂണിക്കാവ്, മണിമല - 686 543

12. **ഡോ.ശോഭിത ജോയ്**
അസി.പ്രൊഫസർ, മലയാള വിഭാഗം, നിർമ്മല കോളേജ്
മൂവാറ്റുപുഴ.

www.ingramcontent.com/pod-product-compliance
Lightning Source LLC
LaVergne TN
LVHW100250051026
849517LV00006B/2044
* 9 7 8 9 3 9 1 0 8 5 7 2 8 *